கண்மூடி வழக்கம் எலாம்
மண்மூடிப் போக...!

கண்மூடி வழக்கம் எலாம் மண்மூடிப் போக...!

சி.இராமலிங்கம்
(1823 - 1874)

ராஜ் கௌதமன்

நியூ செஞ்சுரி புக் ஹவுஸ் (பி) லிட்.,
41-பி, சிட்கோ இண்டஸ்டிரியல் எஸ்டேட்,
அம்பத்தூர், சென்னை- 600 050.
☎: 044 - 26251968, 26258410, 48601884

Language: Tamil
Kanmoodi Vazhakkam Elaam Manmoodi Pogha
Author : **Raj Gowthaman**
NCBH First Edition: December, 2018
Second Edition: July, 2022
Copyright: Author
No. of Pages: 180
Publisher :
New Century Book House Pvt. Ltd.,
41-B, SIDCO Industrial Estate,
Ambattur, Chennai - 600 050.
Tamilnadu State, India.
Email : info@ncbh.in
Online:www.ncbhpublisher.in

ISBN. 978 - 93 - 8805 - 090 - 6
Code No. A 4055
₹ **180/-**

Branches
Ambattur (H.O.) 044 - 26359906, **Spenzer Plaza (Chennai)** 044-28490027
Trichy 0431-2700885 **Pudukkottai** 04322- 227773 **Thanjavur** 04362-231371
Tirunelveli 0462- 2323990, 4210990, **Madurai** 0452-2344106, 4374106
Dindigul 0451-2432172 **Coimbatore** 0422-2380554 **Erode** 0424-2256667
Salem 0427-2450817 **Hosur** 04344-245726 **Krishnagiri** 04343-234387
Ooty 0423- 2441743 **Vellore** 0416-2234495 **Villupuram** 04146-227800
Pondicherry 0413-2280101 **Nagercoil** 04652-234990

கண்மூடி வழக்கம் எலாம் மண்மூடிப் போக...!
ஆசிரியர்: **ராஜ் கௌதமன்**
என்.சி.பி.எச். முதல் பதிப்பு: டிசம்பர், 2018
இரண்டாம் பதிப்பு: ஜூலை, 2022

அச்சிட்டோர்: **பாவை பிரிண்டர்ஸ் (பி) லிட்.,**
16 (142), ஜானி ஜான் கான் சாலை, இராயப்பேட்டை, சென்னை - 14
☎: 044-28482441

All rights reserved. No part of this book may be reprinted or reproduced or utilised in any form or by any electronic, mechanical, or other means, now known or hereafter invented, including photocopying and recording, or in any information storage or retrieval system, without permission in writing from the publishers.

இந்நூல்
**தமிழவனுக்கும் கோவை ஞானிக்கும்
எஸ்.வி. ராஜதுரைக்கும்**

7

உள்ளடக்கம்

	முன்னுரை	9
1.	பத்தொன்பதாம் நூற்றாண்டுத் தமிழகப் பண்பாட்டு வரலாறு : ஓர் அறிமுகம்	13
2.	திருமூலர் முதல் சி. இராமலிங்கர் வரை	47
3.	சி. இராமலிங்கரின் பாடல்கள்	71
4.	சி. இராமலிங்கரின் ஆன்மீகப் பயணம் - I	88
5.	சி. இராமலிங்கரின் ஆன்மீகப் பயணம் - II	112
6.	சி. இராமலிங்கரின் சுத்த சன்மார்க்கம்: தோற்றமும் மறைவும்	127
7.	சி. இராமலிங்கரின் ஆளுமைகள்	144
	பின்னுரை	168
	துணை நூற்பட்டியல்	174

முன்னுரை

அருட்பிரகாச வள்ளலார், அடிகளார் எனத் தமிழகத்தில் நன்கு அறியப்பட்ட சி. இராமலிங்கம் பிள்ளையவர்கள் (1823-1874), பத்தொன்பதாம் நூற்றாண்டைச் சேர்ந்த ஓர் அபூர்வமான மனிதர். அவரது பக்தர்கள் அவரைத் தெய்வமாகவே வழிபடுகிறார்கள். அவர் பழமையான சைவக் குடும்பத்தில் பிறந்து, சைவ மதவாதியாக, பக்தராக வளர்ந்து, சித்தர் நெறியில் யோகத்தில் கனிந்து, ஜீவகாருண்யம் என்னும் உயிர் இரக்கத்தால் சாதிசமய மத சாத்திரத் தடைகளையெல்லாம் கடந்து, மரணமில்லாத வாழ்க்கையை மாந்தர் முயன்றால் வாழலாம் என்ற செய்தியை உலகிற்கு வழங்கியவர்.

பாடநூல்களில் தேர்வு செய்யப்பட்டு வைக்கப்பட்ட அவரது பாடல்கள், மேடைகளில் அவரைப் பற்றிக் கூறப்பட்ட புகழ் மொழிகள், பெரியார் இயக்கத்தார் சிலர் அவரது சமூகப் புரட்சி பற்றி வியந்து பாராட்டி எழுதிய எழுத்துக்கள் ஆகியவை இராமலிங்கரைப் பற்றிச் சற்று வித்தியாசமான அபிப்பிராயத்தை எனக்குள் உண்டாக்கியிருந்தன. அவரது பக்தர்களும், அபிமானிகளும் மற்றும் பிராமணரல்லாதார் கட்சியினரும் அவரைப் பற்றிச் சொன்னவை ஒருபுறம் இருக்க, பத்தொன்பதாம் நூற்றாண்டில் அவர் என்னதான் வித்தியாசமாக சாதித்தார் என்பதை அறிந்துகொள்ளும் ஆவல் எழுந்தது. இந்திய - தமிழக வரலாற்றில் பத்தொன்பதாம் நூற்றாண்டு பல்வேறு காரணங்களால் வரலாற்றாய்வாளர்களுக்கு ஒருவித ஈர்ப்பினைத் தந்து கொண்டிருப்பதைப் பலரும் ஒப்புக்கொள்ளுவார்கள். நவீன மாற்றங்களை நோக்கிப் பல்வேறு வரலாற்றுச் சக்திகள் முட்டி மோதிக்கொண்டிருந்த அந்த நூற்றாண்டு ஒரு வகையில், இராமலிங்கரின் நூற்றாண்டு போலப் புலப்பட்டது. அப்போது, படித்தவர்களின் ஆசார சீர்திருத்த முயற்சிகளும், ஆசார மீட்புவாத முயற்சிகளும் சாதிசமய விகற்பங்களைத் தங்கள் தங்கள் கோணங்களிலிருந்து விளங்கிக்கொண்டு, அவற்றைப் பல்வேறு சமாதானங்களைச் சொல்லித் தக்கவைக்க முனைப்புடன் வேலை செய்தன. இப்படி வேலை செய்த சக்திகள் எல்லாம், சமூகத்தில் பாரம்பரியமாக மேலாதிக்கம் செலுத்தி வந்தன. அவை பழைய, நவீன அதிகாரத்தின் முகவர்களாகச் செயல்பட்டு வந்தன. இப்படிப்பட்ட சூழலில் இராமலிங்கர் தோன்றி எந்தவிதமான சொந்தச் செல்வாக்கும் இன்றி, மேற்குறித்த சக்திகளுக்கு எதிராகச் செயல்பட்டார் என்றால் அது பலருக்கு வியப்பை உண்டாக்கலாம்.

இராமலிங்கர் சென்னையில் குழந்தைப் பருவந்தொட்டு வாலிபம் வரை வாழ்ந்த காலத்திலும் சரி, அப்புறம் 1858 முதல் 1874 வரை

கருங்குழி, வடலூர், மேட்டுக்குப்பம் ஆகிய 'காட்டுப் பிரதேசங்களில்' (மகாவித்வான் மீனாட்சிசுந்தரம் பிள்ளையின் சொற்பிரயோகம்) வாழ்ந்த காலத்திலும் சரி, ரொம்பப் பிரபலமான நபராகப் போற்றப்பட்டவர் அல்லர். செத்தாரை எழுப்பப் போகிறார் எனப் பாமர மக்கள் அவரது இறுதிக் காலத்தில் ஒரு கடவுளாக (தவறாக) நினைத்து அவரை மொய்த்தார்கள். உண்மையில் அன்று அவரை எதிர்மறையாகப் பிரபலப்படுத்தியவர்களாக யாழ்ப்பாணம் ஆறுமுக நாவலரையும், ஐரோப்பிய மிஷனரிகளையும்தான் சொல்ல வேண்டும். இந்த இருதரப்பாரும் இராமலிங்கரைப் போலிச்சாமியார் என்ற பொருளில்தான் புரிந்து கொண்டார்கள்.

ஏற்கெனவே குறிப்பிட்ட சாதிசமயவாத சக்திகளால் இராமலிங்கர் மிகவும் தீவிரமாக விமர்சிக்கப்பட்டு, அவதூறுகளுக்கு ஆளாக்கப் பட்டார் என்றால், அந்தச் சக்திகளைச் சங்கடப்படுத்திய விசயங்களோடு அவர் சம்பந்தப்பட்டிருக்கிறார் என்பதை அவதானிக்கலாம். ஆத்திக மரபில் தோன்றி வளர்ந்து ஐயாயிரத்துக்கும் மேற்பட்ட ஆன்மீகப் பாடல்களை இயற்றிய ஒருவர் சகஆத்திகர்களுக்கு ஆத்திரத்தை உண்டாக்கினார் என்பது அசாதாரணமாக இருந்தது. (யூத இனத்தில், யூத மதத்தில் பிறந்து வளர்ந்த நாசரேத் ஏசுநாதர், அந்த இனத்திற்கும் மதத்திற்கும் விரோதியாகச் சக யூத குருமாரால் தண்டிக்கப்பட்டது நினைவிற்கு வருகிறது.) எனவே, இப்படிப்பட்ட ஒருவரைத் தமிழகத்தின் சாதிமத சமய விகற்பங்களைச் சித்தர் மரபின் சாராம்சத்தைக் கொண்டு கடந்துசெல்ல மார்க்கம் கண்ட முன்னோடி என்பதை உணர்ந்து கொள்ளும் நோக்கத்தில் இந்த நூல் உருவாக்கப்பட்டுள்ளது.

ஆத்திகர்கள், இராமலிங்கரை ஒரு தெய்வ அவதாரமாக வழிபடுவதை விட, அவர் வலியுறுத்திய சாதிசமய மத ஒழிப்பினைத் தங்களது வாழ்வில் அனுபவ சாத்தியமாக்க முயற்சிப்பதே இராமலிங்கருக்கு அவர்கள் செய்யும் வழிபாடாக இருக்க முடியும். அவரே 'பிள்ளை விளையாட்டு' என ஒதுக்கிய விளையாட்டைத் தொடர்ந்து விளையாடுவதில் ஒரு பயனும் இல்லை. நாத்திகர்கள், இராமலிங்கரின் சாதி சமய ஒழிப்புக் கொள்கையை வைத்து அவரை ஒரு பிராமண எதிர்ப்பாளராக முத்திரை இடுவதைவிட, அவரது 'ஜீவகாருண்யம்' என்ற உயிர் இரக்கக் கொள்கையைத் தங்கள் வாழ்வில் அனுபவ சாத்தியமாக்க முயற்சிப்பதே இராமலிங்கர் போன்ற முன்னோடிக்குச் செய்யும் மரியாதையாக இருக்க முடியும்.

இந்த நூல் ஏழு அதிகாரங்களாக அமைக்கப்பட்டுள்ளது. முதலிரண்டு அதிகாரங்களில் இராமலிங்கர் வாழ்ந்த காலச் சூழலும், நிகழ்ச்சிகளும், ஆசார, சமய சீர்திருத்த முயற்சிகளும், மரபான தமிழ்க்கல்வி முறையும்,

சைவக் கல்வியும், ஆதீனங்களின் செயல்முறைகளும் தொகுத்துரைக்கப் படுகின்றன. இராமலிங்கரின் கருத்துலகம் உருவாவதற்கு அவரது முன்னோடிகளான மாணிக்கவாசகர், திருமூலர், அருணகிரிநாதர், பட்டினத்தார், தாயுமானவர் முதலானவர்களின் படைப்புக்கள் எவ்வாறு காரணமாக இருந்தன என்பது ஆராயப்படுகிறது. மற்ற ஐந்து அதிகாரங்களும் அகநிலை ஆய்வுகளாகும். இராமலிங்கரின் பாடல்கள், கடிதங்கள், வசன நூல்கள், உபதேசங்கள் ஆகியவற்றின் சான்றுகளோடு அவரது ஆன்மீகப் பயணத்தின் பரிணாம வளர்ச்சி ஆராயப்படுகிறது. சுருக்கமாகச் சொன்னால், ஒரு வித்துவானாக, சைவ சமயவாதியாக, மரபான தோத்திரப் பாடல்களை இயற்றிக்கொண்டிருந்த ஒருவர் எவ்வாறு இவற்றைக் கடந்து, நிராகரித்து, இறுதியில் சாதிசமய விகற்பங்களைக் கடந்து, உயிர் இரக்கம், ஆன்மநேய ஒருமைப்பாடு, சமத்துவம் ஆகிய அடிப்படைகளைக் கொண்ட சுத்த சமரச சன்மார்க்கப் பாதை ஒன்றைச் சித்தர் மரபின் செழுமையை உள்வாங்கி நிர்மாணித்தார் என்ற வரலாற்றை மீட்டுருவாக்கம் செய்யும் முக்கியப் பணி மேற்கொள்ளப்படுகிறது. ஏழாம் அதிகாரத்தில் இராமலிங்கர் என்ற தனிப்பட்ட மனிதரின் ஆளுமைகளின் பல்வேறு அம்சங்களை அக,புறச் சான்றுகளோடு புலப்படுத்த முயற்சி மேற்கொள்ளப்பட்டுள்ளது. இராமலிங்கரைப் பற்றிச் சற்று வித்தியாசமான பார்வையில் எழுத வேண்டும் என்ற குறிக்கோளில் இந்த நூல் உருவாக்கப்பட்டுள்ளது. இறுதியாக, பின்னுரையில் அவரது மரணம் பற்றிய சிறிய விளக்கம் இடம் பெறுகிறது.

இராமலிங்கரின் ஆறு திருமுறைகளடங்கிய பத்துத் தொகுதிகளையும், திருமூலரின் ஒன்பது தந்திரங்களடங்கிய மூன்று தொகுதிகளையும், இராமலிங்கரைப் பற்றி எழுதப்பட்ட முக்கியமான நூல்களையும், திருமூலரையும் இராமலிங்கரையும் ஒப்பிட்டுச் செய்த தனது முனைவர்பட்ட ஆய்வேட்டையும் கேட்டவுடனே கொண்டுவந்து கொடுத்து உதவிய எங்கள் மாணவியும், தமிழ் விரிவுரையாளரும், ஆய்வாளருமான டாக்டர் அ.மலர் அவர்களுக்கு வாழ்த்துக்களும் நன்றிகளும் உரித்தாகுக.

இந்த நூலை எழுதத் தூண்டிய தோழர்கள் எஸ்.வி.ராஜதுரைக்கும், வ. கீதாவுக்கும் என் வந்தனம்.

இந்த நூலின் கையெழுத்துப் பிரதிகளை, எழுதியவுடன் வாசித்துப் பிழைகளைத் திருத்தி, அபிப்பிராயங்களைத் தெரிவித்து, என்னுடைய லௌகீக சௌகரியங்களைக் கவனித்துக் கொண்ட என் மனைவி பரிமளத்திற்கு என் அன்பு.

24-6-2001 ராஜ் கௌதமன்

இரண்டாம் பதிப்பு

என்.சி.பி.எச். பதிப்பு முன்னுரை

'தமிழினி' பதிப்பித்தபோது எழுதப்பட்ட முன்னுரை உள்ளவாறே இந்தப் பதிப்பிற்கும் பொருந்தும். சென்னைப் பல்கலைக்கழகத் தத்துவத்துறை மட்டும் தொடர்ந்து இந்த நூல் குறித்து உரை ஆற்றுமாறு சில ஆண்டுகளாக அழைப்பு விடுத்தது. நான் எழுதிய நூலை மற்றவர்கள் படித்து விவாதிக்க வேண்டும் என்று அழைத்திருந்தால் நன்றாக இருக்கும்; எழுதியதைப் பற்றிப் பேசுவது எனக்குப் பிடிக்கவில்லை. இந்நூலைப் படித்துவிட்டு ஒரு கருத்தரங்கம் நடத்துவதாக இருந்தால் பயன் தரும். இல்லாவிடில் அது கல்விசார் சடங்குகளில் ஒன்றாக மட்டுமே எஞ்சும்.

இந்நூலின் கருத்துக்கள் இன்று தமிழ்ச் சமுதாயத்திற்கு மிகவும் தேவைப்படுகின்றன. இதனை வெளியிடுகின்ற என்.சிபி.எச். நிறுவனத்திற்கு நன்றி.

ராஜ் கௌதமன்

2018, அக்டோபர், திருநெல்வேலி - 11.

1
பத்தொன்பதாம் நூற்றாண்டுத் தமிழகப் பண்பாட்டு வரலாறு - ஓர் அறிமுகம்

'எவ்வுலகமும் ஓர் ஒழுக்கமுறல் வேண்டும்'—இராமலிங்கர் (4083)

'பிரிட்டிஷ் கிழக்கிந்தியக் கம்பெனி' இந்தியாவில் காலூன்றி ஆட்சி அதிகாரத்தைப் பிடித்த பத்தொன்பதாம் நூற்றாண்டை இந்தியாவின் பஞ்ச நூற்றாண்டு என்று வரலாற்றாசிரியர்கள் கூறுவார்கள். அதற்குக் காரணம் இந்த நூற்றாண்டில் முன்பாதியில் ஏழு பஞ்சங்கள் ஏற்பட்டு 15 லட்சம் பேர் மடிந்தார்கள். பின்பாதியில் 24 பஞ்சங்கள் ஏற்பட்டு இரண்டு கோடி மக்கள் மடிந்தார்கள் (1851 முதல் 1875 வரை 6 பஞ்சங்கள், 1876 முதல் 1900 வரை 18 பஞ்சங்கள்). கால்நடைகளைப் பற்றிய புள்ளி விவரம் இல்லை. இப்பஞ்சங்களில் மாண்டவர்கள் இந்திய சாதிய சமூக அமைப்பில் எந்தப் பிரிவினரைச் சேர்ந்தவர்களாக இருப்பார்கள் என்பதை அறிய பெரிய ஆராய்ச்சிகள் எவையும் தேவைப்படா.

பஞ்சங்களும் தொற்றுநோய்களும், அவற்றால் கிராமங்களில் எளிய உழைக்கும் சாதி மக்கள் புல் பூண்டு இல்லாமல் அழிந்து ஒழிந்ததும் 'இந்திய' வரலாற்றில் நிரந்தரமான நிகழ்வுதான். பிரிட்டிஷ் கிழக்கிந்தியக் கம்பெனி ஆட்சி நிலைநாட்டப்பட்ட பிறகு இந்த அழிமதிகள் அதிகரித்தன. அவை பற்றிய புள்ளி விவரக் கணக்குகளும் எழுதப்பட்டு பராமரிக்கப்பட்டன! பிரிட்டிஷ் கிழக்கிந்தியக் கம்பெனி 1600-ல் 70 ஆயிரம் பவுண்டு மூலதனத்தில் தொடங்கப்பட்டது. 1639-ல் மதராசில் செயிண்ட்ஜார்ஜ் கோட்டையைக் கட்டியது. 1687-ல் பம்பாயை விலைக்கு வாங்கியது. 1700-ல் கல்கத்தாவில் தலைமையகத்தைத் தொடங்கியது. 1799-ல் தெற்கே பாளையக்காரர் கட்டபொம்மனைக் கம்பெனிஆட்சி தூக்கிலிட்டது. 1806-ல் வேலூர்கிளர்ச்சி முறியடிக்கப் பட்டது.1857-ல் வடக்கே நடந்த சிப்பாய் கலகத்திற்குப் பிறகு, பிரிட்டிஷ் பாராளுமன்றத்தின் நேரடி ஆட்சியின் கீழ் இந்திய உபகண்டம் வந்தது. (மா.பா.கு.). (மா.பா. குருசாமி, 'வள்ளலார் -ஓர் அறிமுகம் - 1977')

இராமலிங்கர் இந்த நூற்றாண்டில் வாழ்ந்து மறைந்தவர். 1825 முதல் 1858 வரை சென்னை நகரத்திலும், அதன்பின் 1867 வரை கருங்குழி

கிராமத்திலும், அப்புறம் 1874 ஜனவரி 31 வரை வடலூர் மேட்டுக் குப்பத்திலும் வாழ்ந்த இராமலிங்கர் காலத்தில் பஞ்சம் பட்டினி பரவலாக இருந்தது. அவரை உலுக்கிய விசயங்களில் இந்தப் பட்டினி, பசி முக்கியமானவை. 1858 வரை இராமலிங்கர் சென்னையில் வாழ்ந்த போது பெரிய மாற்றங்கள் நடந்துகொண்டிருந்தன. ஆங்கிலக் கல்விமுறை (1835) சிப்பாய் கலகம் (1857), பிரிட்டிஷ் ராணியின் நேரடி ஆட்சி, மிஷனரிகளின் கல்வி, மதமாற்றப் பணிகள், புதிய கல்வி நிலையங்களின் பரவல், சென்னைப் பல்கலைக்கழகத் தோற்றம், பச்சையப்பர் டிரஸ்ட் ஏற்படுத்திய கல்வி நிறுவனங்கள், ஆங்கில வழிக்கல்வி கற்ற சுதேசி பட்டதாரிகளின் ஒரு தலைமுறையினர் உருவாகி, நகர்ப்புறங்களில், வக்கீல், தாஸில்தார், சப்-ஜட்ஜ், சப்-கலெக்டர், முன்சீபு முதலான அதிகார முக்கியத்துவம் வாய்ந்த வர்க்கத்தினராக உருவாகிய சமூக மாற்றம் முதலானவை பத்தொன்பதாம் நூற்றாண்டின் முக்கிய புதிய நிகழ்வுகளாகும். கிராமப்புறங்களிலிருந்து, ஆங்கிலக் கல்வி கற்று உத்தியோகம் பார்ப்பதற்காக நிலஉடைமைச் சாதிகளிலிருந்து இளைஞர்கள் நகரங்களுக்குத் திரளாக இடம் பெயர்ந்தார்கள். புதிய தகவல் தொடர்பு சாதனங்கள் பரவின. பத்திரிகைகள், பதிப்பகங்கள் பெருகின. மதராஸ் மாகாணத்தின் தலைநகரான சென்னை வணிக மையமாக வளர்ந்து கொண்டிருந்தது. மேற்கத்திய கல்விமுறையால் முதன்முதலாக அறிவியல் சார்ந்த பண்பாட்டு மாற்றம் நகர்ப்புறங்களில் பரவத் தொடங்கிற்று.

பெரிய பெரிய மாற்றங்களுக்கான ஆயத்த வேலைகள் தொடங்கி விட்ட பத்தொன்பதாம் நூற்றாண்டில் தமிழகக் கிராமப்புறங்கள் பாரம்பரிய பண்பாட்டிலும், புதிய வளர்ந்துவரும் நகர்ப்பகுதிகள் பழையதும் புதியதும் கலந்து நிதானிக்க முடியாத ஒரு கலப்படமான, ஈரடியான பண்பாட்டிலும் இயங்கிக் கொண்டிருந்தன. தமிழகத்தில் சைவ மதமும், வைணவ மதமும் தொடர்ந்து சண்டை போட்டபடி மக்களிடம் வழங்கி வந்தாலும், சைவ மதத்தின் வீச்சு மற்றதைவிட விரிவானதாக இருந்தது. வைணவம் சில இடங்களில் சில சாதிகளில் (தென் மாவட்டங்களில் தாமிரபரணி ஆற்றங்கரைப் பகுதி, ஐயங்கார், சௌராஷ்டிரர், இடையர்கள், ஆந்திர சாதிகள்) பிரபலமாக இருந்து வந்துள்ளதே தவிர தமிழகத்தின் பெரும்பாலான இந்துக்களின் மதமாகச் சைவமே தொடர்ந்து இருந்து வந்துள்ளது. பத்தொன்பதாம் நூற்றாண்டின் தமிழ்க் கல்வியும், சமயமும் சைவமதச் சார்புடையனவே என்பதில் சந்தேகமில்லை. 18, 19-ம் நூற்றாண்டுகளில் தமிழ் இலக்கண - இலக்கியம் கற்பதுதான் உயர்ந்த கல்வியாகக் கருதப்பட்டது. குறிப்பாக, வடமொழியும், தமிழில் சைவ சமய நூல்களும் கற்பது

கட்டாயமானவையாக இருந்தன. இந்த மாதிரி கல்வித் திட்டத்திலிருந்த சைவ புராணங்கள், சைவ சித்தாந்த சாத்திரங்கள், தலபுராணங்கள் (சங்கீதம்) ஆகியவற்றில் புலமை பெறுவது உயர்கல்வியாகப் போற்றப் பட்டது. விரைந்து செய்யுளியற்றுவதும், சமயோசிதமாக யமகம், திரிபு, சிலேடை அமைத்துப் பாடுவதும் புலமையின் அடையாளமாகக் கருதப்பட்டது.

பொதுவாக அன்று, ஒரு சொல், அல்லது ஒரு தொடர், ஓர் அடி, அல்லது ஒரு பாடலை எடுத்துக்கொண்டு சாமர்த்தியமாக நீண்ட விளக்கங்களைத் தருவது ஒருவருடைய வித்துவத்தின் விசாலத்தை அளவிடும் கருவியாக இருந்தது. இதன் ஜனரஞ்சக வடிவமாக விவாத மேடைகள் அமைந்தன. இந்த விவாத மேடைகளில் 'சம்வாதம்' புரியாத ஒருவரை வித்துவான் என அன்று யாரும் ஒத்துக்கொள்ளுவ தில்லை!

சைவச் சார்பான கல்விக்கு நீண்ட பாரம்பரியம் இருந்தாலும், பதினெட்டாம் நூற்றாண்டின் இடைப்பகுதியில் வாழ்ந்த சைவ மடங்களின் தலைவர்களான 'இலக்கணக் கொத்து' சுவாமிநாத தேசிகரும், சிவஞான முனிவரும் முக்கிய காரணகர்த்தாக்களாவார்கள். இவர்கள், சங்க இலக்கியங்களையும், (எட்டுத்தொகை, பத்துப்பாட்டு) சங்கம் மருவிய கால நீதி இலக்கியங்களையும் (பதினெண்கீழ்க் கணக்கு) படிப்பது வீண் என்றும், அவ்வாறு அவற்றைப் படிப்பவர்கள் சமயப் பற்றில்லாதவர்கள் என்றும், சைவ - வைணவச் சமய நூல்களையே ஓதவேண்டுமென்றும் இயக்கங்களை நடத்தினார்கள் (ம.சீ.வே.). மேலும், மானிடர் பற்றிய சமண, பௌத்த காவியங்களான சீவகசிந்தாமணி, சிலப்பதிகாரம், பெருங்கதை, மணிமேகலை ஆகியவற்றைப் படிக்கக் கூடாது என்றார் சுவாமிநாத தேசிகர். இப்படித் தணிக்கை செய்தவர்கள் சைவ மடங்களைச் சேர்ந்த தலைவர்களாதலால் இத்தணிக்கை தொடர்ந்து பத்தொன்பதாம் நூற்றாண்டிலும் கடுத்தமாக அமல் படுத்தப்பட்டது. 1876-ல் காலமான திருவாவடுதுறை ஆதீன மகாவித்துவான் திரிசிரபுரம் மீனாட்சிசுந்தரம் பிள்ளை காலம் வரை இந்தத் தணிக்கை நீடித்தது. முன்சீபு சேலம். இராமசாமி முதலியாரால் தூண்டப்பட்ட உ.வே.சாமிநாதையரால்தான் இது முடிவுக்கு வந்தது! முடிவுக்குக் கொண்டுவந்த உ.வே.சா. திருவாவடுதுறை ஆதீனத்தின் வித்துவானாக 1876 முதல் 1880 வரை ஆதீனகர்த்தரால் பேணப்பட்டார் என்பது ஒரு முரண்தான்!

சைவ இலக்கியமே இலக்கியம் என்று மட்டும் சுவாமிநாத தேசிகர் எழுதவில்லை. 'இலக்கணக் கொத்து' பாயிரவியலின் ஏழாவது

நூற்பாவுக்கு உரை எழுதும்போது, தமிழ் நூல்களுக்கு அளவில்லை என்றாலும், அவற்றில் ஒன்றுகூடத் தனித் தமிழில் இல்லை, வடமொழிக் கலப்பின்றித் தமிழ்நூல் எழுதச் சாத்தியமில்லை, தமிழ்மொழிக்கென உள்ள சிறப்பு எழுத்துக்கள் எ, ஒ, ழ், ற், ன் என்ற ஐந்தும்தாம். ஏனைய எழுத்துக்கள் தமிழுக்கும் வடமொழிக்கும் பொதுவானவை. இதனால் தமிழ்மொழியை, 'ஐந்தெழுத்தால் ஒரு பாடை' (பாஷை)யாகக் கிண்டல் செய்தார் தேசிகர். தமிழுக்கும் வடமொழிக்கும் ஒரே இலக்கணம்தான் என்பது அவரது கொள்கை. இந்தக் கொள்கைக்குரிய மூலவர் சேனாவரையர் என்ற உரையாசிரியர் (கி.பி. 9/10 நூற்றாண்டு). இக்கொள்கையை வளர்த்த பெருமக்கள் வீரசோழிய ஆசிரியரும், அதன் உரையாசான் பெருந்தேவனாரும் ஆவர். 18ஆம் நூற்றாண்டின் இறுதியில் வாழ்ந்த 'பிரயோக விவேகம்' ஆசிரியர் சுப்பிரமணிய தீட்சிதரும், அப்புறம் நாம் குறிப்பிட்ட தேசிகரும் இதே கொள்கையைக் கடைப்பிடித்தார்கள் (மு. வை.அ.). எனவே, சைவசமய நூற்கல்வியோடு, வடமொழித் தலைமையையும் போற்றினார்கள். பத்தொன்பதாம் நூற்றாண்டில் வடமொழித் தலைமையைக் கேள்வி கேட்பாரில்லை. பிரபல வித்துவான்களும், சைவசமய அறிஞர்களும், ஆதீனத் தலைவர்களும் வடமொழியில் பயிற்சி பெற்றிருந்தார்கள். அன்று ஆங்கிலக் கல்வி நகர்ப்புறம் பரவியபோது, ஆங்கிலம் கற்றால் இகத்திற்கும், சமஸ்கிருதம் படித்தால் பரத்திற்கும் பயன் உண்டு; தமிழ் படித்தால் ஒரு பயனுமில்லை என்று பேசத் தொடங்கிவிட்டார்கள் (உ.வே.சா.I). முன்னணி வித்துவான்கள் அன்று சமஸ்கிருதம் அறிந்தவர்களே. இராமலிங்கர்கூட தமிழே கலவாத சமஸ்கிருத சுலோகங்களை இயற்றியுள்ளார்.

திண்ணைப்பள்ளியில் தொடங்கிய மனப்பாடக் கல்வி, பிறகு பெரிய வித்துவான்களிடம் பாடம் கேட்பது, யாப்புக் கட்டுவது, செய்யுள் இயற்றுவது, புராணங்கள், பிரபந்தங்கள், சிலேடைகள், சித்திரகவிகள், பதிகங்கள் இயற்றுவது என்று விரிவடைந்தது. சொந்தமாகச் செய்யுள் இயற்றும் திறன் பெற்ற பிறகு ஒருவர் வித்துவான் ஆகிப் பிழைப்பைத் தொடங்கிவிடுவார். திண்ணைக்கல்வியில் தொடங்கிய உ.வே.சா. சிலரிடம் கொஞ்சங் கொஞ்சம் பாடம் கேட்ட பிறகு தமது 12-வது வயதில் (1867) சொந்தமாகச் செய்யுள் இயற்றிக் காட்டினார். தாம் படித்த தாயுமானவர், பட்டினத்தார் பாடல்களில் கண்ட கருத்துக்களை வைத்துப் 'போல'ச் செய்தார். இது பற்றி அவர் எழுதியது:

> ***'என் பாட்டில் என் அனுபவந்தான் இருக்க வேண்டுமென்பதை நான் தெரிந்து கொள்ளவில்லை. பெண் மயலிற் சிக்குவதற்குரிய***

> ***பிராயமே வராத நான் அதில் சிக்கி உழன்று வைராக்கியம் பிறந்தவனைப் போலே பாடுவது பேதைமையென்பதை நன்றாக உணரவில்லை. அவர்கள் (தாயுமானவர், பட்டினத்தார்) பாடினார்கள், நானும் பாடினேன். அவர்கள் பாட்டை அடிக்கடி சொல்லுவது, அவர்கள் பாட்டிலுள்ள கருத்தைச் சிறிது மாற்றி வைப்பது என்னும் இந்த முயற்சிகளைத் தவிர, என் மனதில் யோசித்துக் கற்பனை செய்து ஒரு கருத்தை அமைக்க நான் முயலவில்லை' (உ. வே. சா. I. பக்.161).***

இராமலிங்கர் தமது 12வது பிராயத்தில் சென்னையில் கந்தகோட்ட முருகனையும், ஒற்றியூர்ச் சிவனையும் பற்றிச் செய்யுள் இயற்றியபோது, இப்படிப் பெண்மயலிற் சிக்கி உழன்றதாகக் குறிப்பிட்டுள்ளார். அது அவரது சொந்த அனுபவம் என்று எந்த வள்ளலார் பக்தனும் சொல்லமாட்டான்!

தலபுராணங்கள் 16, அந்தாதிகள் 10, பிள்ளைத்தமிழ்கள் மற்றும் பல பிரபந்தங்கள், பதிகங்கள், தனிப்பாடல்கள், தனிநபர்களைப் பாடும் துதிப்பாடல்கள் ஆகியவற்றை இயற்றிய மகாவித்துவான் மீனாட்சிசுந்தரம் பிள்ளை (1815 - 1876), தம்முடைய மாணவர்களுக்குப் பாடஞ் சொன்னவை இத்தகைய புராண, பிரபந்த நூல்களே. அனைத்தும் சைவ சமயம் சார்ந்தவை. யாழ்ப்பாணம் ஆறுமுக நாவலர், சைவ மடங்களில் போதிப்பதற்கு சிபாரிசு செய்த பாடத் திட்டம் பெருமளவிற்குச் சைவசமய பாடத்திட்டமாகவே இருந்தது. இன்றுவரைக்கும் தமிழ் பி.ஏ. பட்டப்படிப்பில் இக்கால இலக்கியத்தையும், சங்ககால இலக்கியத்தையும், தகவல் தொடர்பு சாதனம் பற்றிய அரிச்சுவடியையும் நீக்கிவிட்டுப் பார்த்தால் ஆறுமுக நாவலரின் பாடத் திட்டத்தின் பெரும்பகுதி அப்படியே தொடர்வதைக் காணலாம். இந்திய சனநாயக அரசின் சமயச் சார்பின்மை கொள்கை காரணமாக, சைவ சமயமல்லாத, வைணவ - சமண - பௌத்த - கிறிஸ்தவ- இசுலாமிய சமயச்சார்பான நூல்களிலிருந்து கொஞ்சம் சேர்க்கப்பட்டுள்ளது.

*பத்தொன்பதாம் நூற்றாண்டில் கிறிஸ்தவ மதப்பிரச்சாரத்தையும், மதமாற்ற முயற்சியையும் முறியடிக்கச் சண்டமாருதமாக வீசிய ஆறுமுகநாவலர் **சனாதனம்** (வைதீக நெறியின் அடிப்படைக்கொள்கை) போற்றும் சைவசமயக் கல்வியை யாழ்ப்பாணம் மற்றும் தமிழகம் எங்கும் பிரச்சாரம் செய்தார். தமிழ்நாட்டுச் சைவமடங்களோடு சேர்ந்து, சைவ சமய நூற்கல்வியே கல்வி என்கிற ஒரு கொள்கையோடு, சனாதனத்தை வெறியோடு இணைத்தார். பதினெட்டாம் நூற்றாண்டுக்கு முன்னர் சைவ சமயத்தின் சனாதனத்திற்கு வெளியிலிருந்து தாக்குதல் ஏதும் வரவில்லை. இசுலாமிய படையெடுப்பும் ஆட்சியும் வந்த வேகத்தில்*

சென்று விட்டன. சனாதனத்திற்குப் பங்கம் வராமல் அகச்சமயச் சண்டைகளே அன்று நடைமுறையில் இருந்தன; பத்தொன்பதாம் நூற்றாண்டில்தான் ஐரோப்பியர் வருகையும், ஆட்சியும் கிறிஸ்தவ மிஷனரிகளின் தீவிரச் செயல்பாடும் சைவ சமயத்தின், சனாதனத்தின் சில அடிப்படைகளைச் சந்திக்கு இழுத்தன. குறிப்பாக ஐரோப்பிய மிஷனரிகளின் சமயச் செயல்பாட்டுக்கு எதிர்வினையாகப் பத்தொன்பதாம் நூற்றாண்டில் இந்தியாவெங்கும் இந்துக்களிடமிருந்து எதிர்வினைகள் பல வகைகளில் தோன்றின. வடக்கே பிரம்மசமாஜமும், ஆரிய சமாஜமும், இராமகிருஷ்ணர் மிஷனும், தெற்கே இராமலிங்கரின் சமரச சுத்த சன்மார்க்கத்தின் சங்கம், சபை, சாலை ஆகியவையும், ஆறுமுகநாவலரின் சைவ வித்யாசாலைகளும், சென்னை நகரில் ஆங்கிலக்கல்வி கற்ற உத்தியோக, வர்த்தக வர்க்கத்தாரின் சீர்திருத்த சபைகளும், சங்கங்களும், பத்திரிகைகளும் (எல்லாம் ஆங்கிலமயம்), இவ்வாறு தோன்றிய எதிர்வினைகளில் முக்கியமானவையாகும். இந்த எதிர்வினைகளைக் காண்பதற்கு முன்னர், பத்தொன்பதாம் நூற்றாண்டில் மரபாகப் பேணப்பட்டு வந்த கல்வி முறை பற்றிக் காணவேண்டும் . ஆங்கிலக் கல்வியை நகர்ப்புறங்களில் புதிய தலைமுறையினர் கற்ற அதே காலத்தில், இது குறித்து எவ்வித ஆர்வமோ, ஓர்மையோ இல்லாமல், மரபான செய்யுள் கல்வி கற்ற இளந்தலைமுறையினரைப் பற்றியும் காண வேண்டும். அவர்களுக்குக் கற்றுக் கொடுத்த வித்துவான்களைப் பற்றியும், இன்னும் கீர்த்தனை ஆசிரியர்கள், புராணப் பிரசங்கிகள், சன்மானங்களால் பிழைப்பு நடத்திய 'சாமான்ய' புலவர்கள் பற்றியும் காண வேண்டும்.

மரபான தமிழ்க்கல்வி அன்று ஐந்து வயதில் ஊர்த்திண்ணைப் பள்ளிக்கூடத்தில் தொடங்கியது. அதனுடைய இலட்சியம், சொந்தமாய்ப் பாடல்கள், புராணங்கள் இயற்றி மாணவர்களுக்குப் பாடஞ்சொல்லும் வித்துவானாவதாகும். திண்ணைப் பள்ளிக் கல்வி மனப்பாடக் கல்வி, நிகண்டுகள் 12 தொகுப்புக்கள், நீதி இலக்கியம், கணிதத்தில் அரிச்சுவடி முதலியவற்றை மனப்பாடம் செய்தார்கள் சிறுவர்கள். உ.வே.சா. காலத்தில் (1862 வாக்கில்) திண்ணைப் பள்ளியில் படிக்க ஒவ்வொரு மாணவனும் ஆசிரியருக்கு (கணக்காயர்) மாதம் தோறும் கால் ரூபாயும், அவர் வீட்டுக்குத் தேவைப்படும் விறகு, வறட்டி, காய்கறி, பழம் முதலியவற்றையும் தட்சணையாகத் தருவது வழக்கம் (உ.வே.சா.I).

திண்ணைப் பள்ளிக் கல்வி முடிந்த பின்னர், தனிப்பட்ட வித்துவான்களிடம் போய் அக்காலத்தில் பிரபலமாக இருந்த தலபுராணங்கள், பிரபந்தங்கள், இலக்கண நூல்கள், யாப்பு அலங்கார நூல்கள் முதலியவற்றை மாணவர்கள் கற்றார்கள். சற்றுத் தேர்ச்சி

பெற்ற மாணவர்கள் கடினமான சைவசித்தாந்த - தருக்க சாத்திரங்களைத் தக்காரிடம் ஓதி உணர்ந்தார்கள். சிலர் (இறை அருளால்) யாரும் ஓதாமலே உணர்ந்து கொண்டார்கள் (இராமலிங்கர்).

மாணவர்களுக்குச் சொந்தமாக ஓலைச் சுவடிப் பிரதிகள் கிடையாது. எல்லா நூல்களையும் மனப்பாடம் செய்தார்கள். ஆசிரியர் தந்த சுவடிப்பிரதியை, வேறு சுவடிகளில் நகலெடுத்தார்கள். 1840-க்குப் பின் அச்சுப் பிரதிகள் பரவிய பிறகு ஓரளவு சொந்தப்பிரதிகளை மாணவர்களால் வாங்கிவைக்க முடிந்தது. பொதுவாக அக்காலத்தில் சுவடி அல்லது அச்சுப்பிரதிகளைச் சொந்தமாக வைத்திருப்பது தனிநபர்களுக்குச் செலவு பிடிக்கும் காரியமாக இருந்தது.

மகாவித்துவான்கள் ஒரு சிலரிடமும் தமிழில் (சைவம்) ஆர்வங்கொண்ட வேளாள - வைசியப் பிரபுக்களிடமும் சைவ மடங்களிலும் சுவடி அல்லது அச்சுப் பிரதிகளின் தொகுப்புக்கள் இருந்தன. 1860களில் வேளாள - வைசியச் செல்வர்களின் வீடுகளில் சைவ சமய சம்பந்தமான நூல்களின் அச்சுப்பிரதிகள் அலமாரிகளில் இருப்பது ஒரு கௌரவமான விசயமாக யிருந்தது (உ.வே.சா.I).

பதினெட்டாம் நூற்றாண்டின் பிற்பகுதியிலிருந்து பத்தொன்பதாம் நூற்றாண்டின் முற்பகுதிவரை தமிழகத்தில் தமிழ்க் கல்வியோடு தொடர்புடைய வித்துவான்களில் பெரும்பாலோர், சிற்றரசர்கள், ஜமீன்தார்கள், பிரபுக்கள், கனவான்கள் மீது பிரபந்தங்கள் இயற்றி, அரங்கேற்றினார்கள். அதனைப் பெரும் விழாவாகப் பிறர் கொண்டாடி னார்கள். பிரபலமடைந்த சில வித்துவான்கள் அரசர்களின் சமஸ்தான வித்துவான்களாகவும், சிலர் சைவமடங்களைச் சேர்ந்த ஆதீன வித்துவான்களாகவும், 'வேலை' பார்த்தார்கள்; அதற்கான சன்மானங்களைப் பெற்றார்கள். தங்களைத் தேடிவந்த மாணவர்களிடம் பொருள் பெற்று (சிலர் பெறாமலும்) பாடம் ஓதினார்கள்.

வசதி படைத்த வித்துவான்களில் சிலர் கோயிலுக்குக் குளம் எடுத்துச் சோலை உண்டாக்கிச் சத்திரங்களைக் கட்டினார்கள். இப்படிச் செய்வது அக்காலத்துத் தருமச் செயலாகும். இன்னும் சிலர் அரண்மனை வாத்தியார், சமஸ்தான பிரதானி, சமஸ்தான வக்கீல், கோயில் கணக்கர், சமஸ்தான வித்துவான் முதலிய பதவிகளை வகித்தார்கள். இதனால் சமூகச் செல்வாக்குப் பெற்றார்கள். அன்று வித்துவான்களால் பாடப்பட்ட பெரிய மனிதர்கள்: ஆதீனகர்த்தர்கள், ஜமீன்தார்கள், வணிக பிரபுக்கள், வக்கீல், முன்சீபு, சப்-ஜட்ஜ்

முதலானவர்கள். வித்துவான்கள் பெரும்பாலும் பிராமணர், பிள்ளைமார், முதலியார், செட்டியார், ரெட்டியார் முதலிய சாதிகளைச் சேர்ந்தவர்கள் என்றாலும், குடிமகன், கொல்லர் போன்ற சாதிகளைச் சேர்ந்த புலவர்களும் அரிதாக அன்று இருந்தார்கள்.

சில வித்துவான்கள் ஜமீன்தார்கள்மீது ***காதல், விலாசம்*** முதலிய சிருங்கார ரசப் பாடல்களைப் பாடி ரூபாய் 300/- வரை சன்மானம் பெற்றார்கள். ஒரு சில ஜமீன்தார்களின் ரசனை, வசதி காரணமாக வித்துவான் பரம்பரை பிழைத்து வந்தது. ஜமீன்தார் மருதப்பரின் முதன்மை சமஸ்தான வித்துவான் சங்கர நமச்சிவாயர், ஜமீன்தாரின் கட்டளையை ஏற்று நன்னூலுக்கு உரை எழுதினார். உரை எழுதிய காலத்தில் அவருக்கு அரண்மனையிலிருந்து மாதம் 4 கோட்டை நெல்லும், தினசரி ஒரு படி பாலும் வந்து கொண்டிருந்ததாம்! (உ.வே.சா.III , பக்:144).

நண்பர்களோடு அளவளாவிக்கொண்டே இடையிடையே தங்கு தடையின்றிப் பாட்டுக்கட்டும் புலவர்கள் சிலர் அன்று இருந்தார்கள். நினைத்தவுடன் வேகமாகச் செய்யுள்கள் இயற்றும் வித்துவான்களுக்கு அன்று நல்ல மவுசு இருந்தது. அஷ்டாவதானம், ஷோடசாவதானம், சதாவதானம், முப்பத்திரண்டவதானம் முதலான அவதானங்களை ஒரே சமயத்தில் செய்து காட்டிய அவதானிகளைப் போலப் பல வித்துவான்கள் செய்யுட்களால் வித்தை காட்டினார்கள். அவர்களுடைய பாடல்களில் சாதுரியம், சமத்காரம், சமயோசிதம், ஜாலம் முதலியவை தூக்கலாக இருந்தன. தர்க்கத்தைவிடக் குதர்க்கமும், விவாதத்தைவிட விதண்டாவாதமும் அன்று ஒரு வித்துவானுக்குக் கூடியிருந்தோர் மத்தியில் உடனடி வரவேற்பைப் பெற்றுத் தந்தன.

அன்று பேர்போன வித்துவான்களிடம் மாணவர்கள் புடைசூழ்ந்து பாடம் கேட்டார்கள். அப்போதுதான் பெரிய இடங்களில் சம்பந்தம் வைத்துக்கொள்ள வாய்ப்புக்கள் இருந்தன. சாதாரண மக்கள் மத்தியில் வித்துவான்களின் பாட்டுக்கள்மீது ஒருவித பக்தியும், அளவுகடந்த மரியாதையும், அச்சமும்கூட இருந்தன. அவர்கள் தம் பாடல்களால் மழை பெய்யச் செய்வார்கள், பாடலில் அறம் வைத்துக் கெடுதல் செய்து விடுவார்கள், குழந்தைப்பேறு வாய்க்காத பெண்களைக் கர்ப்பம் தரிக்கச் செய்வார்கள் என்றெல்லாம் நம்பிக்கை பரவலாக இருந்தது. தங்கு தடையின்றிச் செய்யுள் இயற்றவல்ல வித்துவான்களை அவர்களது மாணவர்களும், மற்றவர்களும் தெய்வ அவதாரங்கள் என்றுகூட நம்பினார்கள்! எட்டுவகைச் சித்துக்களில், இவ்வாறு செய்யுள் இயற்றுவதையும் ஒரு சித்தாக நினைத்தார்களோ என்னவோ!

ஆனாலும், எல்லா வித்துவான்களும் இப்படி ஓகோ என்று வாழ்ந்தார்கள் எனச் சொல்ல முடியாது. மூடத்தனமான சில ஜமீன்தார்களிடம் ஒப்பந்தமான சிலரது நிலை பரிதாபத்திற்குரியதாக இருந்தது. உ.வே.சா. இதற்கு ஓர் உதாரணம் தந்துள்ளார். குற்றாலத்திலுள்ள தனது மாளிகையில் ஜமீன்தார் ஒருவர் ஒரு பெண்ணோடு சீட்டாடிக் கொண்டிருந்தபோது, தெரு வாசலில் பாடிக் கொண்டிருந்தார் வேம்பத்தூர் பிச்சுவையரின் தம்பி சர்க்கரை பாரதி. ஜமீன்தார், பெண்ணோடு உள்ளே சந்தோஷமாக இருக்கும்போது சங்கீத வித்துவான் வீட்டிற்கு வெளியிலிருந்துதான் பாட வேண்டும். பாடலை இடையில் அவர் நிறுத்தினாலோ உள்ளேயிருந்து ஜமீன்தாரின் ஆட்சேபம் ஓர் உறுமலாக வெளிப்படுமாம்! (உ.வே.சா.I). அன்று 'நாலுவித்தை தெரிந்திருந்தால் சமயம்போல் ஏதாவது ஒன்றைக் கொண்டு பிழைக்கலாம்' என்று உ.வே.சா.குறிப்பிடும் வித்தைகளில் ஒன்று தமிழில் செய்யுள் இயற்றும் சாகித்யம்! (உ.வே.சா.I).

அன்று தனிப்பட்ட செல்வர்கள் மட்டுமின்றி ஊரே புலவர்களை ஆதரித்தது. ஊரின் பொதுப்பணம் நாட்டாண்மைக்காரரிடம் இருந்தது. வெளியூரிலிருந்து வந்து தங்கள் திறமையைக் காட்டும் வித்துவான் களையும், மற்ற வித்தைக்காரர்களையும் ஆதரித்து உபசரிப்பதற்கு ஊரின் பொதுப்பணம் பயன்படுத்தப்பட்டது. தென்தமிழ்நாட்டில் இருந்து தனியாகவோ, இருவர் மூவராகவோ தஞ்சைக் கிராமங்களை நோக்கிப் புலவர்கள் ஆண்டுதோறும் வந்து சன்மானங்கள் பெற்றுச் செல்வார்களாம். கோவைப் பகுதியிலிருந்தும் வருவார்களாம். அவர்களில் எல்லோருக்கும் சிறந்த இலக்கண இலக்கியப் பயிற்சி இருக்கும் என்று சொல்ல முடியாது. சிலர்க்கு எளிய நடையில் விரைவாகச் சந்தநயத்தோடு செய்யுள் இயற்றும் பழக்கம் இருந்தது. பெரும்பாலும் எல்லாப் புலவர்களும் தனிப்பாடல்களை மனப்பாடம் செய்து வந்து, சமய சந்தர்ப்பத்துக்குத் தக்கபடி ஒப்பித்துப் பாராட்டுப் பெறுவார்கள். அவர்களுக்குக் கிராமத்தார் ஒரு ரூபாய் முதல் ஐந்து ரூபாய் வரை சன்மானம் தந்து கௌரவித்தார்கள். (அன்று ஐந்து ரூபாயை வைத்து ஒருவர் ஒரு மாதத்தை ஓட்டலாம்.) இந்த மாதிரி கிராமங்களை நம்பியே அவர்கள் புலவர்களாகவும் கவிராயர்களாகவும் வாழ்ந்து வந்தார்கள் என்று உ.வே.சா.கொஞ்சம் நக்கலாக எழுதியுள்ளார். (உ.வே.சா.I, பக்:139). அன்று எல்லா வித்துவான்களும் வெற்றிகரமாகத் தங்கள் பிழைப்பை நடத்தி விடவில்லை. 'பஞ்ச காலத்தில் பிள்ளை விற்பார்கள் போல், ப்ரபந்தம் விற்றுப் பரிசு பெறாமலே நெஞ்சம் வாடி இளைத்து 'நொந்ததேனையா' என்று புலம்பிய வித்துவான்களே அதிகம்' என்பார் உ.வே.சா. (உ.வே.சா.I, பக்: 106).

தனிப்பட்ட ஜமீன்தார்களைப் போற்றி வயிறு வளர்க்கும் உபாயங்கூட வரவர உத்தரவாதமில்லாது போய்விட்டது. பொதுவாக அன்று கம்பெனி ஆட்சியாளர்களுக்கும், பிறகு பிரிட்டிஷ் ஏகாதிபத்தி யத்துக்கும் நேசர்களாக இருந்த ஜமீன்தார்களில் பெரும்பாலானோர் ஆடம்பரப் பிரியர்கள்; சிற்றின்ப தாசர்கள். அவர்களுடைய மட்டமான ருசிக்கேற்றபடி வித்துவான்கள் முகஸ்துதிகளை அள்ளி வழங்க அவற்றை அவர்கள் 'லஜ்ஜை' யின்றி அனுபவித்தார்கள். (தனிப்பாடல் திரட்டுக்களிலுள்ள கொக்கோக வகைப்பாடல்கள் இத்தகையவை.) சிற்றின்பங்களிலும், ஆடம்பரங் களிலும் வீண்செலவு செய்து பல ஜமீன்தார்கள் கடன்பட்டு திவாலானார்கள். இதிலிருந்து மீள, ஜமீனைச் சேர்ந்த கிராமங்களை மட்டுமின்றி, முன்னர் பிறர்க்குச் சர்வமானியமாக (சுரோத்திரியம்) விடப்பட்ட நிலங்களையும் கூட விற்றார்கள் (உ.வே.சா.I, பக்:122).

வித்துவான்களைத் தவிர, அன்று பிழைப்பை நடத்துவதற்குப் புராணப் பிரசங்கி என்ற தொழிலும் இருந்தது. இராமாயணம், பாரதம் முதலிய மக்களறிந்த இதிகாசக் கதைகளை இடையிடையே சங்கீதம் கலந்து செய்யப்படுவதே புராணப் பிரசங்கம். இதனை நிகழ்த்தும் பிரசங்கிக்கு வித்துவான்களைப் போலத் தமிழறிவு தேவைப் படாவிடினும், கதை சொல்லும் திறமையும், சங்கீத வித்துவமும் மிகவும் தேவைப்பட்டன. பெரிதும் பிராமணர்களே இந்த மாதிரி புராணப் பிரசங்கங்களை ஊர் ஊராக நடத்தி வந்தார்கள். உ.வே.சா.வின் தகப்பனார் அன்று தஞ்சைக்கிராமப்புறங்களில் பிரபலமான இராமாயணப் புராணப் பிரசங்கியாகத் திகழ்ந்தார். அவர் அரியலூர் ஜமீன்தாரின் ஆஸ்தான சங்கீத வித்துவானாக 1854 ஆண்டுவாக்கில் பணிபுரிந்தவர்.

புராணப் பிரசங்கிகள், ஊர் ஊராகச் சென்று ஆறு மாதமோ ஓராண்டோ ஈராண்டோ ஓரிடத்தில் தங்கியிருந்து ஊர் பிரபுக்கள் அல்லது ஊராரின் பராமரிப்பிலிருந்து தனிப்பட்ட கனவான் வீட்டிற்கோ அல்லது ஊருக்கோ புராணப் பிரசங்கம் செய்வது வழக்கம். பிரசங்கம் இரண்டு மாதங்கள் வரை தொடர்ந்து நாள்தோறும் நடைபெறும். உ.வே.சா. வின் தந்தை, அரியலூர், குன்னம், கார்குடி, களத்தூர், செங்கணம், மாயவரம் என்று பல ஊர்களுக்குச் சென்று பிரசங்கங்கள் நடத்தி வாழ்ந்து வந்தார். 1860களில் புராண பிரசங்கிக்குச் சன்மானமாக ஊரார் திரட்டித் தந்த தொகை 20 வராகன் (அதாவது 75 ரூபாய்.1 வராகன் = 3.50 ரூ). இது கணிசமான தொகைதான். களத்தூரில் பிரசங்கம் செய்ததற்கு உ.வே.சா.வின் தகப்பனார்க்கு 100 வராகன் (ரூ. 350 /-) கிடைத்தது. இவரைப் போல அன்று பாரதப் பிரசங்கம் செய்வதில்

பிரபலமானவர் கண்ணுவையர் (உ.வே.சா.I,). பிரசங்கம் செய்பவர் மையமானவர். இவரே கதையை நடத்திச் செல்பவர்; பாடுபவர். இவருக்கு ஒத்தாசையாக ஓரிருவர் உடன் பாடுவது வழக்கம்.

புராணப் பிரசங்கம் ஒருவிதத்தில் கதாகாலட்சேபம் போல மக்கள் முன் நிகழ்த்தப்பட்ட ஒரு வடிவம். அன்று சாமான்ய மக்கள் முன் கிராமியக் கலைஞர்களால் நிகழ்த்தப்பட்ட பாவைக்கூத்து, பொம்மலாட்டம் மற்றும் பலவகையான கூத்துக்கள் ஆகியவற்றை விட இந்தப் புராணப் பிரசங்கம் புண்ணியம் தரக்கூடிய உயர்ந்த பொழுதுபோக்கு வடிவமாகக் கருதப்பட்டது. பிரசங்கத்துக்கு ஏற்பாடு செய்த புரவலர்க்குப் புண்ணியமும், கௌரவமும் கிடைப்பதாக நம்பிய காலம் அது (இன்றும்தான்!)

புராணப் பிரசங்கம் போல அன்று, கீர்த்தனை என்ற இசை நாடக வடிவம் மக்கள் மத்தியில் பெரும் வரவேற்பைப் பெற்றது. கதை, சரித்திரம், இசை, நாடகபாணியில் எடுத்துரைத்தல் ஆகிய அம்சங்களைக் கொண்டது இது. பாமரர் எனப்படும் திரளான மக்களிடமும் இது பெரும் வரவேற்பைப் பெற்றதாகக் கூறுவார்கள். அதற்குக் காரணம் அதன் இசையும், நாடகப் பண்பும்தாம். தமிழ் நாடக இலக்கிய வரலாற்றில் இது முக்கியமானதாகப் போற்றப்படுகிறது. பழைய மேடைநாடகங்களுக்கும் இன்றைய திரைஇசைப் பாடல்களுக்கும் கீர்த்தனைகளில் தோற்றுவாய் இருப்பதாகக் கூறுவார்கள். அக்காலத்தில் கிராமிய நிகழ்த்து கலை வடிவங்களுக்கும், சாஸ்திரிய வடிவங்களுக்கும் இடைப்பட்ட வடிவமாக இது செயல்பட்டிருக்கலாம்.

பத்தொன்பதாம் நூற்றாண்டின் முற்பகுதியில் ஆயிரக்கணக்கான தமிழ்க் கீர்த்தனங்கள் தமிழகத்தில் பிரபலமாக இருந்தன. அவை கர்நாடக ராகங்களின் கதிக்கு மிகவும் பொருத்தமாக அமைந்தன. ஆனால், அவையெல்லாம் அந்த நூற்றாண்டின் இறுதியில் மறைந்துபோய் விட்டதாக உ.வே.சா. வருத்தத்தோடு குறிப்பிடுகிறார். அந்நூற்றாண்டில் பிரபலமாகியிருந்த கோபாலகிருஷ்ண பாரதியாரின் 'நந்தனார் சரித்திரக் கீர்த்தனைகள்' மட்டுமல்லாது, அருணாசல கவிராயரின் 'இராமாயணக் கீர்த்தனைகள்', 'மயில் ராவணன் சரித்திரக் கீர்த்தனைகள்' முதலியன ஊர்தோறும் அன்று நிகழ்த்தப்பட்டன (உ. வே. சா. I).

கோபாலகிருஷ்ண பாரதியாரின் 'நந்தனார் கீர்த்தனைகள்' அன்று தமிழகத்தில் மிகவும் பிரபலமாகி இருந்தன. குறிப்பாக பாரதியார் பயன்படுத்திய இசை வடிவங்கள் பாமரர் வரை நெஞ்சைக் கொள்ளை

கொண்டன. திரை இசைப் பாடல்களைப் போல அவை அன்று மக்களால் முணுமுணுக்கப்பட்டனவாம். பின்வந்த சுப்பிரமணிய பாரதியார் தமது தேசிய கீதங்களை மக்களிடம் சுலபமாகப் பரப்பிட, அவர்களிடம் நன்கு பரிச்சயப்பட்டிருந்த நந்தனார் சரித்திரக் கீர்த்தனைகளின் மெட்டுக்களைப் பயன்படுத்தியது குறிப்பிடத்தக்கது. தமிழ்க் கீர்த்தனைகள் மட்டுமின்றி அக்காலத்தில் இங்கிலீஸ் நோட்டு மெட்டில் கீர்த்தனைகள் இயற்றப்படுவது வழக்கத்தில் வந்துவிட்டது.

ஜனரஞ்சகமான இசைக்கு முக்கியத்துவம் தந்ததால் கீர்த்தனைகள் சாதாரண மக்கள் மத்தியில் பெரும் வரவேற்பைப் பெற்றன. இசைக்கு முதலிடம் தந்த கீர்த்தனைகளில் கதையில் மாற்றங்களும், இலக்கணப் பிழைகளும் இருந்ததற்காக, வித்துவான்களின் முகச் சுழிப்பிற்கு உள்ளாயின. ஆயினும், கோபால கிருஷ்ண பாரதியாரின் கீர்த்தனைகளின் செல்வாக்கைத் தடுக்க இயலவில்லை. இவர் தமது கீர்த்தனைகளில், ஹிந்துஸ்தானி சம்பந்தமான சங்கீதப் பகுதிகள் பலவற்றைப் பயன்படுத்தியுள்ளார். ஓரளவுக்கு இசைஞானமுள்ள ஏழைகள், இவரது கீர்த்தனைகளை மனப்பாடம் செய்து பிறரிடம் பாடிக்காட்டிச் சன்மானம் பெற்றார்களாம்! (உ.வே.சா.II)

இதுவரை சுருக்கமாகத் தொகுத்துரைக்கப்பட்டவற்றைக் கொண்டு பத்தொன்பதாம் நூற்றாண்டுத் தமிழகத்தின் பண்பாட்டின் ஒரு பகுதியை உணர்ந்து கொள்ளலாம். இது தமிழகத்தின் மேலாதிக்கப் பண்பாட்டின் பாரம்பரியமான வடிவமாகும். ஒரு விதத்தில் பார்த்தால் இது சிறுபான்மை மேலாதிக்கப் பகுதியாரின் பாரம்பரியப் பண்பாடாகும். இது தவிர, ஊர்ப்புறங்களில் உடல் உழைப்பு மற்றும் கைவினைத் தொழில் சார்ந்த உழைப்புச் சாதி மக்களின் பல்வேறு தொழில்கள் வேளாண்மை, ஊர்ச் சுகாதாரம், பாதுகாப்பு, நீர்ப்பாசனம், ஊர்க்காரியம் ஆகிய ஆதாரமான விசயங்களைச் சார்ந்த கூட்டுப்பண்பாட்டு அம்சங்கள் மிகமிக அரிதாகவே மேலாதிக்கச் சொல்லாடல்களில் பதிவாகியுள்ளன. அவர்களுடைய உடல் சார்ந்த கூத்து மற்றும் பாதுகாப்புக் கலைகள் பற்றிய விபரங்களை வேறு ஆய்வு நெறிகள், பணிகள் வழியாகத்தான் திரட்டிப் பார்க்க இயலும்.

மேலாதிக்கப் பகுதிகளோடு இணைந்து, பாரம்பரியமான சாதிய-சமய - கலை சார்ந்த பண்பாட்டினை நிலைத்து நீடிக்கச் செய்ததில் அக்காலத்தில் மேலாதிக்கப் பகுதிகளைச் சார்ந்து வாழ்ந்த பெரும் வித்துவான்களுக்கும், ஆதீனங்களுக்கும் மிகுந்த பங்குண்டு. இந்த வித்துவான்கள், இலக்கணப்படி செய்யுளை அலகு பிரிப்பதையும், ஐந்திலக்கண மரபு பிசகாமல் விஸ்தாரமாகப் பொருளுரைத்துக் காட்டுவதையும் பெரும் இலக்கிய விருந்தாக அன்று கருதினார்கள்.

இவர்கள் இயற்றிய தலபுராணங்களும் பிரபந்தங்களும் பத்தொன்பதாம் நூற்றாண்டின் தலைசிறந்த இலக்கியங்களாகக் கருதிப் பாராட்டப் பட்டன. இவையே விருதுக்குரியவையாக ஏற்கப்பட்டன. ஒரே இடத்தில் நிலைகுத்தியது போல வாழ்ந்து பழகிப்போன கிராமத்தார் களும், நகரத்தார்களும் தங்கள் தங்கள் பகுதிகளிலிருந்த தலங்களே அபூர்வமான மகாத்மியங்களைக் கொண்டவை என்பதில் சுயதிருப்தி கண்டார்கள். இதற்கு வித்துவான்கள் இயற்றிக் கொடுத்த தலபுராணங்கள் விருந்தாயின.

அன்று வித்துவான்கள் தலபுராணங்கள் இயற்றி அரங்கேற்றியது சுவாரஸ்யமான ஒன்று. ஓர் ஊரைச் சேர்ந்த பெரும் செல்வந்தர்களின் வேண்டுகோளை ஏற்று அவர்களது ஊர்த்தலம் பற்றிப் புராணம் இயற்றி அரங்கேற்றுவது அந்த ஊரின் வரலாற்றுச் சிறப்புமிக்க வைபவமாகக் கொண்டாடப்பட்டது. தலபுராணத்தை எந்த வித்துவானும் முழுமையாக இயற்றிய பிறகுதான் அரங்கேற்ற வேண்டும் என்ற கட்டாயமில்லை. முதலில் ஓரிரு படலங்களை இயற்றி முடித்தபின், ஊர்க்கோயிலில் அரங்கேற்றம் ஆரம்பமாகிவிடும். முற்பகலில் வித்துவான் படலங்களுக்கான செய்யுட்களை இயற்றி, பிற்பகலில் அவற்றை அரங்கேற்றுவது வழக்கம். மகாவித்துவான் மீனாட்சிசுந்தரம் பிள்ளை இப்படித்தான் பல புராணங்களை அரங்கேற்றினார். சில சந்தர்ப்பங்களில் அரங்கேற்றுவதற்குப் போதிய செய்யுட்கள் இயற்றப்படாத போது, கால அவகாசம் விட்டு மீண்டும் தமது மாணவரைக் கொண்டு முடித்து அரங்கேற்றுவதும் உண்டு. மீனாட்சிசுந்தரம் பிள்ளை இதற்கு உதாரணம். (உ.வே.சா.I)

மீனாட்சிசுந்தரம் பிள்ளை போன்ற செய்யுள் இயற்றும் எந்திரத்தைச் சைவச் செல்வர்கள் தங்கள் ஊர்களுக்கு அழைத்துச் சென்று சில காலம் தங்க வைத்து உபசரித்துச் சன்மானம் தந்து அனுப்பினார்கள். தங்கள் ஊர்த்தலம் பற்றிப் புராண பிரபந்தங்களை இயற்றித் தரச் சொல்லி அரங்கேற்றிப் பொன்னும் பொருளும் வழங்கினார்கள். தங்கள் ஊரில் பிள்ளையவர்கள் தங்குவதே பெரும் பாக்கியம் எனக் கருதினார்கள். மாயூரத்தில் மீனாட்சிசுந்தரம் பிள்ளையை நிரந்தரமாகக் குடிவைக்க, 12 பிரபுக்கள் மாதாமாதம் தலைக்கு ரூ. 10/- என நிர்ணயித்துக் கொண்டு அந்த வித்துவானுக்கு வழங்கினார்களாம். இது நடந்தது 1860-ல் (உ.வே.சா.I)

பெங்களூரைச் சேர்ந்த ஒரு சைவப் பிள்ளைவாள், மீனாட்சிசுந்தரம் பிள்ளை மீது அபார பிரேமை கொண்டவர். அவரைத் தமது இல்லத்துக்கு அழைத்துச் சென்று, தனி ஜாகை வைத்து ராஜ உபசாரம் செய்தாராம். சில புராணங்களை இயற்றச் செய்து, அவருக்கு விடை

கொடுத்த போது ஐயாயிரம் ரூபாய் ரொக்கமும், உயர்ரக பீதாம்பரம் முதலியவையும் கொடுத்து அவர் முன் சாஷ்டாங்கமாய் விழுந்து நமஸ்காரம் செய்தாராம்! (உ.வே.சா.II).

தலபுராணம் பற்றி மற்றொரு தகவல் கிடைத்துள்ளது. அன்று பெரும்பாலான தலங்களைப் பற்றிய புராணங்கள் வடமொழியில் எழுதப்பட்டிருந்தன. வடமொழிப் புலமை கொண்டவரை வைத்து முதலில் அந்தப் புராணத்தைத் தமிழில் வசனத்தில் மொழிபெயர்த்துக் கொள்வார்கள். பிறகு அந்த வசனத்தை மூலாதாரமாகக் கொண்டு தலபுராணத்தைத் தமிழ்ச் செய்யுளில் வித்துவான்கள் இயற்றினார்கள். மீனாட்சிசுந்தரம் பிள்ளை இயற்றிய பல தலபுராணங்கள் இம்முறையில் செய்யப்பட்டவையே. இந்த மகாவித்துவான் நிரம்ப சம்பாதித்தாலும் உபகாரியாக இருந்ததால் அடிக்கடி கடன் தொல்லையில் மாட்டிக் கொள்வார் என்பார் அவரது மாணவர் உ.வே.சா. தனிப்பட்ட கனவான்கள்மீது செய்யுள் இயற்றி ரூ. 100/-முதல் ரூ.400/- வரை 1854-ல் சன்மானம் பெற்றார். (உ.வே.சா.II). கடன் தொல்லையிலிருந்து மீளுவதற்காக ரூ. 2000/- சன்மானத்தில் ஒரு தலபுராணம் இயற்றிக் கொடுத்தார். 1860 வாக்கில் கடன்களை அடைத்திட, நண்பர்கள் அழைத்ததன் பேரில் சென்னை சென்று மயிலை புராணத்தின் மீதிப் பகுதியை இயற்றிக் கொடுத்துப் பணத்தை ஈட்டப் புறப்பட்டார். புறப்பட்டவர் வழியில் சீர்காழிச் செல்வர்களின் அன்புத் தொல்லையை மறுக்க முடியாமல் 'சீர்காழிக் கோவை' என்ற பிரபந்தத்தை இயற்றி அரங்கேற்றிப் பணம் பெற்றார். கடனை அடைக்க அது போதுமான தாகையால், சென்னைப் பயணத்தை ரத்து செய்துவிட்டார். மயிலைப் புராணம் நிலுவையில் இருக்கிறது! ஒரு கனவான் பிள்ளையவர்களிடம், தமது ஊரைப் பற்றித் தலபுராணம் ஒன்று இயற்றிக் கொடுத்தால் ரூ.2000/- தருவதாகப்பேசி, ஒப்பந்தம் நிறைவேறியதும் தொகையைக் கொடுத்தாராம்.

வசதி படைத்த சைவச் சீமான்கள் தங்கள் ஊரைப் பற்றித் தலபுராணம் இயற்றிய வித்துவான்களை உபசரித்துக் கொண்டாடிய விதம் இன்று பெரும் வியப்பாக உள்ளது. 1866-ல் கும்பகோணம் பற்றிய புராணம் இயற்றி அரங்கேற்றிய மீனாட்சிசுந்தரம் பிள்ளைக்கு ஊரார் ரூ. 2000/- சன்மானமாகக் கொடுத்தார்கள். அதோடு, அவர் சுவடியில் எழுதிய புராணச் சுவடிக் கட்டை விமரிசையாக யானை மேல் தவிசில் வைத்து ஊர்வலமாக எடுத்துச் சென்றார்கள். பிள்ளையவர்களுக்குப் பெரிய மேனாப் பல்லக்கு தந்து அதில் அவரை அமர்த்திச் சில பிரபுக்கள் சற்றுத் தூரம் வரை தாமே சுமந்து சென்றார்களாம்! (உ.வே.சா.II) (அறம் / அதிகாரம்!).

மீனாட்சிசுந்தரம் பிள்ளையைப் போல அன்று எல்லா வித்துவான்களும் மாணவர்களுக்குப் பாடஞ் சொல்லுவதில் நீக்குப் போக்கானவர்களாக நடந்து கொள்ளவில்லை. பிள்ளையவர்களை விதிவிலக்கு எனலாம். ஒரு சில வித்துவான்கள் ரொம்பக் கறாராக நடந்து கொண்டார்கள். தாங்கள் பொருட் செலவு செய்து கற்ற அபூர்வமான கல்வியைச் சுலபமாகப் பிறர்க்கு வழங்கத் தயாராக இல்லை. அப்படியே தயார் என்றாலும், கறாராக முன் கூட்டியே கட்டணத்தை வசூலித்த பிறகே கற்பிக்கச் சம்மதித்தார்கள். ஒரு வித்துவான் தம்மிடம் ஆறு மாதம் ஓர் அரிய நூலைப் பாடங் கேட்பதற்காக மீனாட்சிசுந்தரம் பிள்ளைக்கு விதித்த விதிகள் பின்வருமாறு:

1. பாடம் கேட்டாலும் கேட்காவிட்டாலும் மாதம் ரூ. 20/- கட்டணம் தந்துவிட வேண்டியது.
2. அதில் மூன்று மாதக் கட்டணம் முன் கூட்டியே தந்துவிட வேண்டியது.
3. ஆறு மாதம் கழித்து, பாடம் முடிந்தபின் தக்க சன்மானம் தரவேண்டியது.
4. ஆறு மாதங்களுக்குக் குறையாமல் தம்மையும் தமது குடும்பத்தையும் வசதியாக விடுதியில் தங்க வைத்துப் பேண வேண்டியது.
5. தனது மாணவன் என்று தமது கைக்குறிப்பு நோட்டில் மாணவன் தனது பெயரைத் தன் கையால் எழுத வேண்டியது.
6. பாடங்கேட்கும் போது மாணவன் கீழேயும், தாம் ஆசனப் பலகையிலும் உட்கார வேண்டியது.
7. பிரயாணச் செலவுக்குப் பணம் தந்துவிட வேண்டியது. (உ.வே.சா.II)

சைவ மதம், புராண - பிரபந்தத் தமிழ் இலக்கியம், சைவ சித்தாந்தம், துறவு, கோயில் நிர்வாகம், சைவ வேளாளர், சமூகத் தொண்டு, கல்வி போதனை, அன்னதானம், வித்யாதானம், சொர்ண தானம் ஆகியவற்றை முக்கிய அங்கங்களாகக் கொண்டு தமிழகத்தில் சில நூறு ஆண்டுகளாகச் சைவ மடங்கள்- பல செயல்பட்டு வந்துள்ளன. நாயக்கர்கள் காலத்தில் இவற்றுக்கு நிலங்கள் தானமாக வழங்கப்பட்டன. பத்தொன்பதாம் நூற்றாண்டில் தமிழ்நாட்டில், திருஅண்ணாமலை, குன்றக்குடி, திருப்பனந்தாள், தருமபுரம், மதுரை, திருவாவடுதுறை முதலிய ஊர்களிலிருந்த மடங்கள் பிரபலமாயிருந்தன.

இந்தச் சைவ மடத்தின் அரசர் என்று அழைக்கப்படுபவர் ஆதீனகர்த்தர். பாரம்பரியமாக இப்பதவிக்கு வேளாள குலத்து தேசிகர்களே வர இயலும். ஆதீனத்தின் நிர்வாகம் பூராவும் வேளாளர்

கையில்தான் இருந்தன. சந்நிதானம் என்று மரியாதையாக அழைக்கப்பட்ட ஆதீனகர்த்தரே மடத்து நிர்வாகஸ்தர்களை நியமித்தார். பெரிய காறுபாறு, சின்னக் காறுபாறு, களஞ்சியம் போன்ற உத்தியோகங்களில் தம்பிரான்களும், உக்கிராணம், ராயஸம் முதலிய பணிகளில் பிறரும் நியமிக்கப்பட்டார்கள். மடத்தின் காரியஸ்தர் அன்றாட விவகாரங்களைச் சரிவரப் பார்த்து வந்தார். ஆதீனத் தலைவரின் கட்டளைக்கு அனைவரும் கட்டுப்பட்டவர்கள். ஆதீனத் தலைவரைப் பெரிய பட்டம் என்றும் இவர் காலத்துக்குப் பின் வரக் கூடியவரைச் சின்னப்பட்டம் என்றும் அழைத்தார்கள்.

ஆதீனத் தலைவர் சைவ சமய நூல்களில் நல்ல பயிற்சியும் புலமையும் உடையவர். வட, தென் மொழிகளில் பாண்டித்தியம் பெற்றவர். சிவாகமங்கள், மெய்கண்ட சாத்திரம், சித்தாந்த நூல்களில் பயிற்சி மேற்கொண்டவர். இவருக்குச் சமுதாயத்தில் மதிப்பும் மரியாதையும் செல்வாக்கும் அதிகம். சைவ சமயச் சான்றோர்களும், சந்நியாசிகளும், வித்துவான்களும், துரைத்தனத்தில் உத்தியோகம் பார்த்தவர்களும், ஜமீன்தார்களும், பொதுமக்களும் ஆதீனத் தலைவரை வணங்கி மரியாதை செய்தார்கள். அன்று ஆதீனத் தலைவர்களைப் புகழ்ந்து செய்யுள்கள் இயற்றிச் சன்மானம் பெறாத புலவர்களோ, வித்துவான்களோ இல்லை என்றே சொல்லி விடலாம் - இராமலிங்கரைத் தவிர! 1870-களில் திருவாவடுதுறை ஆதீன கர்த்தரைப் போற்றிப் பாடிய புலவர்களுக்கு அவர் தந்த அதிகபட்ச சன்மானம் ரூ. 15/- குறைந்த பட்சம் ரூ.½. (உ.வே.சா. I) மடத்திற்கென்றே மாத, ஆண்டுச் சம்பளத்தில் வடமொழி வித்துவான்களும், தமிழ்மொழி வித்துவான்களும், சங்கீத நாதஸ்வர வித்துவான்களும் இருந்தார்கள்.

திருவாவடுதுறை மடம் ஒரு சர்வகலாசாலை போலச் செயல் பட்டதாக உ.வே.சா. குறிப்பிடுவார். அங்கேயே பிரமச்சரிய விரதம் காத்துப் பயிலும் மாணவர்களுக்குச் சாப்பாடும், கல்வியும் வழங்கப்பட்டன. பக்கத்திலிருந்த கும்பகோணத்தில் அரசாங்கக் கல்லூரியில் நவீன மேற்கத்தியகல்வி (தமிழில் மரபான செய்யுள் இலக்கிய - இலக்கணம்தான்) போதிக்கப்பட்டு கொண்டிருந்தபோது, மடத்தில் புராணம், பிரபந்தம். சாத்திரம், இலக்கணம் சம்பந்தமான சமயக் கல்வி புகட்டப்பட்டது. திருவாவடுதுறை ஆதீனத்துக்குக் காசி முதல் கன்னியாகுமரி வரையில் முக்கியமான சிவஸ்தலங்களில் சம்பந்தம் இருந்தது. தெற்கே நீர்ப்பாசனம் மிக்க கிராமங்கள் ஆதீனத்திற் குடைமையாக இருந்தன. இவற்றை ஆங்காங்கிருந்த மடத்தைச் சேர்ந்த தம்பிரான்கள் நிர்வாகம் செய்தார்கள். மடங்களின் பொருளாதார ஆதாரம் கிராமங்களின் விளைச்சலிலிருந்தது.

18-ஆம் நூற்றாண்டிலேயே தென்னிந்தியாவில் நிலம் ஊர்ப்பொது என்ற நிலையிலிருந்து கம்பெனி நிர்வாகத்தின் ரயத்வாரி முறையால் தனிநபரின் உடைமையாக மாறத் தொடங்கியது (R.S.). தனிநபர் ஒரு கிராமத்தை விலைக்கு வாங்கும் முறை இருந்தது. ஒருமுறை நாவலர் 1868-ல் விடுத்த விண்ணப்ப அறிக்கையில் தமது சைவப் பிரச்சாரத்திற்காக பாடசாலையும், மடமும் கட்டி நிர்வகிக்க, எழுபதாயிரம் ரூபாய்க்கு நல்ல பாசன வசதியுள்ள ஒரு கிராமத்தைச் சிதம்பரம் பக்கம் விலைக்கு வாங்கும் திட்டத்தை அறிவித்துள்ளார் (த.கை.). திருவாவடுதுறை ஆதீன கர்த்தர் சுப்பிரமணிய தேசிகர், 1879 வாக்கில் ஒரு கிராமத்தைத் தென் தமிழ்நாட்டில் விலைக்கு வாங்கித் தமது குருவின் நினைவாக அதற்கு 'அம்பலவாண தேசிகபுரம்' என்று பெயர் சூட்டிய தகவலை உ.வே.சா.தந்துள்ளார். (உ.வே.சா. I).

திருப்பனந்தாள் மடமும் வசதியானது. ஒருமுறை அந்த மடத்தின் தலைவர், செவந்திபுரத்தில் திருவாவடுதுறை ஆதீன கர்த்தர் தங்கியிருந்த போது அவரைப் பார்ப்பதற்காக அவருக்கும் அவரது பரிவாரங் களுக்குமாகத் தனிப் புகைவண்டி ஒன்றை அமர்த்தி திருநெல்வேலி மார்க்கமாகப் பிரயாணம் செய்தாராம்! (உ.வே.சா. I).

பழமையான போக்கில் சைவ மடங்கள் இயங்கி வந்தாலும், நவீன கால மாற்றங்களுக்கு அவை கண்களை மூடிக்கொள்ளவில்லை. 1879-ல் ஜில்லா கலெக்டர் பென்னிங்டன் துரை போன்ற வெள்ளை அதிகாரி களின் பழக்கம் திருவாவடுதுறை ஆதீனகர்த்தருக்கு இருந்தது. கும்பகோணத்துக்குப் புதிய அரசு உத்தியோகஸ்தர்கள் மாற்றலாகி வரும்போதெல்லாம் அவர்களிடம் திருவாவடுதுறை ஆதீனத் தலைவர் தமது மனுசர்களை அனுப்பிக் கண்டுவரச் சொல்வாராம். மடத்தில் நிகழும் குருபூசை போன்ற விசேசங்களுக்கு அவர்களை மடத்தின் விருந்தாளிகளாக அழைத்துவரச் செய்வாராம்.

திருவாவடுதுறை மடத்தின் ஸ்தாபகர் நமசிவாயமூர்த்தியின் குருபூசை ஆண்டுதோறும் தை மாசம் மிக விமரிசையாகக் கொண்டாப் படுவது வழக்கம். தமிழகத்தின் விழா போல இது நடக்குமாம்! தமிழகம் எங்குமுள்ள கலைஞர்கள், சாஸ்திரிகள், வித்துவான்கள், பலரும் திரண்டு வந்தார்கள். பரதேசிகளுக்கும் ஏழைச் சனங்களுக்கும் அன்னதானம் சிறப்பாக நடைபெற்றது. பிராமணர்களுக்குத் தனிப் போஜனம்.

குருபூசையின்போது ஆதீன கர்த்தர் சிவிகையில் அமர்ந்து பட்டணப்பிரவேசம் வருவார். அது முடிந்ததும் கொலுமண்டபத்தில் அவருக்கு பூசை நடைபெறும். அப்போது வேளாள பிரபுக்கள்

அவருக்குக் காணிக்கை செலுத்துவார்கள். பிறகு கலைஞர்களும் வித்துவான்களும் சந்நிதானத்தைத் துதித்து இயற்றிய பாடல்களைச் சொல்லியும், வித்தைகளைக் காட்டியும் சன்மானம் பெற்றுச் செல்வார்கள்.

திருவாவடுதுறை மடத்தின் ஆதீன வித்துவானிடமும், சந்நிதானத் திடமும் பாடம் கேட்க வந்த மாணவர்கள் பெரும்பாலும் வேளாள வைசிய பிராமண குலத்தைச் சேர்ந்த பிரமசாரிகளாவர். சைவ சமயத்தினர், விதிவிலக்காக கிறிஸ்தவ மதத்தைச் சேர்ந்த பிள்ளைமார் சாதிப் பையன்களும் படித்தார்கள். ஆனால், படிக்கும்போது சைவக் குறிகளோடு படித்தார்கள். இவர்கள் மடத்தில் போஜனம் செய்தார்கள். பந்தியில் பிராமணர்களுக்கு எனத் தனியான இடம் ஒதுக்கப்பட்டிருந்தது. மற்ற சாதியார்க்குத் 'தக்கபடி உணவுக்கு ஏற்பாடுகள் செய்யப்பட்டிருந்தன' என்று உ.வே.சா. குறிப்பிடுவார். (உ.வே.சா. I. பக். 422-23). சனாதன முறை கறாராகக் கடைப்பிடிக்கப் பட்டது. மடத்தில் இல்லறத்தார்க்கும், மடத்தைச் சேர்ந்த தம்பிரான்களுக்கும் (துறவிகள்) சாப்பிடும் பந்தி தனித்தனியாக இருந்தன.

திருவாவடுதுறை மடத்தைப் போலவே பிற சைவ மடங்களும் செயல்பட்டன. மடத்துக்கு மடம் போட்டி, மனத்தாங்கல் இல்லாமல் இல்லை. தருமபுர ஆதீனத்துக்கும் திருவாவடுதுறை ஆதீனத்துக்கும் தொடர்ந்து மனத்தாங்கல் இருந்தது. மற்றப்படி வித்துவான்கள் முதலானவர்களை கௌரவிப்பதில் மடங்கள் பாரபட்சம் காட்டியதில்லை. திருவாவடுதுறை ஆதீனத்துக்கு ஏராளமான நிலபுலன்கள் சொத்துக்கள் வருவாய்கள் இருந்தன. சைவ சமயப் பணியிலும், சைவ இலக்கியம் மற்றும் இலக்கணத்திலும், சங்கீதத்திலும் பெரும் பெயரெடுத்த பிரமுகர்களை வரவேற்று உபசரித்து அனுப்புவதில் முன்னிடம் வகித்தது. யாழ்ப்பாணம் ஆறுமுகம் பிள்ளைக்கு 'நாவலர்' பட்டமும், மீனாட்சிசுந்தரம் பிள்ளைக்கு 'மஹா வித்துவான்' பட்டமும் வழங்கி கௌரவித்தது.

ஆனால், அக்காலத்தில் கருங்குழி, வடலூர், மேட்டுக் குப்பம் பகுதிகளில் சுத்த சன்மார்க்கக் கொள்கையின்படி புதிய ஜீவகாருண்ய ஒழுக்கம், மரணமிலாப் பெருவாழ்வு, ஆன்மநேய ஒருமைப்பாட்டுரிமை, ஒளி வழிபாடு, சாதி சமய மத சாத்திர ஒழிப்பு என்று சங்கம், சாலை, சபை மூலமாகச் செயல்பட்டுக் கொண்டிருந்த சி.இராமலிங்கம்பிள்ளை என்பவரைச் சைவ மடங்கள் மதித்து ஏற்றதாகத் தகவல் இல்லை. இராமலிங்கரும் மடங்களின் பக்கம் தலைவைத்துப் படுக்கவும் இல்லை. ஆயினும் குக்கிராமப் பகுதியில் அவர் செய்து கொண்டிருந்த கருணைச் செயல்கள் மடங்களுக்கு எட்டாமல் இல்லை. ஆறுமுக நாவலர் இராமலிங்கரின் பாடல்களையும், கொள்கைகளையும்,

செயல்பாடுகளையும் மிகக் கடுமையாகக் கண்டித்துப் பேசியும் எழுதியும் சைவ சமய சனாதன வட்டாரங்களில் அவரைப் பற்றி எதிர்மறையான அபிப்பிராயங்களையும் உண்டாக்கியிருந்தார். இராமலிங்கர் மீது நாவலர் அவதூறு வழக்குத் தொடுத்து நீதிமன்றத்துக்கு இழுத்தபோது மடங்கள் நாவலர் பக்கமே அணிதிரண்டன.

ஒருமுறை திருவாவடுதுறை மடத்தில் மீனாட்சிசுந்தரம் பிள்ளை இருந்த சமயத்தில் ஒருவர் வடலூர் இராமலிங்கர் பற்றியும் அங்கு நடந்த நிகழ்ச்சிகள் பற்றியும் விளக்கமாக எடுத்துக் கூறிய போது பிள்ளையவர்கள் “காட்டுப் பிரதேசங்களென்று நாம் சொல்லுகிறோம். அங்கேதான் ஜீவகாருண்யமும் அன்பும் நிரம்பியிருக்கின்றன. நாகரிகம் அதிகமாக ஆகச் சுயநலமும் அதிகமாகின்றது. . .” (உ.வே.சா.I, பக்.236) என்று ஆதங்கப்பட்டுக் கூறியதாக உ.வே.சா. குறிப்பிடுகிறார். பிள்ளையின் கருத்து மடத்தின் கருத்தல்ல.

சைவமடங்கள், சாதி, மத ஆசாரங்களை மீறாமல், அவற்றைக் கறாராக அமல்படுத்தி சைவத் தமிழ்த் தொண்டு செய்தன. சில சமயங்களில் கொள்ளை நோய், பஞ்சம் காரணமாக சனங்கள் செத்துக் கொண்டிருந்த போது சமூகத் தொண்டுகளிலும் ஈடுபட்டன. விஷபேதியால் பலர் இறந்தபோது அரசாங்கம் செய்தது போல திருவாவடுதுறை ஆதீனம் பணம் கொடுத்து ஏராளமாக மருந்துகளை வாங்கி கிராம முன்சீபுகள் மூலமாகக் கிராமங்களில் விநியோகம் செய்தது. (ரயில் வந்து ஆசாரம் கெட்டதால்தான் இப்படிப்பட்ட அழிவுகள் எற்பட்டதாக அன்று ‘பொது மக்கள்’ அங்கலாய்த்தார்களாம்). இதே மாதிரி தமிழ்நாட்டில் தாது வருஷத்தில் எற்பட்ட பஞ்சத்தில் சாப்பாட்டுக்கு வழியின்றிக் கிடந்தவர்களுக்கு வேலை கொடுத்து கூலியாக உணவு தந்து காப்பாற்றியது திருவாவடுதுறை ஆதீனம்! இந்த வகையில் ஆதீனத்தைச் சேர்ந்த புன்செய் நிலங்கள் நன்செய் நிலங்களாயின. ஏழைகளின் பசியும் நீங்கியது. யாருக்கும் பாதிப்பில்லை! ஆதீனம், பல இடங்களில் கஞ்சித் தொட்டிகளை வைத்துக் கஞ்சி வார்க்க ஏற்பாடு செய்தது. தாது வருஷ பஞ்சத்தின்முன் வடலூர் சத்திய தருமச் சாலை எம்மாத்திரம்?

இவ்விதமாக மடங்கள் பழைய பாணியில் வசதியாகவும், சம்பிரதாயம் பிசகாமலும் குட்டி சமஸ்தானங்களைப் போலச் செயல்பட்டுக் கொண்டிருந்தன. சுற்றிலும் நிகழ்ந்து கொண்டிருந்த பொருளாதார - அரசியல் - பண்பாட்டு மாற்றங்களை இவை பார்த்துக் கொண்டுதான் இருந்தன. அதிகார மாற்றம் நடந்து புதிய அதிகார சக்திகள் உருவாகிக் கொண்டிருந்தபோது மடங்கள் அந்தச் சக்திகளை அனுசரித்துக்கொண்டு தங்கள் காரியங்களைப் பார்த்து வந்தன.

ஆயினும் மடங்களின் கல்விப் பணி நவீன காலத்துக்கு ஏற்றபடி மாற வேண்டும் என்பதை நவீனக் கல்வி கற்ற உத்தியோகஸ்தர்கள் சிலர் மடங்களுக்கு உணர்த்தினார்கள். டிப்டி கலெக்டர் பட்டாபிராமபிள்ளை என்பவர், தாம் சென்று வந்த சைவ மடங்களின் கர்த்தர்களிடம் தமிழில் நூதனமான அகராதி (Dictionary) ஒன்றைத் தயாரிக்க வேண்டும் என்ற கோரிக்கையை விடாது வற்புறுத்தி வந்தார். ஆனால், யாரும் அதைக் கண்டுகொள்ளவில்லை.

ஏறத்தாழ ஒன்பதாண்டுகளாகத் திருவாவடுதுறை ஆதீனத்தோடு சம்பந்தப்பட்டு ஒரு நான்காண்டுகளாக (1876 - 1880 பிப்ரவரி) அந்த ஆதீனத்தின் வித்துவானாகப் பணியாற்றி வந்தவர் உ.வே.சா. இலக்கணம், சைவ சமயப் புராணம், பிரபந்தம் முதலியவை தவிர வேறு தமிழ் இலக்கியப் பரப்பு பற்றி இவரது குரு மீனாட்சிசுந்தரம் பிள்ளை போலவே இவரும் ஏதும் அறியாதிருந்தார். இவர், தியாகராச செட்டியாரின் பெருமுயற்சியால், அவரது இடத்திற்குக் கும்பகோணம் அரசுக் கல்லூரியில் பிப்ரவரி 16-ஆம் தேதி 1880-இல் தமிழாசிரியராகச் சேர்ந்தார். அந்தக் காலகட்டத்தில் கும்பகோணத்திற்கு மாற்றலாகி வந்த முன்சீப் சேலம் இராமசாமி முதலியாரின் மூலமாக உ.வே.சா பழம்பெரும் காவியங்களான சீவக சிந்தாமணி, மணிமேகலை, சிலப்பதிகாரம் முதலிய நூல்களின் இருப்பைப் பற்றி அறிய நேர்ந்தார்!. அவற்றைத் தேடினார்; படித்தார்; புதிய இலக்கிய வளத்தினை அறிந்து அனுபவித்தார். சைவ மடத்தில் சைவப் புராண பிரபந்தங்களையே உருட்டிக் கொண்டிருந்த உ.வே.சா., சைவர்கள் ஒதுக்கி வைத்த ஜைன பௌத்த காவியங்களில் மனதைப் பறிகொடுத்தார். தொடர்ந்து ஆயிரத்து எழுநூறு ஆண்டுகட்கு முன் தோன்றிய ‘சங்க’ இலக்கியங்களான எட்டுத் தொகை, பத்துப்பாட்டு முதலிய சாதி மதம் சாராத இலக்கியங்களைத் தேடிப் படித்தார். ஓலைச் சுவடிகளில் தூசுபடிந்து செல்லரித்துப் போய்க்கிடந்த இந்த மூல இலக்கியங்களைப் புதிய அச்சுமுறையில் பதிப்பித்தார். பத்தொன்பதாம் நூற்றாண்டின் இறுதிப் பத்துப் பதினைந்து ஆண்டுகளில் அவர் பதிப்பித்த இந்த மூல நூல்களால் மூவேந்தர் காலத் தமிழர் வீரம், மானம், ஆட்சி, பெருமை, பண்பாடு, அறம் ஆகியவை படித்தவர்கள் மத்தியில் புதிய உற்சாகத்தை ஏற்படுத்தின. இருபதாம் நூற்றாண்டின் முதல் பத்தாண்டுகளில் தமிழகத்தில் புதிய தமிழ்தேசியம், பரந்துபட்ட திராவிட நாகரிகம் ஆகியவை அடங்கிய அரசியல் கருத்தியலுக்கு உ.வே.சா. பதிப்பித்த இந்த இலக்கியங்கள் காரணங்களாயின. இலக்கியங்களும் வரலாற்று மூலங்களாகவும், அரசியல் கருத்தாயுதங்களாகவும் ஆகின. இந்த மாற்றங்களில் வினை புரிந்த சக்திகள் வெவ்வேறு ஓர்மைகளோடு

செயல்பட்டன. ஆனால், விளைவுகளை அந்தந்த ஓர்மைகளால் சமகாலத்தின் நெருக்கத்தால் கண்டுகொள்ள முடிவதில்லை!

சைவ மடங்கள் பழைய கால வழக்கப்படி இயங்கிக் கொண்டிருந்த போது, பத்தொன்பதாம் நூற்றாண்டின் பிற்பகுதியில் நகர்ப்புறங்களில், புதிய கால வாழ்க்கை முறை புற்றுப் போல வளர்ந்து கொண்டிருந்தது. புதிய கல்விமுறையால் நடுத்தர வர்க்கம் ஒன்று வளர்ந்து கொண்டிருந்தது. இந்த வர்க்கத்தைச் சேர்ந்தவர்கள் 'அகத்தில் கறுத்தும் புறத்தில் வெளுத்தும்' இருந்தார்கள். அதாவது பண்பாட்டில் பழைய சாதிமத சமய ஆசாரங்களை பின்பற்றுகிறவர்களாகவும், பொருளாதாரத்தில், நாகரிகத்தில் மேற்கத்திய வசதிகளை, குறிகளை, இலட்சியங்களை அனுசரிப்பவர்களாகவும் மாறிக் கொண்டிருந்தார்கள். சிலர், காலத்துக்கு ஏற்றுவாறு சில ஆசாரங்களைச் சீர்த்திருத்திக் கொள்ளலாம் என்று ஆங்கிலத்தில் பேசத் தொடங்கினார்கள். தமிழைவிட இங்கிலீஷ் படித்தால் சில ஆண்டுகளில் முன்னுக்கு வந்துவிடலாம் என்ற அபிப்பிராயம் பிரபலமடைந்தது. சைவ மடத்தில் வித்துவானாக இருந்தால் ஆண்டுக்கு ரூ. 50 கிடைக்கும். ஆனால், அரசாங்கக் கல்லூரித் தமிழாசிரியரானால் மாதத்துக்கு ரூ. 50 கிடைக்கும்; தினசரி நான்கு மணி நேர வேலை, வாரத்திற்கு இரண்டு நாட்கள் விடுமுறை. ஆனால், மடத்திலோ பொழுது விடிந்து இரவு பத்து மணிவரை தொண்டை கத்திப் பாடம் சொல்ல வேண்டும் என்பது கல்லூரித் தமிழாசிரியராக வேலை பார்த்து ஓய்வு பெற்றுக் கொண்டவரும், திருவாவடுதுறை ஆதீனத்தோடு நல்ல உறவு கொண்டவருமான தியாகராச செட்டியாரின் அறிவுரையாகும்! (உ.வே.சா.I). அவருக்கு நவீன உலகமும் தெரியும், பழைய உலகமும் தெரியும். உ.வே.சா. போன்ற இளைஞர்களுக்கு அவர் சிபாரிசு செய்தது புதிய உலகத்தைத்தான்.

பத்தொன்பதாம் நூற்றாண்டில் நகர்ப்புறங்களில் புதிதாக உருவான சமூக அடுக்கு, படித்து உத்தியோகம் பார்த்த நடுத்தர வர்க்கமாகும். இந்த வர்க்கத்தைச் சேர்ந்தவர்களில் அரசாங்க வேலை பார்த்தவர்கள், தனியாகத் தொழில் நடத்திய வழக்கறிஞர்கள், மருத்துவர்கள் போன்றவர்கள், சொந்தமாக வர்த்தகம் செய்த தொழில் முயற்சியாளர்கள் இருந்தார்கள். இவர்களே நவீனத்துவத்தின் முன்னோடிகள். இவர்கள் தங்களது வாழ்க்கை முறையில் தவிர்க்க முடியாதவாறு ஐரோப்பிய கிறிஸ்தவ சமயம், பூர்ஷுவா பண்பாடு, முதலாளிய பொருளாதாரம், ஏகாதிபத்திய அரசியல் ஆகியவற்றின் தாக்கங்களைச் சந்திக்க வேண்டியதாயிற்று. இவற்றை எதிர்கொண்டு செயல்பட வேண்டிய தருணம் வந்தது. இப்படி எதிர்வினையாற்றியதில்

பொதுவாக அன்று இரண்டு போக்குகள் இருந்தன. ஒன்று: முழுக்க முழுக்க மதம், சாதி, ஆசாரம் சம்பந்தப்பட்டது. கிறிஸ்தவ மதம், ஐரோப்பிய பாதிரிகள், மிஷனரிகள், அவர்களது பத்திரிகைகள், பள்ளிக் கூடங்கள், மதமாற்ற முயற்சிகள் ஆகியவற்றைக் குறிவைத்துத் தாக்கிய சனாதன சைவமத மீட்புவாத சக்தி. இதன் தலைவர் யாழ்ப்பாணம் ஆறுமுகம்பிள்ளை. இரண்டு: மேலைப் பண்பாட்டின் நவீன மதிப்பீடுகளுக்கு ஏற்ற மாதிரி சுதேசிய பண்பாட்டில், சமுதாயத்தில், சமயத்தில் காலத்துக்கேற்றபடி தகுந்த சீர்திருத்தங்களை அமைப்பு ரீதியாக முன்வைத்த நவீன படிப்பாளிகள் வர்க்கம். இப்படி ஒரு வர்க்கத்தைப் பிரிட்டிஷ் அரசாட்சி ஒருவிதத்தில் திட்டமிட்டு உருவாக்கியது என்றே சொல்லலாம்.

முதலில் ஆறுமுகம்பிள்ளையைத் தலைமையாகக் கொண்ட சனாதன சைவ மதவாத சக்தியின் செயல்பாடுகளைக் காணலாம். நாவலர் என்று பின்னால் அழைக்கப்பட்ட ஆறுமுகம்பிள்ளை (1822 - 1879) மரபான தமிழ்க் கல்வியும் ஆங்கிலமும் கற்றவர். இரண்டு மொழிகளிலும் மொழிபெயர்க்கும் புலமை வாய்ந்தவர். சைவ சித்தாந்த சாத்திரங்களைத் தாமே கற்றுணர்ந்தாராம்! கடைசிவரை இவர் எந்த அரசு உத்தியோகத்திலும் இருந்ததில்லை. முழுத் துறவி. சமஸ்கிருதத்திலும் இவருக்குப் பயிற்சி உண்டு. தம்மை இருபத்து இரண்டாவது வயதில் சிவபிரான் ஆட்கொண்டதாக எழுதியுள்ளார்! வாழ்நாள் முழுவதும் அவர் மேற்கொண்ட பணிகள்: சைவ சமயத்தைப் பழைய பெருமைக்கு மீட்டெடுத்தல்; சைவ சமயக் கல்வியைப் பரப்புதல், இதற்குத் தடையாக இருந்ததாக அவர் கருதிய கிறிஸ்தவ மதத்தையும், மிஷனரிகளின் முயற்சிகளையும் எதிர்த்தல்; சைவக்குடும்பத்தைச் சேர்ந்த பிள்ளைகளை அசல் சைவப் பண்பாட்டில், ஆசாரத்தில் வளர்த்தல், சைவநூல்களைப் பதிப்பித்தல்; செய்யுளிலிருந்த நூற் கருத்துக்களை எளிமையான வசன நடையில் எழுதிப் பிரசுரித்தல்; பத்திரிகை நடத்துதல், சைவ வித்தியாசாலைகளை நாடெங்கும் உருவாக்குதல் முதலியவையாகும்.

செய்யுளைவிட, அவர் காலகட்டத்தில் வசன நூல்களே கருத்துப் பிரச்சாரத்துக்கு உகந்தவை என்று கண்டறிந்தார். ஏராளமான வசன நூல்களை எழுதி வெளியிட்டார். அவரது வசன நடை பிழையற்றது. எளிமையானது. இதனால் அவரை நவீனத் தமிழ் வசனத்தின் தந்தை என்பார்கள். சைவமதத்தைப் பிரச்சாரம் செய்ய சைவப் பாடசாலைகளையும், வெள்ளிக்கிழமைப் பிரசங்கங்களையும், வசனநூல் வெளியீடுகளையும் தக்க சாதனங்களாகக் கொண்டார். வெள்ளிக்கிழமை தோறும் கோயிலில் பிரசங்கம் பண்ணும் ஒரு புதுமரபை உண்டாக்கினார்.

இந்த விதத்தில் நவீன மேடைப் பேச்சின் பிதாமகன் என்றும் இவரைக் குறிப்பிடலாம். இவரது பிரசங்கங்களில் மரபான நீதி நெறிகள், சாதிமத ஆசார விளக்கங்கள், சைவத்தின் பெருமைகள், மகளிர் ஒழுக்கம், கற்பு, தருமம், கொல்லாமை, புலால் மறுப்பு ஆகிய விசயங்களோடு தவறாமல் கிறிஸ்தவ மத கண்டனங்களும், வேளாள-பிராமண சாதி ஆசாரங்களை மீறுவோர் பற்றிய வசைகளும் இடம் பெற்றன. யாழ்ப்பாணத்தில் மட்டுமல்லாது, தமிழகத்தில் சென்னை, சிதம்பரம் முதலிய நகரங்களிலும், மதுரை, தருமபுரம், திருவண்ணாமலை, திருவாவடுதுறை முதலிய ஊர்களிலிருந்த ஆதீனங்களிலும் தொடர்ந்து பிரசங்கங்கள் செய்தார். தமிழகமெங்கும் சைவப் பாடசாலைகளும், மடங்களும் நிறுவுமாறு விண்ணப்ப அறிக்கைகளை விடுத்தார். மிஷனரிப் பள்ளிகளுக்குப் போட்டியாகவே சைவ வித்தியாசாலைகளைத் தொடங்கத் திட்டமிட்டிருந்தார்.

பாதிரிமார்கள் சொந்த அச்சகம் வைத்து, பத்திரிகை, துண்டுப் பிரசுரங்கள் வெளியிட்டுச் சைவ சமயத்தையும், அதன் புராணங்களையும், கடவுளர்களையும் 'தூஷித்ததை' எதிர்த்து நாவலரும் முதலில் யாழ்ப்பாணம் வண்ணார் பண்ணையிலும், பிறகு சென்னையிலும் சொந்த அச்சகம் நிறுவி நூல்களைப் பதிப்பித்தார். நூல்கள் எல்லாமே சைவ சமயம் பற்றியவையே. அன்று பிழையின்றிப் பதிப்பித்தவர் என்ற பெருமைக்குரிய ஒரே நபர் ஆறுமுக நாவலரே!

ஆறுமுக நாவலர் சனாதனம், சமயவாதம் பற்றிப் பிரச்சாரம் செய்தாலும், ஆங்கிலக் கல்வி மூலமாக நவீனத்துவத்தின் சாதகங்களை அறிந்தவர்தான். இக்காலத்தில் புதிய தோத்திரப் பாடல்கள் தேவை இல்லை; ஏற்கெனவே உள்ளவை போதும்; வசன நூல்களே தேவை என்பதைத் தெளிவாக உணர்ந்தவர்தான். பத்திரிகை, பாடசாலை, நூல்கள் ஆகியவற்றின் ஆற்றலை அறிந்தவர்தான். கிறிஸ்தவ மிஷனரிகள் உண்டாக்கிய கல்வி நிறுவனங்களும், போதித்த கல்வியும், சுதேசிகளின் மரபான மனப்பாடக் கல்விமுறை, பாடம் கேட்டல், செய்யுளியற்றுதல் முதலான அம்சங்களிலிருந்து முற்றிலும் வேறுபட்டிருந்ததை நாவலர் அறிந்திருந்தார். மிஷனரிகளின் கல்விமுறையில் முறையாகப் பயிற்சி பெற்ற ஆசிரியர்கள், பாடசாலை, வகுப்பு, பாடநூல், பிழையின்றி எழுத 'டிக்டேஷன்' முறை, பூகோளம், சரித்திரம், இயற்கை சாஸ்திரம், வானநூல், உடல் நூல் முதலான நவீன அறிவியல் பாடங்கள் ஆகியவை முக்கிய அங்கம் வகித்தன. நாவலர் இந்த முறையைப் பின்பற்ற முயன்றார். இவர் உண்டாக்கிய பாடத் திட்டத்தில் சைவ சமய - சாத்திரம் பற்றிய நூல்களே அதிகம் என்றாலும் பூகோளம், கணிதம் முதலிய நவீன பாடங்களையும் சேர்த்துக் கொண்டார்.

மிஷனரிகளை அவர் எதிர்த்தது அவரது நோக்கில் சரியானதே. ஆனால், அதற்காக புதிய திசையில் சீர்திருத்தப் பாதையைத் தேர்ந் தெடுக்காமல், அதைப் போலி என ஒதுக்கிவிட்டு, சாதி மத ஆசார வாழ்க்கை முறையையும், வெறியையும் மாற்றுப் பாதையாக அவர் முன்வைத்ததே மாபெரும் வரலாற்றுப் பிழையாக அமைந்து விட்டது. மிஷனரிகள் என்னென்ன சொல்லி கிறிஸ்தவத்தை முன் வைத்தார்களோ அவற்றுக்கு நேரெதிர்க் கருத்துக்களைப் பதிலாகச் சொன்னதுதான் இதற்குக் காரணம். மதப்பிரச்சாரத்தை, துண்டுப்பிரசுரங்களை அச்சிட்டுப் பரப்புவதன் மூலம் 1815-ல் சென்னையில் தொடங்கிய 'கிறிஸ்தவ மதக் கொள்கைப்பிரச்சார சங்கமானது' (Society for Promoting Christian Knowledge - SPCK), 1818, 1822, 1823, 1830, 1855 ஆண்டுகளில் பாளையங்கோட்டை, நாகர்கோயில், யாழ்ப்பாணம், நெய்யூர், தஞ்சைப் பகுதிகளில் கிறிஸ்தவ மதத் துண்டுப்பிரசுர சங்கங்களைத் தோற்றுவித்தது. (R.S.) இந்த முயற்சிகளை நாவலர் எதிர்த்தார். சைவ மதம், சாதிய சமூகம், ஆசார ஒழுக்கம் பற்றி வசனத்தில் பிரசுரங்களை வெளியிட்டார். பழைய செய்யுள் நூல்களான 'பெரிய புராணம்', 'திருவிளையாடற் புராணம்', 'கந்த புராணம்' ஆகியவற்றை எளிய வசன நடையில் எழுதி வெளியிட்டார். வினா - விடை உத்தியில் கிறிஸ்தவர்களுக்குப் போட்டியாக சைவ வினா - விடையை வெளியிட்டார். பாடசாலைகளை நிறுவி சிறுவயதிலேயே சைவக் குடும்பத்தைச் சேர்ந்த பிள்ளைகள் மனத்தில் சைவ மத, குல ஆசாரப் பிடிப்பை ஏற்படுத்த முயன்றார்.

மிஷனரிகள் சைவப் புராணங்களை ஆபாசக் களஞ்சியமாக எடுத்து எழுதியபோது, அவற்றுக்கு சைவ ஆகமப் பொருள் கூறி விளக்கம் அளித்தார் நாவலர். போகப்போக நாவலரிடம் சமய எதிர்ப்பு கடுமையான காழ்ப்பாக, வெறியாக மாறியது. இந்துக்கள், குறிப்பாக வேளாளரும் பிராமணரும் மிஷனரிகளோடு பழகியதையும், சிலர் கிறிஸ்தவ மதம் மாறியதையும், தங்கள் குழந்தைகளை மிஷனரிகளின் பள்ளிக் கூடங்களில் 'தீண்டாத' சாதிப்பிள்ளைகளோடு சமமாக இருந்து படிக்க அனுப்பியதையும் அவரால் எளிதில் சீரணிக்க முடியவில்லை. இப்படிப்பட்ட வேளாள - பிராமணர்களை 'போலி பிரபுக்கள்' என்றழைத்தார். கிறிஸ்தவ மதத்துக்குப் பறையர் ஈறாக உள்ள சகல சாதியார்களும் மதம் மாறியிருக்க, இந்தப் 'போலி பிரபுக்கள்' மதம் மாறிப் பறையர் முதலான சகல சாதியாரோடும் கலந்து சமமாய் உண்டு வாழ்ந்த 'ஆசாரக் கேடு' நாவலரை மேலும் மேலும் கடுத்தமான ஆசார வெறியராக ஆக்கியது (நாவலர், பக்:20). இப்படிச் சாதி ஆசாரமற்ற கிறிஸ்தவர்களோடு சேர்ந்து வேளாளரும் சைவ குருமாரும், பிராமண குருமாரும் யாழ்ப்பாணத்தில் மாடு தின்று சாராயம் குடித்துத் தாழ்ந்து

விட்டதாகச் சாடினார் (நாவலர் : 21). கிறிஸ்தவ மதம், கிறிஸ்தவர் என்றால் நாவலரைப் பொறுத்தவரை மாடு தின்று சாராயம் குடிக்கும் கேடர்கள் என்று பொருள்பட்டது. இவர்களைவிடக் கள் குடியாத, மாடு தின்னாத, கிறிஸ்தவர் வீடுகளில் உண்ணாத, நளவர், பறையர், மேளகாரர், கோவியர், மலையகத்தார் (இலங்கைச் சாதிகள்) முதலிய தாழ்ந்த சாதியார்கள் யோக்கியர்கள் என்று சான்றிதழ் தந்துள்ளார்! இங்கே அவர் தாழ்ந்த சாதியார்களுக்காக வக்காலத்து வாங்க வரவில்லை என்பது புரியும்.

சாதியாசாரம், சமய ஆசாரம் இல்லாத எழுத்தால் பயனில்லை என்றார் நாவலர். சைவர்கள் சாதி உணர்ச்சியையும், சைவசமயத்தையும் விரும்புவது சத்தியம் எனில் அவர்கள் சாதி - சமய ஆசாரங்களை இயன்றவரை முறையாகப் பின்பற்ற வேண்டும் என்ற சைவ இலக்கணத்தைப் பிரகடனம் செய்தார் (நாவலர் : 22). யாழ்ப்பாணத்தில் வேரோடியிருந்த சாதி வித்தியாசத்தை அறுத்துக் கிறிஸ்தவ மதத்தை நாட்ட வல்லவர்கள் இந்தப் பாதிரிகளும், சுதேச குருமாரும் தானா? 'சபாசு!' என்று நாவலர் எள்ளி நகையாடினார் (பக் :52). இந்த விதத்தில் நாவலரை ஒரு தீர்க்கதரிசி என்றுதான் சொல்ல வேண்டும். சைவ மதம் - சாதி ஆசாரம் ஆகியவற்றை இந்தப் புண்ணிய பூமியில் எந்தக் கொம்பனாலும் பிரித்து வேறுபடுத்த முடியாதென்பதை அன்றே சரியாக உணர்ந்தவர் நாவலரே!

(சைவ) சமய ஆசாரத்தையும், (வேளாள - பிராமண) சாதி ஆசாரத்தையும் கெடுத்து, கிறிஸ்தவ சமயத்தைப் பரப்பவே பாதிரிகள் பள்ளிக்கூடங்களைத் தொடங்கியதாக நாவலர் குற்றஞ்சாட்டினார் (பக் : 53). கிறிஸ்தவம் நுழைவதற்கு முன் இங்கே எப்படித் தமிழ்ச் சமுதாயம் சாதி - சமய ஆசாரங்களைப் பின்பற்றியதோ அதே நிலைமை தொடர வேண்டும் என்பது நாவலரின் இலட்சியம். கிறிஸ்தவமதம் - தீண்டத்தகாத சாதிகள் உறவு, நாவலருக்கு மிகவும் இசைகேடான உறவாகப்பட்டுள்ளது. சைவ வேளாளர்கள் தங்கள் குழந்தைகளைப் பாதிரிமார் வீட்டுக்குப் படிக்க அனுப்பும்போது அங்கே படித்துக் கொண்டிருக்கும் 'கீழ்ச்' சாதிக்குழந்தைகளோடு சமமாக அமர்ந்து சாப்பிடுவதால், தங்களது சாதி - சமய ஆசாரத்தை இழந்துவிடுவதாக நாவலர் வெதும்பினார் (பக் : 53). வெள்ளைப் பாதிரிகளால்தான் நாட்டில் நாத்திகமும் போலிச் சமயமும் ஏற்பட்டதாகக் கருதினார் (பக் : 56). போலிச் சமயம் என்று நாவலர் குறிப்பிட்டது சீர்திருத்த அமைப்புக்களையாகும்.

இப்படிப்பட்ட நாவலருக்கு அவர் காலத்தில் சாதி சமய ஆசாரங்களைக் கண்டித்து, உருவ வழிபாட்டை ஒதுக்கி, ஆன்மநேய

ஒருமைப்பாட்டையும், உயிர்களின் சமத்துவத்தையும் வலியுறுத்திய இராமலிங்கர் மாபெரும் ஆசாரக் கேடராக, போலிச் சமயவாதியாக, சைவ சமய வைரியாகப் பட்டதில் எந்தவித ஆச்சரியமோ அதிர்ச்சியோ இல்லை. கருங்குழி இராமலிங்கம் பிள்ளை பாடிய பாடல்கள் அருட்பா அல்ல, அவை மருட்பா, அவர் 'திருவருள் சிறிதும் பெறாதவர்... உலகத்தாரை வஞ்சித்துப் பொய்ப்புகழ் பெறப் புகுந்தவர்...' (பக்: 94) என்று தமது மனசுக்குப் பட்டதைக் கொட்டித் தீர்த்தார் நாவலர்.

சைவ சமயத்தைத் தமிழ்ச் சமயம் என்றும், சைவக்கோயிலைத் தமிழ்க் கோயில் என்றும் கூறுவது அறிவில்லாதவர் கூற்று என நாவலருக்குப் பட்டது (பக் : 87). தமிழ் ஒரு மொழி மட்டும்தான் ; சைவம் என்பது ஒரு சமயம் என்று காரணம் கூறினார். தமிழ் மொழி பேசுவோர் அனைவர்க்கும் சைவ மதமும் சைவக் கோயிலும் பொதுவானவை என்ற அர்த்தத்தை அவரால் ஏற்க முடியவில்லை. பொதுமை, பொது, சமத்துவம் என்கிற புதிய சிந்தனைகள் அவரது சனாதன மனப்பாங்கிற்கு ஒவ்வாதவை.

இராமலிங்கரை ஒரு போலிச் சமயவாதியாகவே நாவலர் நோக்கினார். அவரைச் சிறுவர்களுக்குள்ள கல்வியறிவுகூட இல்லாதவர் என்று பழித்தார். அதை நிரூபிக்க, அவரது வசன நடையிலுள்ள எழுத்து, தொடர் இலக்கணப் பிழைகளை எடுத்துத் தொகுத்துள்ளார் நாவலர். இப்படிப்பட்ட ஒரு நபர் தம்மை ஓதாது உணர்ந்தவரெனப் புகழ்வது வியப்பிற்குரியதென்றார் (பக் : 97 - 98). சிதம்பரத்திற்கு இராமலிங்கமும், நாவலரும் ஒரே சமயத்தில் வந்திருந்தபோது (ஆனி, 1869) கோயில் தீட்சிதர்களின் தூண்டுதலால் இராமலிங்கர் நாவலரை வாயில் வந்தபடி ஏசியதாக நாவலர் அவர்மீது வழக்குத் தொடர்ந்தார். நீதிமன்றத்தில் தாம் அவ்வாறு பேசவில்லை என்று இராமலிங்கர் பொய் சொன்னாராம்! 1858-ல் இராமலிங்கர் தமது அன்பர்கள் சிலரோடு சென்னையை விட்டு வெளியேறி, கருங்குழியில் போய்த் தங்கினார். அவரது வாழ்வின் முக்கிய கட்டம் இதிலிருந்தே தொடங்கியது. ஆனால், நாவலருக்கு, இராமலிங்கர் சென்னையைவிட்டு வெளியேறியதற்கு வேறொரு காரணம் தெரிந்திருந்தது. இராமலிங்கரின் சம்சாரம் நடத்தை கெட்டவள்; சென்னையில் ஒரு பரதேசியோடு கூடித் திரிந்தாள் என்பது தெரிந்துதான் சென்னையைவிட்டு இராமலிங்கர் ஓடிப் போனாராம்! (பக்.109). நாவலருக்கு சைவ சமய - சாதிகட்கு எதிரி என்று யார்யாரெல்லாம் பட்டார்களோ அவர்களையெல்லாம் வரம்புமீறி வகைதொகையின்றி, நா அடக்கமின்றி அவதூறாகப் பேசுவது ரொம்ப

இயல்பாக இருந்திருக்கிறது! நாவலரின் இந்த ஆத்திரம், அடங்காத கோபம், வெறி, நா அடக்கமின்மை பற்றியெல்லாம் பேசாமலிருப்பதே சான்றாண்மை!

இராமலிங்கரின் பார்வை நாவலரின் பார்வையிலிருந்து முற்றிலும் வேறுபட்டு இருந்தது. கிறிஸ்தவ சமயத்தின் தாக்குதலிலிருந்து சைவ சமயத்தையும், சாதி ஆசாரத்தையும் பாதுகாப்பது இராமலிங்கரின் இலட்சியம் அல்ல. அது அவருக்கு ஒரு பிரச்சினையல்ல. அவற்றிலிருந்து மனித இனம் கடந்து சமரச சமத்துவ நிலைக்கு வருவதே அவரது இலட்சியம். அவர் சென்னை நகரில் இருந்தவரை (1855) சைவ சமயவாதியாக, முருக பக்தராக, சிவனடியாராக, வித்துவானாக, புராணப் பிரசங்கியாக, நூல் பதிப்பாளராக, வசன நூலாசிரியராக, தோத்திரப் பாடல்களை இயற்றுபவராக, துறவியாக, சிறுவர்களுக்குப் பாடம் சொல்லுபவராக வாழ்ந்து வந்தார். அதாவது பத்தொன்பதாம் நூற்றாண்டில் வாழ்ந்த ஒரு சராசரிக்கும் மேற்பட்ட சைவ மதவாதியாக வாழ்ந்தார் எனலாம். இறைவனைப் புகழ்தல், ஐம்புலன் நாட்டங்களைக் கடிதல், உலகப்பற்றை அறுத்தல், மூவித ஆசைகளை அகற்றுதல், ஏற்கனவே வகுக்கப்பட்ட மார்க்கங்களில் இறைவனை அடைந்து பிறவி நீக்குதல் என்பவையே அவரது இலட்சியமாக இருந்தது. அவர் காலத்தில் மிஷனரிகள் செய்து வந்த கிறிஸ்தவ சமயப் பிரச்சாரம், சைவ சமய கண்டனம் பற்றியெல்லாம் அவர் பொருட்படுத்தியதாகத் தெரியவில்லை. ஆன்ம ஈடேற்றமே அவரது கவலை. பட்டினத்தார், அருணகிரியார், தாயுமானவர் பாணியில் கவலைப்பட்டார். பிறருக்காகவும் கவலைப்பட்டார். மனிதர்கள் உள்ளொன்று வைத்துப் புறம்பொன்று பேசுவதற்காகக் கவலைப்பட்டார். நாவலருக்கு இந்த மாதிரியான கவலைகளை விடச் சாதீய, சமயச் சார்பான சமூக அமைப்பை வலுப்படுத்துவதே வாழ்நாளின் மகத்தான இலட்சியமாக இருந்தது.

அடிப்படையில் கோப சுபாவம் மிக்க நாவலர் கிறிஸ்தவ மதப் பிரச்சாரத்தின்மீதும், சைவர்கள் கிறிஸ்தவ மதம் மாறியதன்மீதும், இராமலிங்கரின் சுத்த சன்மார்க்கத்தின் மீதும் அடங்காத ஆத்திரத்தோடு வசைமாரி பொழிந்தார். கட்டுப்பாடற்ற அவரது நாவின் செயல் பாடுகளால் நீதிமன்றத்தில் அபராதம் கூடக் கட்டினார். அவரால் முகத்துக்கு நேராகத் திட்டப்படாத குருமார், பிராமணர், நண்பர், பிரபு, சுற்றம் மிகவும் குறைவு என்கிறார் அவரது வரலாற்றை எழுதிய அவரது உறவினர் த. கைலாசபிள்ளை (த.கை.)

இனி நவீனக் கல்விகற்ற படித்த நகர்ப்புறத்து உத்தியோக, வர்த்தக, நிர்வாக வர்க்கத்தின் அறிவாளர்கள் மேற்கத்திய தாக்கத்திற்குத்

தெரிவித்த எதிர்வினைகளைக் காணலாம். இதைப் பின்னர், இந்துச் சமய - சமூக ஆசார சீர்திருத்தம் என்று கூறினார்கள். காங்கிரஸ் கட்சியின் அரசியல் இயக்கத்தின் ஒரு வேண்டப்படாத நண்பனாகச் சில காலமாக இது தொற்றிக்கொண்டிருந்தது. இது இருபதாம் நூற்றாண்டுச் சமாச்சாரம். பத்தொன்பதாம் நூற்றாண்டில் 1860கள் வரை ஏற்பட்ட படித்தவர்களின் எதிர்வினையைச் சற்றுக் காணலாம்.

பத்தொன்பதாம் நூற்றாண்டின் தொடக்கத்தில் இந்தியாவில் பிரிட்டிஷ் கிழக்கிந்தியக் கம்பெனியின் ஆட்சி ஸ்திரமாகியது. தெற்கே மதராஸ் மாகாணத்தின் தலைநகரமான சென்னை, வர்த்தக, நிர்வாகத் தலைமை இடமாக ஆகிக் கொண்டிருந்தது. அப்போது கம்பெனி ஆட்சியின் ஆதரவோடு ஐரோப்பிய மிஷனரிகள் தங்களது சமயப் பிரச்சாரப் பணியைத் தீவிரப்படுத்தத் தொடங்கிவிட்டார்கள். தெற்கே நாகர்கோயில் வரை இவர்களின் கிளைகள் உண்டாயின. இதனை உள்ளூர் இந்துக்களால் சும்மா பார்த்துக்கொண்டிருக்க முடியவில்லை. அரசிடம் தங்களது எதிர்ப்பைத் தெரிவித்தார்கள். கம்பெனி தனது வருமானத்திற்கு எதுவும் தடையாக வந்திடக் கூடாதென்று மிஷனரிகளைக் கொஞ்ச காலம் அடக்கி வைத்தது. ஆனால், இங்கிலாந்தில் மிஷனரிகள் தந்த நெருக்கடியால், 1830களில் இங்கே கம்பெனி தனது கட்டுப்பாட்டைத் தளர்த்திவிட்டது. மீண்டும் மிஷனரி வேலைகள் மும்முரமாயின. இதனை எதிர்த்த நாவலரின் சனாதன முயற்சிகளை ஏற்கனவே கண்டோம்.

மிஷனரிகளுக்கும், மதராஸ் நகரத்தில் படித்த இந்துக்களில் ஒரு பிரிவினருக்கும் இடையில் முதல் விரிசல் எழுவதற்கு, 1841-ல் மிஷனரிகளின் பள்ளிக்கூடம் ஒன்றில் மூன்று சாதி இந்துப் பையன்கள் கிறிஸ்தவமதம் மாறியது காரணமாக அமைந்தது. அப்பையன்களைப் பெற்றவர்கள் அந்தப் பள்ளிக்கூடத்திலிருந்து அவர்களை நிறுத்தி விட்டார்கள். மிஷனரிகளுக்குப் போட்டியாக மதராஸ் கறுப்பு நகரத்தில் பச்சையப்ப முதலியார் டிரஸ்ட் பேரில் 1842 சனவரியில் சுதேசிகளின் பள்ளிக்கூடம் தொடங்கப்பட்டது. மதமாற்றத்தைத் தடுக்கும் உபாயமாக இது அன்று கருதப்பட்டது. இன்னும் சில வர்த்தக கனவான்கள் மிஷனரிகளின் மதப்பிரச்சாரத்தை முறியடிக்க பத்திரிகைகளைத் தொடங்கினார்கள். 1844-ல் கஜுலு லட்சுமணராசு செட்டியார் தொடங்கிய கிரஸன்ட் (Crescent) பத்திரிகை இத்தகையது. இவரும் இவரது பிற படித்த இந்து நண்பர்களும் மதராஸில் வர்த்தகம் புரிந்தார்கள். இவர்கள் தமக்குள் சாதி மத ஆசாரங்களைப் பிசகாமல் அனுட்டித்து வாழ்ந்தார்கள். ஆயினும், பிரிட்டிஷ் ஆட்சியின் போக்கினையும், மிஷனரிகளின் நடவடிக்கையையும் எதிர்த்து இவர்கள்

கூட்டாகக் குரல் கொடுத்தபோது கொஞ்சங் கொஞ்சமாக இவர்களிடம் மரபாக இருந்து வந்த இறுக்கங்கள் தளர்ந்து, சாதி மற்றும் இரத்த உறவுக்கும் அப்பால் ஒன்றிணைந்து ஒரு சங்கமாக காரியமாற்றும் நிலைமை கைகூடியது. இந்த நிலைமையில் அவர்கள் ஏற்படுத்திய அமைப்புக்கு 'இந்து இலக்கிய சபை' (1830) (Hindu Literary Society) எனப் பெயரிட்டார்கள். இந்தச் சபையில் பல்வேறு சாதி (உயர்சாதிதான்), தொழில் சார்ந்த இந்துக்கள் அங்கத்தினராக இருந்தார்கள். இந்துக்களின் சார்பாக அவர்களுடைய கோரிக்கைகளை மேற்படி சபையின் பெயரால் அரசாங்கத்திற்கு விண்ணப்பித்தார்கள். 1852-ல் 'மதராஸ் நேடிவ் சங்கம்' (Madras Native Association) இதேபோலத் தொடங்கப் பட்டாலும், அது அரசியல் கோரிக்கைகளுக்கு முக்கியத்துவம் கொடுத்தது. (R.S.). 'கிரசண்ட்' செட்டியாரின் மிதவாதத்தோடு ஒத்துப் போகாத சீனிவாசபிள்ளை, சாதி, மூடநம்பிக்கை, வறுமை ஆகியவற்றின் பிடியிலிருந்து விடுபட்ட நாடாகச் சுதந்திர இந்தியாவை உருவாக்க வேண்டும் என்று ஆசைப்பட்டார். அந்தக் காலத்தில் அவரது இத்தகைய ஆசை பேராசையாகத்தான் பிறருக்குப் பட்டிருக்கும். (அவரது ஆசை இன்றுவரை நிராசையாகவேதான் இருந்து கொண்டிருக்கிறது). சீனிவாசபிள்ளை தமது ஆசையை நிறைவேற்றுவதில் பிரிட்டிஷ் அரசாங்கத்திற்கும் ஒரு பங்கு உண்டென்று நம்பினார். இதனைத் தொடர்ந்து காரிய சாத்தியமாக்கிட 1852-ல் இந்து முற்போக்கு முன்னேற்ற சங்கம் (Hindu Progressive Improvement Society) என்ற அமைப்பை நிறுவினார். (எல்லாமே ஆங்கில மொழிவழிதான் நடைபெற்றது). இதன் செயல் திட்டத்தில் விதவை மறுமணம், பெண்கல்வி, ஒடுக்கப்பட்ட சாதிகளின் முன்னேற்றம் ஆகிய புதிய சீர்திருத்தங்கள் இடம் பெற்றன. அன்று சக இந்துக்களே ஒத்துக்கொள்ள முடியாத அளவிற்குத் தீவிரமான சீர்திருத்தங்களை முன்மொழிந்தவர் வெங்கடராயலு நாயுடு. தமது தீவிர கருத்துக்களைச் சொல்ல ரைசிங் ஸன் (Rising Sun) என்ற ஆங்கிலப் பத்திரிகையை நடத்தினார் (R.S.).

முன்னர்க் குறிப்பிட்ட 'மதராஸ் நேடிவ் சங்கம்' தான் தென்னிந்தியாவில் தோன்றிய முதலாவது மேற்கத்திய பாணியிலான அரசியல் அமைப்பாகும். இதனை ஆரம்பித்தவர்கள் மதராசைச் சேர்ந்த வணிக வர்க்க அறிவாளிகளாவர். இவர்கள் மிஷனரிகளின் மதமாற்றத்தை எதிர்ப்பது ஒன்றையே தமது செயல்பாடாகக் கொள்ளவில்லை. 1850களில், கம்பெனி அரசாங்கத்தின் பொது வரிவிதிப்பு முறை, வரி வசூலித்த அரச எந்திரத்தின் ஊழல்கள் முதலிய அரசியல் - பொருளாதார விவகாரங்களை விமர்சித்து நேரடியாக பிரிட்டிஷ் பாராளுமன்றத்திற்கே மனுப்போட்டு

விசாரணை நடக்க ஏற்பாடு செய்தார்கள். கம்பெனி அரசின் பாரபட்சமான நீதிமுறை, மிஷனரிகளுக்கு அது துணைபோவது பற்றியெல்லாம் நீண்ட மனுக்களை அனுப்பிச் சில பரிகாரங்கள் நடக்கக் காரணமாக இருந்தார்கள். 1862-ஆம் ஆண்டுக்குப் பிறகு இந்த முயற்சியும் ஓய்ந்தது. 1840-ல் மதராசில் முன்னணி வகித்த இந்த வர்த்தக வணிக அறிவாளர்கள் 1860 வரை அவர்களுடைய குறுகிய எல்லைகளுக் குள்ளிருந்து நவீன முறையில் செயல்பட்டார்கள். 1860-களில் மிஷனரிகளுக்கு எதிரான உணர்வுகள் மெதுவாக விலகின. அதோடு இந்த அறிவாளர்களின் முக்கியத்துவம் மறைந்தது. (R.S.).

படித்த சிறுபான்மைச் சுதேசி இந்துக்களின் மேற்குறித்த சீர்திருத்த ஆர்வமும், மிஷனரிகளின் மதமாற்றத்துக்கு அவர்கள் காட்டிய ‘சனநாயக’ ரீதியான எதிர்ப்புணர்வும் அரசின் கவனத்திற்கு வந்தன. காலப்போக்கில் இத்தகைய சீர்திருத்தங்களும், நாட்டுப்பற்றும், மறுமலர்ச்சியும் சுதேசி இந்துக்களிடம் அரச எதிர்ப்புணர்வைத் தூண்டிவிடக் கூடிய அபாயத்தைக் கொண்டிருந்ததை அரசு கவனிக்கத் தவறவில்லை. எனவே, இந்த நிலைமையைத் தனது கட்டுப்பாட்டிற்குள் கொண்டுவரத் தீர்மானித்தது. அதன்படி தான் விரும்பிய வண்ணம் அரச நிர்வாகத்தை நடத்தத்தக்க சுதேசி அறிவாளி வர்க்கத்தை உருவாக்கத் தீர்மானித்து சென்னைப் பல்கலைக்கழகத்தின் உயர்நிலைப் பள்ளி என்றழைக்கப்பட்ட சென்னை உயர்நிலைப் பள்ளியை 1841-ல் அரசே தொடங்கிற்று. சுதேசி சமூகத்தின் உயர்மட்டத்திலிருந்து தேர்ந்தெடுக்கப்பட்ட சிறுபான்மையை அறிவாளிகளாக உருவாக்குவது இதன் நோக்கம். ஐரோப்பிய மாதிரியில் கல்வி வழங்கத் தீர்மானிக்கப் பட்டது. இப்பள்ளியில் படிக்க மாதம் ரூபாய் 4. கட்டணம் விதிக்கப்பட்டதால் இவ்வளவு அதிகம் செலவழிக்க வழியுள்ள உயர்சாதி செல்வர் குடும்பத்துப் பிள்ளைகளே இதில் சேர முடிந்தது. இதன் நிர்வாகம் பல்கலைக்கழக போர்டு கையிலிருந்தது. இப்பள்ளியில் தேர்ந்து வெளிவந்தவர்கள் பெரும்பாலும் பிராமண - வேளாளச் சாதிகளைச் சேர்ந்தவர்கள் என்பதைச் சொல்ல வேண்டியதில்லை. இவர்கள் எல்லாவிதத்திலும் ‘மாடலாக’த் திகழ்ந்தார்கள். மேற்கத்திய இலக்கியமும், வரலாறும், விஞ்ஞானமும் படித்த இவர்கள், பொது நிர்வாகச் சேவைக்கென்றே உருவாக்கப் பட்டார்கள். பத்தொன்பதாம் நூற்றாண்டின் இறுதிவரை இந்த உருவாக்கம் தொடர்ந்தது. இப்படி உருவான நிர்வாக அறிவாளர் வர்க்கம் இந்தியாவின் எதிர்காலம், அதன் விடுதலை குறித்துத் தனக்கென ஓர் அபிப்பிராயத்தைக் கொண்டிருந்தது. தொன்றுதொட்டு வந்துள்ள சமூகத் தீமைகளைக் களைந்து நாட்டின் மறுமலர்ச்சிக்கு மேற்கத்திய மதிப்பீடுகளையும், விதிமுறைகளையும்

(norms) படிப்படியாக உள்வாங்க வேண்டுமெனக் கருதியது. மேற்கத்திய நவீனக் கல்வியின் விஞ்ஞானத்தாலும், இலக்கியத்தாலும் இந்தியா முன்னேறும் என்று உறுதியாக நம்பியது. இந்தியாவின் விடுதலையை நவீனமயமாதல் - அதாவது மேற்கத்தியமயமாதலோடு இணைத்து ஒன்றாகக் கருதியது. (R.S.).

இந்தச் சந்தர்ப்பத்தில் 1864-ல் தெற்கு, மேற்கு இந்தியப் பகுதிகளில், பிரம்ம சமாஜ செயலாளர் கேசவ சந்திர சென் என்பவர் சுற்றுப்பயணம் செய்து வந்தார். மதராசில் நவீனக் கல்வி கற்ற இளைஞர்களிடையே அவர், படித்த இந்துக்கள் மாபெரும் சமூகத் தீமையான சாதியைக் கைவிடாதது பற்றிக் கடிந்து பேசினார். சீர்திருத்தத்தில் வேகத்தை ஊட்டினார். 1869-ல் பெண்களுக்கு என்றே மேரி கார்பெண்டர் தொடங்கிய ஃபிமேல் நார்மல் ஸ்கூல் (Female Normal School) -என்ற மேட்டுக்குடிக்கான பள்ளியில் உயர்சாதிச் செல்வர் குடும்பத்துப் பெண்கள் அனுமதிக்கப்பட்டார்கள். மதராசில் மேற்கத்திய மாடலில் உருவாக்கப்பட்ட நிர்வாக அறிவாளி வர்க்கத்திற்கு மேற்படி விசயங்கள் வாய்ப்பான சூழலை உண்டாக்கின. விதவை மறுமணம் முதலான தீவிரமான சீர்திருத்தங்களை இவ்வர்க்கம் மதராசில் பேசிக் கொண்டிருந்தபோது, நடைமுறையில் 1867-ல் பெங்களூரில் ஒரு மராத்திய பிராமணர் தமது விதவை மகளுக்கு மணம் செய்வித்தார். 1873-ல் நாகர்கோயிலில் பிளீடராயிருந்த ஸ்ரீவைஷ்ணவ பிராமணர் சேஷ ஐயங்கார் (திருவிதாங்கூர் சமஸ்தானம்) தமது விதவை மகளுக்கு மணம் செய்து வைத்தார். ஆனால், மதராஸ் நகரத்தில் விதவை மறுமணம் நடக்கவில்லை. இங்கிருந்த நவீன நிர்வாக அறிவாளிகள் பெரிதும் சனாதனம் போற்றும் பிராமண - வேளாளராக இருந்ததால் விதவை மறுமணமோ, சாதிக் கலப்பு மணமோ, சாதி அமைப்பைத் தூக்கி எறிவதோ நடக்கவில்லை. அப்படி ஒரு கோரிக்கை அவர்களால் ஒருபோதும் முன்மொழியப்படவில்லை. இந்த நிர்வாக வர்க்கத்தினர்க்கு, சீர்திருத்தம் வேண்டும் என்பதற்கு அறிவுப்பூர்வமான நியாயங்கள் தெரிந்திருந்தும் நடைமுறையில் நவீனப் படிப்பறிவற்ற தங்கள் சாதிக்காரர்களைப் போலச் சாதி சமய ஆசாரங்களை மீறாமல் நடந்து கொண்டார்கள். உயர்நீதிமன்றத்தில் நீதிபதியாக வேலை செய்தாலும், ஆங்கில கனவானைப்போலச் சம்பாதித்து நவீன வசதிகளை ஏற்படுத்திக் கொண்டாலும், சொந்தக் குடும்ப, சமூக, கோயில் வைபவங்களில் சக சாதிக்காரர்கள் வியக்கும் விதத்தில் சாதி - சமய ஆசாரக்காரராக நடந்து கொண்டார்கள். (R.S.).

இவ்வாறு பத்தொன்பதாம் நூற்றாண்டில் தமிழ்நாட்டின் படித்த அறிவாளி வர்க்கம் ஈரடியான வாழ்க்கை முறையில் இருவிதமான

வாழ்க்கையின் வசதி - அதிகாரங்களை அனுபவித்துக் கொண்டிருந்தது. பெரும்பான்மை அபிப்பிராயத்துக்கு எதிராக நிற்க அதனிடம் தார்மீக தைரியம் கிடையாது. இதில், கே. வீரேசலிங்கம் பந்துலு (பிறப்பு : 1848) போன்ற விதிவிலக்கான மனிதர்களும் இருந்தார்கள்.

இப்படி மதராஸில் புதிய அறிவாளர் வர்க்கத்தினர் பத்திரிகை, சபை, சங்கம் வைத்துச் சீர்திருத்தங்களை ஆங்கிலத்தில் பேசிக் கொண்டிருந்த காலகட்டத்தில் (1858 வரை) இராமலிங்கர் அதே மதராஸில்தான் வாழ்ந்து கொண்டிருந்தார். வாழ்ந்து கொண்டிருந்தார் என்று சொல்லுவதைவிட, இருந்தார் என்றுதான் சொல்ல வேண்டும். ஏனெனில் அவர் நகரத்திற்குள் பெரும்பாலும் புழங்கியதில்லை. புறநகர்ப் பகுதிகளில் சிற்றூர்களில் ஒற்றியூர்க்கோயில் நந்தவனம் பகுதிகளில் பகல்பூராவும் சுற்றித் திரிந்தார். சில சந்தர்ப்பங்களில் நகருள் வீடுகளில் தமது தமையனாரோடு புராண பிரசங்கங்கள் செய்தார். வித்துவான்களோடு கல்வி, சமயம் பற்றி விவாதங்கள் செய்தார். சிறுவர்களுக்குத் திருக்குறள் நட த்தினார். முருகன், சிவன்மீது மரபான தோத்திரப் பாடல்களை இயற்றி வழிபட்டார். துறவியாக வாழ்ந்தார். அவருடைய மனநிலை, ஆசார சீர்திருத்தங்களில் ஈடுபாடு காட்டவில்லை. சாதி - சமய ஆசாரங்களைச் சீர்திருத்துவதைக் காட்டிலும் அவற்றை அகற்றுவது அவரது நோக்கமாக இருந்தது. நாவலரும், அறிவாளர் வர்க்கமும் சிந்தித்துப் பார்த்திராத புரட்சிகரமான செயலும், கொள்கையும், இராமலிங்கரிடம் இருந்தன. அவருக்கு மனிதர்களை வைத்து இயக்குகின்ற நடைமுறை அரசியல் தந்திரங்கள் தெரியாது.

பத்தொன்பதாம் நூற்றாண்டில் சீர்திருத்தங்களையும் புதிய மார்க்கங்களையும் முன் வைத்தவர்கள் உயர்சாதிகளைச் சேர்ந்த இந்துத் தலைவர்களே! சாதி சமய ஆசார ஒழிப்பிற்காகக் குரல் கொடுத்தவர்கள் அந்தச் சாதி சமய ஆசார ஒழுங்கால் சமூக ஆதிக்க நிலையில் பாரம்பரியமாக இருந்து கொண்டிருக்கிற பட்சத்தில் ஒருக்காலும் சாதி சமய ஆசார ஒழிப்பைத் திருப்திகரமாக அவர்களால் நடைமுறைப் படுத்த முடியாமற் போய்விட்டது. இன்றுவரை இந்த நிலைமை தொடர்கிறது. இராமலிங்கரின் சங்கத்திற்கும் இது பொருந்தும். சாதி - சமய அமைப்பால், ஆசாரங்களால் தொடர்ந்து தண்டிக்கப்பட்டு வந்துள்ள மக்கள் திரளால்தான் சாதி - சமய ஒழிப்பு சாத்தியம் என்பது கோட்பாட்டளவில் தெரிகிறது. கோட்பாடுகள் வெற்றி பெறுவது அவற்றைச் செயல்படுத்தும் மனிதர்களையும் வரலாற்றுச் சந்தர்ப்ப சூழல்களையும் பொறுத்ததாகும்.

பத்தொன்பதாம் நூற்றாண்டின் சமூக சீர்திருத்தம், மேற்கத்திய தாக்கத்தால், இங்குள்ள படித்த அறிவாளர் எனும் சிறுபான்மையிடம்

ஏற்பட்டது. நாவலரின் சனாதன மீட்புவாத இயக்கம், மேற்கத்திய கிறிஸ்தவ சமய எதிர்ப்பாலும், சாதீய வெறியாலும் ஏற்பட்டது. ஆனால், இராமலிங்கரின் சுத்த சன்மார்க்க இயக்கம், தமிழகச் சித்தர் பாரம்பரியத்திலிருந்து பெறப்பட்ட அகிம்சை, ஆன்மாக்களின் ஒருமைப்பாடு, ஒத்த உரிமை ஆகியவை பற்றிய அவரது புரிதலால் ஏற்பட்டது. சாதி சமய மத சாத்திரங்களும், வேதம் - ஆகமம், புராணம், கோயில் வழிபாடு, சடங்காசாரங்கள் ஆகிய பருண்மையான விசயங்கள் எல்லாம் பெரும்பாலான இந்துக்களிடம் பவித்திரமானவை என்ற கௌரவத்தைப் பெற்றுள்ளன. இவை இராமலிங்கரின் சூட்சுமமான ஆன்மீக வயமான சமத்துவக் கருத்தியல் சட்டத்திற்குள் வரவே முடியாதவை!

சாதி சமய பேதங்கள் கூடாது என்பதைப் படித்த அறிவாளர்கள் ஐரோப்பிய மறுமலர்ச்சிக் கருத்தியலிலிருந்து ஓதி உணர்ந்தார்கள்; நாவலர் போன்றவர்களோ உணர மறுத்தார்கள்; இராமலிங்கரோ, இந்தச் சமத்துவக் கருத்தியலைச் சித்தர்மரபிலிருந்தும் பக்தி மார்க்கத் திலிருந்தும் உணர்ந்துகொண்டார். கொல்லாமை, புலால் உண்ணாமை, உயிர்களின் பசி தீர்த்தல் என்ற அறச் செயல்கள் சமண - பௌத்த மதங்களின் தலையான கொள்கைகளாக இருந்தன. உடலைப் பேணுவது, உயிரைப் பேணுவது, உயிர்களை ஒத்த உரிமையில் அணுகுவது என்பவை சித்தர் கொள்கையின் முக்கிய அம்சங்களாக இருந்தன. இராமலிங்கர் மேற்படி வளமான மரபின் சாராம்சத்தை உணர்ந்து கொண்டவர். இந்த விதத்தில் இவர் பத்தொன்பதாம் நூற்றாண்டின் சீர்திருத்தக்காரர்கள், சமயவாதிகள், சனாதன சாதி வெறியர்கள் ஆகியோரிலிருந்து தனித்து நின்றார் என்றே சொல்ல வேண்டும்.

இந்த அதிகாரத்திற்குப் பயன்பட்ட நூல்கள்:

(உ.வே.சா. I) 1. உ.வே. சாமிநாதையர், ***என் சரித்திரம்*** (1950)

(உ.வே.சா. II) 2. உ.வே. சாமிநாதையர், ***ஸ்ரீ மீனாட்சிசுந்தரம் பிள்ளையவர்கள் சரித்திரச் சுருக்கம்*** (1965)

(உ.வே.சா. III) 3. உ.வே. சாமிநாதையர், ***பிற்காலப் புலவர்கள்*** (பதிப்பாசிரியர்) வித்துவான் எச். வைத்திய நாதன் (1986)

(நாவலர்) 4. ஆறுமுகநாவலர், ***பிரபந்தத் திரட்டு*** (இரு பாகங்கள்) (1954)

(த.கை.) 5. த.கைலாசபிள்ளை (1916). ***ஆறுமுக நாவலர் சரித்திரம்*** (1955)

(ம.சீ.வே.)	6. மயிலை. சீனி. வேங்கடசாமி, **பத்தொன்பதாம் நூற்றாண்டில் தமிழ் இலக்கியம் (1980 - 1900)** - *(1962)*
(மு.வை.அ.)	7. மு.வை.அரவிந்தன், **உரையாசிரியர்கள்** *(1983)*
(மா.பா.கு.)	8. பேராசிரியர் மா.பா.குருசாமி, **வள்ளலார் - ஓர் அறிமுகம்** *(1977)*
(R.S.)	9. R.Sundaralingam, *Politics and Nationalist Awakening In South India, 1852 - 1891* - *(1974)*

2
திருமூலர் முதல் சி. இராமலிங்கர் வரை

'வாடிய பயிரைக் கண்டபோதெல்லாம் வாடினேன்'

- இராமலிங்கர் (3471)

பத்தொன்பதாம் நூற்றாண்டில் சென்னை நகரத்தின் நவீனத்துவமும், 'உலக வியாபார வழக்கும்' (3718), சைவ மடங்களின் கடாட்சமும், ஜமீன் மற்றும் சமஸ்தானங்களின் சன்மானங்களும், பிரிட்டிஷ் துரைத்தனத்தின் கெடுபிடிகளும், கவிராயர் வித்துவான் புலவர் பிரசங்கி ஆகியோரின் நச்சரிப்பும் தீண்டாத கிராமப்புறத்தில் இராமலிங்கர் தமது சன்மார்க்கப் பணிகளைச் செய்து வந்தார். அவ்வாறு ஒதுங்கி வாழ்ந்தாலும், அவரது எண்ணங்களும், சிந்தனைகளும், கருத்தாக்கங்களும் ஒதுங்கியவையாக இல்லை; இவற்றிற்கு சுமார் ஆயிரம் ஆண்டுப் பாரம்பரியம் உண்டு. திருமூலரின் 'திருமந்திரம்', மணிவாசகரின் 'திருவாசகம்', அப்பர் சம்பந்தர் சுந்தரரின் 'தேவாரம்', சேக்கிழாரின் 'பெரிய புராணம்' மற்றும் பரஞ்சோதியாரின் 'திருவிளையாடற் புராணம்' முதலிய மூல சைவ சாத்திர, தோத்திர நூல்களையும், சைவ சித்தாந்த சாத்திர நூல்களையும், பிறகு அருணகிரிநாதர், பட்டினத்தார், தாயுமானவர் பாடிய பாடல்களையும், இவைதவிர தமிழ் இலக்கண நூல்கள், யாப்பு அணி நூல்கள் முதலானவற்றையும் இராமலிங்கர் நன்றாகக் கற்று அவற்றின் சாராம்சங்களை உள்வாங்கியவர். அவர் ஓதாது உணர்ந்தாரோ அல்லது பிறர் ஓத உணர்ந்தாரோ தெரியாது. ஆனால் பத்தொன்பதாம் நூற்றாண்டில் வாழ்ந்த எந்தத் தமிழ் வித்துவானுக்கும் குறைந்தவராக அவர் இல்லை என்பது மட்டும் நிச்சயம்.

இராமலிங்கர் வாழையடி வாழையாக வந்த சைவ அடியார்களின் மரபில் முகிழ்த்தவர்தான். ஆனால் சற்று வித்தியாசமாக முகிழ்த்தவர்; அந்த மரபில் சிறந்த பக்தராகவும் சித்தராகவும் முகிழ்த்தவர். சன்மார்க்கக் கொள்கையில் மிகுந்த தீவிரத்தோடு செயல்பட்டவர். தொடக்கத்தில் எந்தச் சைவ சமயத்தையும், வேதத்தையும், ஆகமத்தையும், கோயில் வழிபாட்டையும், புராண - இதிகாசங்களையும், சிரமேற் கொண்டு போற்றினாரோ அவற்றை 1869-க்குப் பிறகு தூக்கி எறிந்தார்.

அவற்றைப் பொய் என்றார். இது பற்றிய ஆய்வு இப்போது வேண்டாம். இங்கே, அவரது கருத்துருவாக்கத்தின் பரிணாம வளர்ச்சியை அறிந்து கொள்ளுவதற்கு, முன்சொன்ன மூலவர்களின் முக்கிய கருத்துக்களையும், அவற்றின் தாக்கங்களையும் இந்த அதிகாரத்தில் சுருக்கமாகக் காணலாம்.

இராமலிங்கர், இறைவனைச் சோதியாகவும், கருணையாகவும், வெளியாகவும் வழிபட்டது, சாதிமத சமய விகற்பங்களை வெறுத்தது, உடலைப் பேணி யோகநெறியில் நிற்கச் சொன்னது, இறைவனின் அருளுக்காக ஏங்கிய அவரது ஆன்ம உருக்கம், வேத - ஆகம, வேதாந்த-சித்தாந்த சமரசம் கண்டது, இறுதியில் இவற்றை நிராகரித்தது, ஏகான்மவாதத்தை மறுத்தது, ஜீவகாருண்ய ஒழுக்கத்தை முதன்மைப் படுத்தியது, செத்தாரைப் புதைக்கச் சொன்னது போன்ற பல்வேறு கருத்துக்களில் ஒரு நீண்ட நெடிய தொடர்ச்சி இருக்கிறது. அந்தத் தொடர்ச்சியை அறிந்து கொண்டால், எவ்வாறு இராமலிங்கர் இந்தத் தொடர்வரிசையில் வந்தார் என்பதையும், கடைசியில் ஏன் வரிசையை உடைத்துப் புதிய தடத்தை உண்டாக்கினார் என்பதையும் அறிந்து கொள்ளலாம்.

இந்த அதிகாரத் தலைப்பு ‘திருமூலர் முதல் சி.இராமலிங்கர் வரை’ என்றிருந்தாலும், இராமலிங்கரின் பரிணாம வளர்ச்சியில் முதலில் அவர் சைவ சமயத்தைச் சேர்ந்த ஒரு பக்தர் என்பதால், இந்த விதத்தில் அவரிடம் பாதிப்பை ஏற்படுத்திய வாதவூரர் என்ற மாணிக்கவாசகரின் திருவாசகத்தை முதலில் எடுத்துக் கொள்ளலாம். எனவே, திருமூலர் முதல் இராமலிங்கர் வரை உள்ளவர்கள் கால வரிசைப்படி இங்குப் பார்க்கப்படவில்லை என்பதை மனதிற் கொண்டால் போதும்.

I

முதலில் மாணிக்கவாசகரிலிருந்து தொடங்கி, 18-ஆம் நூற்றாண்டில் வாழ்ந்த தாயுமானவர் வரையுள்ள அடியார்களின் தனித்தன்மைகளைக் கவனித்து, இவற்றோடு இராமலிங்கரின் பாடல்களில் காணப்படும் கருத்துக்களின் ஒற்றுமைகளைக் காணலாம். அடுத்ததாக, இவர்கள் அனைவருடைய படைப்புக்களிலும் ஒரே மாதிரியாகக் கூறப்படும் விசயங்கள் இராமலிங்கர் பாடல்களில் வெளிப்படும் விதத்தைக் காணலாம். இவ்விடத்தில் ஒன்றைக் குறிப்பிட வேண்டும். தமிழ் இலக்கிய மரபில் தொடர்ந்து ஒருசில கருத்துக்களும், சொற்களும், தொடர்களும், உவமைகளும், பாணிகளும், காலந்தோறும் அடியார்களின் பாடல்களில் சம்பிரதாயமாக மீண்டும் மீண்டும் இடம்பெற்று

வந்துள்ளன. நவீன காலத்தில் ஒரு நூலுக்கு ஒரு ஆசிரியரை முழுப் பொறுப்பாக்கி, அதில் எழுதப்பட்டவை அனைத்துக்கும் அவரையே காரணகர்த்தாவாக ஆக்குவதைப் போல, மரபான செய்யுள் இலக்கியங்களைப் பார்க்கவியலாது. எல்லாமட்டங்களிலும் அவை யவற்றுக்கென்று 'மாறாத' ஆசாரங்களும், நியமங்களும் பின்பற்றப்பட்டுக் கறாராக நடைமுறைப்படுத்தப்பட்ட அக்காலத்தில் தனிப்பட்ட ஆசிரியரின் சொந்தப் பங்களிப்பும் இடம்பெற்று வந்தன. கோயில், சிற்பம், விக்கிரகம், மருத்துவம், வழிபாடு தோத்திரப் பாடல், காவியம், இலக்கணம்... முதலான எல்லாமே குறிப்பிட்ட ஆசாரங்கள் - விதிகள் - நியமங்கள் - சம்பிரதாயங்கள் - ஆகியவற்றைக்கொண்டே இயற்றப்பட்டன. எந்த ஆசிரியனானாலும் தன் சொந்த அனுபவங்களை மேற்படி சம்பிரதாயங்கள் பிசகாமல் வெளிப்படுத்தக் கடமைப்பட்டவன். இதனால் ஒரு சில விசயங்கள் சம்பிரதாயமாக எல்லோருடைய படைப்புக்களிலும் இடம்பெறலாயின. இருந்த போதிலும், காலப்போக்கில் ஏற்பட்ட மாறுதல்களினால் - குறிப்பாகப் பல்வேறு சம்பிரதாயங்களின் கலப்புக்களாலும், புதியன வந்து தாக்குவதாலும் மேற்படி சம்பிரதாயங் களோடு கூடக் கருத்துக்களும் மிதமாகவோ அன்றித் தீவிரமாகவோ மாற்றமடைந்தும் வந்துள்ளன. இராமலிங்கரின் பாடல்களில் இந்த மாற்றத்தை நன்கு அவதானிக்கலாம்.

மாணிக்கவாசகர்

கி.பி. 9-ஆம் நூற்றாண்டில் வாழ்ந்தவராகப் பொதுவாகக் கருதப்படுபவர் மாணிக்கவாசகர். அரிமர்த்தன பாண்டிய அரசனின் காலம் எதுவோ அதுவே இவரது காலம். இவரது **திருவாசகம்** எனும் நூல் கி.பி. 6,7,8 ஆகிய நூற்றாண்டுகளில் தமிழகத்தில் தோன்றிய பதிகங்களை ஒத்த பதிகங்களைக் கொண்டிருந்தாலும், பிரச்சார வேகம் தளர்ந்து ஆன்மீக அனுபவங்களுக்கு முக்கியத்துவம் கொடுத்துள்ளது. திருவாசகத்தின் பக்திச் சுவையின் தித்திப்பில் தெவிட்டாத ருசி கண்ட இராமலிங்கரின் 6- ஆம் தொகுப்பிலுள்ள பாடல்களில் அந்த ஆன்மீக அனுபவம் பிரமாதமாக வெளிப்பட்டுள்ளது. திருவாசகத்தின் ***'திருவண்டப்பகுதி'*** மற்றும் புணர்ச்சிப்பத்து பதிகங்களில் மாணிக்க வாசகரின் ஆன்ம உருக்கமும், ஆனந்தபரவசமான மனநிலையும் வெகு அற்புதமாகப் பதிவாகியுள்ளன. ஓர் எடுத்துக்காட்டு:

> ***"அருட்பெருந்தீயிலிருந்து அடியார் ஒருத்தரும் விலகாதவாறு இறைவன் ஒடுக்கினான். தடக்கையின் நெல்லிக்கனிபோல் எனக்கு ஆயினான்; அதைச் சொல்வதறியேன்! வழிமுறையோ தரியேன்; நாயேன் எனைச் செய்தது தெரியேன். ஆ ஆ செத்தேன்! உள்ளகம் ததும்ப வாக்கு இறந்து அமுதம்***

மயிர்க்கால்தோறும் தேக்கிடச் செய்தான்! கொடியேன் ஊன் உடல் தோறும் குடிகொண்டு இன்தேன் பாய்ச்சி நிரம்பிய அற்புதமான அமுத தாரைகள் எலும்புத் துளைதொறும் ஏற்றினான்... என்னுள் கருணை வான்தேன் கலக்க அருளொடு பரா அமுது ஆக்கினன்." *(3:59-182).*

இதனை வாசிக்கும் யாருக்கும், இது ஏதோ மனிதநிலை இகந்த அனுபவபரவசத்தில் (ecstacy) ஆட்கொள்ளப்பட்ட (possessed) மனநிலையின் வெளிப்பாடென்றே தோன்றும். இதே அனுபவம் புணர்ச்சிப்பத்து பாடல்களிலும் வெளிப்படுகின்றது (6,7). இப்படி ஒரு அனுபவத்தை இராமலிங்கரின் பாடல்களிலும் உணரலாம். உரிய இடங்களில் இது எடுத்துக்காட்டப்படும். 'அன்பர் உள்ளம் கரந்து நில்லாக் கள்வனே!' (சகதம் 1 : 6) என்ற மணிவாசகரின் பாடல் அடி, இராமலிங்கரிடம் 'உள்ளம் கவர் கள்வன்' என்று வெளிப்படும்! '... அருளமுதம் புரியாயேல் வருந்துவன்...' (சதகம் 2 : 13) என்று மணிவாசகர் பாடுவார். அருளமுதம் தராவிடில் தற்கொலை செய்த பழியை உண்டாக்குவேன் என்று இராமலிங்கர் சிலபோது இறைவனை மிரட்டுவார்! இப்படிப் பல உதாரணங்களைக் காட்டலாம். சிறியோர் பிழையைப் பெரியோர் பொறுப்பதுபோலத் தனது பிழையையும் மணிவாசகர் இறைவனைப் பொறுக்கச் சொல்லியுள்ளார். ***'என்னை, அப்பா அஞ்சல்!'*** *என ஆறுதல் கூறுவாரின்றி அலைப்புற்றேன் என்று தமது பாடுகளைச் சொல்லிப் புலம்பியுள்ளார். இத்தகைய புலம்பல்களை அப்படியே இராமலிங்கர் பாடல்களிலும் கேட்க முடியும்.*

சிவதரிசனத்திற்காக ஏங்குவதில் மணிவாசகரும், இராமலிங்கரும் சளைத்தவர்கள் அல்லர். தங்களை ஆட்கொண்டுவிட்டதாகவே இருவரும் பாடி மகிழ்வார்கள். '...எந்தாய்! உன்தன் வண்ணந்தான் அதுகாட்டி வடிவு காட்டி மலர்க்கழல்கள் அவை காட்டி வழியற்றேனைத் திண்ணந்தான் பிறவாமல் காத்து ஆட்கொண்டாய்' (சதகம், 3 : 25) என்று மணிவாசகர் சொன்னதைவிடப் பன்மடங்காக இராமலிங்கர் சிவபிரான் தமக்கு நேரில் வந்து தரிசனம் கொடுத்து ஆறுதல் வழங்கி ஆட்கொண்ட விவரங்களைப் பற்றிப் பாடியுள்ளார்.

'...நீறிட்ட அன்பரொடு யாவருங் காணவே பட்டிமண்டபம் ஏற்றினை! ஏற்றினை எட்டினோடு இரண்டும் அறியேன் ஐய' (சதகம் 5:49) என மணிவாசகர் பாடியதைப் பின்பற்றி அப்படியே இராமலிங்கரும் பாடியுள்ளார் (ஒரு சில சொற்கள் மாறியிருக்கலாம்). மணிவாசகரின் 'ஊன் நாடிவந்து உள் புகுந்தான்' சிவன் (திருப்பூவல்லி:5); இராமலிங்கரிடமும் சிவன் இவ்வாறே நடந்து கொண்டதற்கு, அவரது பாடல் வரிகள் பல சான்று.

மதுரையில் சிவபெருமான், பிட்டுக்கு மண் சுமந்தது, முதுகில் பாண்டிய அரசனால் பிரம்படி பட்டது முதலிய திருவிளையாடற் புராணச் செய்திகளை மணிவாசகர் வியந்து பாராட்டி எழுதியுள்ளார் (திருப்பூவல்லி, 16). மணிவாசகர் காலத்திற்கு முன்பே மதுரையில் சிவன் புரிந்த திருவிளையாடல்களைப் பற்றிய புராணம் தோன்றிவிட்டது இதனால் தெரிகிறது. ஆனால், மணிவாசகர் காலத்திற்குப் பிறகு, பௌராணிகர்கள், மாணிக்கவாசகரைத் திருவிளையாடற் புராணத்தில் ஒரு பாத்திரமாக ஆக்கிவிட்டார்கள். இராமலிங்கரும் இதற்கு விதிவிலக்கில்லை.

சிவன் குதிரைமீது வருவது, தேரிலேறி வருவது, முதியவனாக வருவது, வந்து ஆட்கொண்டு கையில் ஒன்றைத் தந்து போவது பற்றிய பிரேமைகள் இருவருக்கும் பொதுவானவை. இறைவன் முக ஒளி நோக்கி அதில் முறுவல் நகை காண மணிவாசகர் மிகவும் ஆசைப்பட்டார் (ஆசைப்பத்து, 6). இறைவனைச் சோதிமயமாகக் கண்டு கொண்டேன் கண்கள் களி கூர (ஆசை, 9) எனப் பரவசமடைந்தார். இந்த விதத்தில் இராமலிங்கரை மணிவாசகரின் நேரடி வாரிசு எனலாம்.

'சாதி குலம் பிறப்பு என்னும் சுழிப்பட்டுத் தடுமாறும்... நாயேன்...' (கண்டபத்து, 5) என்று மணிவாசகர், சாதி, குலம், பிறப்பு என்னும் உலக எதார்த்தங்களை வினைக் கொள்கையின்படி பிறவிச் சுழிக்குள் அடக்கிப் பார்த்தார். இராமலிங்கர், இந்தச் சாதி குல சமய வேறுபாடுகளை மனிதரின் சமத்துவத்துக்கு, கருணைக்கு இடையூறாக, சண்டைக்கு இடமான விகற்பங்களாகக் கண்டித்தார்.

பிறவிகளைத் தருகின்ற லௌகீக வாழ்க்கைக்குச் செல்ல வேண்டாம் என்று கூறும் மணிவாசகர், '...இறைவன் கிளர்கின்ற காலம் இக்காலம்...' (பாண்டிப்பதிகம், 4) என்று இறைவன் வெளிப்படும் காலம்பற்றி அன்று மிக நம்பிக்கையுடன் கூற, 1870-ன் தொடக்கத்தில் செத்தாரை உயிர்ப்பிக்கச் சிவன் இங்கு வரும் தருணம் இத்தருணம் என்று இராமலிங்கர் அடித்துப் பேசினார். இறைவனைச் சிக்கெனப் பற்றிக் கொள்ளுவதில் இருவருக்கும் பேராசை உண்டு. (பிடித்தபத்து, 1, 9, 10). 'போவோம் காலம் வந்தது காண் பொய்விட்டுடையான் கழல்புகவே' (யாத்திரை, 1) என்று மணிவாசகர் கூறியதுபோல இராமலிங்கரும் கூறியுள்ளார். இந்த உலக வாழ்க்கை மாணிக்கவாசகருக்கு **'விளையாட்டு'** (யாத்திரை : 4) என்றால், இராமலிங்கருக்கு இது **'பிள்ளை விளையாட்டு!'** எனவே இராமலிங்கரின் கருத்துருவாக்கத்தில் மணிவாசகரின் பாதிப்பு கணிசமாக உண்டு என்பது வெளிப்படையாகவே தெரிகிறது எனலாம். ஆனால் இருவருக்கிடையில் குறிப்பிடத்தக்க வேறுபாடுகள் இல்லாமல் இல்லை.

குறிப்பிட்டுச் சொல்லுவதெனில், இராமலிங்கரின் பாடல்களில் வருவதைப்போல, மணிவாசகரின் பாடல்களில் சமஸ்கிருத சொற்கள் மிகுதியாக வருவதில்லை. இராமலிங்கர் தமிழ்ப்பாடல்களில், தமிழ்ச் சொற்களே வராமல் முற்றிலும் சமஸ்கிருதச் சொற்களாலாகிய சுலோகங்கள் பலவற்றை அமைத்து எழுதியுள்ளார்! சிவன், தென்பாண்டி நாடு, மதுரை, பாண்டியன், தமிழ் என்ற உறவுமுறை திருவாசகத்தில் தூக்கலாகத் தெரிகிறது. சமஸ்கிருதத்தின் மேன்மை, தலைமை பற்றிய கேள்விகள் எழாத காலத்தில் வாழ்ந்தவர் இராமலிங்கர்.

அன்றைய சைவ நாயன்மார்கள், அடியார்கள் மற்றும் மாணிக்கவாசகர் ஆகிய அனைவருக்கும் பிறவியின் இலட்சியம் என்பது இனி மீண்டும் உலகில் பிறவாமல் கைலாயப்பேறு அடைவதாக இருந்தது. ஆனால் இராமலிங்கருக்கு அப்படி இல்லை. சொர்க்கம் - நரகம் பற்றிய பேச்சு அவருக்கு வீண்பேச்சாக இருந்தது. சிவயோகத்தில் பெறுகின்ற மூவகைதேகங்கள், மூவகைச்சித்திகள் அடைந்து சிவஜோதியில் அழியா உடலோடு கலப்பதுதான் இராமலிங்கர் கண்ட இலட்சியம்.

மனித ஆன்மாவின் ஈடேற்றத்திற்குத் தடையாக உள்ள புலன்களையும் உடலையும் மறுத்துப் பழித்துப் பாடுவது சமயவாதிகளின் பொதுவான பண்பு. உடலின் நிலையாமை, அதன் அசிங்கங்கள் பற்றி மிகவும் அருவெறுப்புணர்வு உண்டாகுமாறு வர்ணிப்பது வழக்கம். மணிவாசகர் இதற்கு விதிவிலக்கில்லை. இராமலிங்கரும் கூடத் தொடக்கத்தில் ஒரு சைவ சமயவாதியாக வாழ்ந்தபோது இப்படி வர்ணித்தார். ஆனால் பின்னாளில் சித்தர் மரபில் ஊன்றியபிறகு, சிவஞானப் பேறடைவதற்கு உடல் எத்தனை அவசியம் என்பதை உணர்ந்த பின்னர் உடலைப் பொன்னைப்போல் பேணுமாறு சொன்னார். (உடலை வெறுத்துப் பாடுவது சித்தர் வழக்கம் என்பது ஒரு தவறான கருத்து). அழியும் உடலை அழியாத தேகமாக, சுத்த, பிரணவ, ஞான தேகங்களாக ஆக்குமாறு இறைவன் அருளை வேண்டினார். உடலோடு இறையுடன் ஐக்கியமாகும் இலட்சியத்தை முன்வைத்தார்.

திருமூலர்

கி.பி.8-ஆம் நூற்றாண்டில் வாழ்ந்த சுந்தரர் எழுதிய ஒரு பதிகத்தில் சைவத் தொண்டர்களின் பட்டியல் இடம் பெற்றுள்ளது. இதில் திருமூலரின் பெயர் உள்ளது. கி.பி. 10-ஆம் நூற்றாண்டில் வாழ்ந்த நம்பியாண்டார் நம்பி என்பவர் தமது நூலில் திருமூலரை எட்டுவகைச் சித்துக்கள் கைவரப்பெற்ற சிவயோகி என்றும், பிறப்பால் அவர் ஓர் இடையர் என்றும், செத்துக்கிடந்த இவருடம்பில் புகுந்த ஒரு சிவயோகியார் தமிழ் மற்றும் வேதம் ஆகியவற்றின்படி சைவ ஆகம,

வேதப் பொருளைத் தமிழில் மந்திரமாலை என்னும் திருமந்திரமாக இயற்றியருளினார் என்றும் ஒரு புராணத்தைக் கட்டிவிட்டார். கி.பி.12-ஆம் நூற்றாண்டில் வாழ்ந்த சேக்கிழார் தமது பெரியபுராணத்தில் இதனையே விவரித்து எழுதினார்.

திருமூலரின் **திருமந்திரம்** ஒரு யோகநூல், இதில் பல பாடல்கள், சித்தர்களின் பரிபாஷையில் பெரிதும் உருவகங்களாகப் புதிர் போல விசயங்களை மறைத்து மொழிந்துள்ளன. சித்த மருத்துவம், சித்தர் தத்துவம், யோகம், சைவ சித்தாந்தம் பற்றிய விரிவான ஞானமுள்ளவர்களால் மட்டுமே இந்நூலைத் தெளிவாகப் புரிந்துகொள்ள முடியும் என்பார்கள். அது உண்மைதான். இந்த நூலின் இடையிடையே பிற்காலத்தார்கள் இயற்றிச் செருகிவிட்ட பாடல்கள் பல உள்ளன.

இந்த யோக நூலின் பாயிரத்தில் (முன்னுரை) 'இருந்தேன் இராப்பகலற்ற இடத்தே' (19), 'என்னை நன்றாக இறைவன் படைத்தனன்', 'தன்னை நன்றாகத் தமிழ் செய்யுமாறே' (20), 'நான் பெற்ற இன்பம் பெறுக இவ்வையகம்' (24) என்ற அடிகள் வருகின்றன. இவை இராமலிங்கராலும் இயற்றத்தக்கவை என்பதை அவரது பாடல்களில் பயிற்சியுள்ளவர்களால் உணர முடியும்.

ஞானிகள் சமாதியான பிறகு அவர்களுடைய உடலை எரிக்கக் கூடாது; அப்படி எரிப்பது கோயிலை எரிப்பதற்குச் சமம் (7:1880-81); அவர்களைப் புதைப்பதே புண்ணியம் (1882-83) என்று திருமூலர் கூறியுள்ளார். செத்தாரை எரிக்கக் கூடாது, புதைக்க வேண்டும், அப்போதுதான் சிவன் உலகிற்கு வரும்போது செத்தாரை உயிரோடு எழுப்புவதற்கு வசதிப்படும் என்று இராமலிங்கர் 1869 - க்குப் பிறகு சர்வ நிச்சயமாகத் திரும்பத் திரும்ப அறிவித்தார். இந்த அறிவிப்புக்குத் திருமூலரின் பின்னணியை ஒருவாறு புரிந்துகொள்ளலாம்.

வட, தென் மொழிகளின் உறவு குறித்த விவாதங்கள் திருமூலர் காலந்தொட்டே தமிழகத்தில் இடம்பெற்று வந்தன. மூலர் பாடல்களில் வடமொழி x தென்மொழி, வடநாடு x தென்னாடு, வேதம் x ஆகமம் என்ற முரண்களும் அவற்றைத் தீர்ப்பதற்கான சமரச முயற்சிகள் பற்றிய தகவல்களும் இருக்கின்றன. கடவுள்களுக்கு இடையிலும் சமரச முயற்சிகள் தோன்றி ஏக கடவுள் என்கிற கருத்தாக்கம் உருவானது. மூலர் இதனைப் பிரதிபலித்துள்ளார். சிவனுக்குத் திருமாலும், பிரமனும் அந்நியர் அல்லர் (1 : 90). இந்த மூன்று பேரும் ஒருவரே. இவர்களுக்குள் வேறுபாடில்லை; மனிதரே இப்படி வேறுபாடு கற்பித்துச் சண்டை போடுகிறார்கள் (1 : 87) என்று திருமூலர் தமது காலத்தின் சமய சச்சரவுகளுக்கு ஏகதெய்வத்தின் மூலம் முடிவுகட்ட

முயன்றார். ஒன்றே குலம்; ஒருவனே தெய்வம் என்ற புரட்சிகரமான அறிவிப்பைச் செய்தார்! இராமலிங்கரோ சாதி மத சமய சாத்திரம் அனைத்தையும் நிராகரித்துக் குப்பையில் போடச் சொன்னார். திருமூலர், வடமொழி வேதத்துக்கும், சைவ ஆகமத்திற்கும் இடையில் சமரசத்தை விழைந்தார். ஆரிய மொழியையும் வேதத்தையும் உமைக்குச் சிவன் ஓதியதைப் போலவே, தமிழ்மொழியையும் ஆகமங்களையும் ஓதினான் *(1 : 100, 102, 109)* என்று திருமூலர், சிவன் வழியாக, ஆரியம் - தமிழ், வேதம் - ஆகமம் ஆகியவற்றுக்கிடையே சமரசத்தை ஏற்படுத்த முயன்றார். இது திருமூலர் என்ற தனிமனிதரின் முயற்சியாக மட்டும் இருந்திருக்காது. சைவப் பிரிவின் ஒரு குழுவினரின் கருத்தியல் போராட்டத்தின் ஓர் உத்தியாக இது இருந்திருக்கலாம். (இது குறித்த ஆய்வு தேவை).

உயிர்கள் சிவனருளால் பாசத்திலிருந்து விடுபடுவதையும், அவற்றை அவன் தனக்குள் கட்டுவதையும் 'தமிழ்ச்சொல் வடசொல் எனும் இவ்விரண்டும் உணர்த்தும்...' *(1 : 110)* என்று சைவ சித்தாந்த கருத்தை வட-தென் மொழிகள் இரண்டிற்கும் பொதுவாக உரிமையாக்க முயன்றுள்ளார் திருமூலர். சமய, தத்துவ, மொழிச் சண்டைகள் தடித்திருந்த காலத்தில், இரண்டு மொழிகளையும், தத்துவங்களையும், மூலநூல்களையும் ஓர் இறைவனைக் கொண்டு ஒன்றாகச் சமரசப்படுத்திய போக்கினை இங்கே காணலாம். சித்தாந்த வேதாந்தமாகிய இரண்டு தத்துவங்களும் செம்பொருளாக இருப்பதால் இரண்டும் சிவனையே காட்டுகின்றன *(2359)* என்றார் திருமூலர். எனவே அன்று '... ஒருவனே தேவனும்...' எனத் திருமூலர் முழங்கியதன் பின்புலம் ஒருவாறு தெரிகிறது. வட, தென் மொழிகள், தத்துவங்கள், மூலநூல்கள் ஆகியவற்றையும், அவற்றை உரிமை பாராட்டுகின்ற மக்களையும் ஒரு குலமாக்கி (சைவ குலம்?) இவர்களின் ஏக தெய்வமாகச் சிவனை ஆக்கிச் சமரசம் புரிய முயன்றுள்ளார் திருமூலர். இன்று **'ஒன்றே குலமும் ஒருவனே தேவனும்...'** என்ற வரி, வேறு விதமான சமரசங்களுக்கு நவீன மக்களாட்சி அரசியலில் பயன்பட்டுக் கொண்டிருக்கிறது - **'யாதும் ஊரே யாவரும் கேளிர்'** என்ற வரி மாதிரி!

இப்படி மொழி, தத்துவம், மூலநூல் குறித்த சமரசத்தைச் சிவனை மையமாய்க் கொண்டு தேவார ஆசிரியர்களே தொடங்கி வைத்து விட்டார்கள் என்றே சொல்ல வேண்டும். இதற்குப் பெரிய வரலாறு உண்டு. வைதீக (பிராமண) சைவர்கள் தங்களது வேள்வியை (யாகம்) மையமாக வைத்து, சமஸ்கிருதத்தை முதன்மைப்படுத்தி, வேள்வியில் பாகம் பெறுவதிலிருந்து சிவபிரானை ஒதுக்கி வைத்ததாகவும் (தக்கனின் யாகம் பற்றிய புராணம்) இதற்கு எதிராக பக்தி காலத்தில்

ஞானசம்பந்தர் என்ற பிராமணர் சமரச முயற்சியில் இறங்கி, வேதத்தைச் சிவன் ஓதுவதாகவும், வேள்வியில் சிவன் பாகம் பெறுவதாகவும் தமிழ் மொழியை முன்னிறுத்தி ஒரு 'புரட்சி' யைத் தொடங்கிவைத்ததாகவும், அ.ச.ஞானசம்பந்தன் தமது பெரியபுராண ஆராய்ச்சியில் விரிவாக எழுதியுள்ளார். வேதத்தையும், ஆகமத்தையும் ஈசனே பகர்ந்தார் (2369) என்று மூலர் குறிப்பிடும்போது ஞானசம்பந்தர் நினைவுக்கு வருவார்.

இவ்வாறு ஒருபுறம், சிவனை மையமாக வைத்து வடக்கு - தெற்கு சமரச முயற்சிகள் நடைபெற்றாலும், இன்னொருபுறம் தென்னாடும், தென்மொழியும், தென்னாட்டு மலைகளும், நதிகளும், கடல்துறையும் பரத கண்டத்திலேயே சிறந்தவை என்று ஒருவித 'சைவத் தமிழ் தேசீயம்' கட்டப்பட்டது! 'தமிழ் மண்டலம் ஐந்தும் தாவிய ஞானம் உமிழ்வதுபோல...' 'தமிழ் மண்டலம் ஐந்தும் தத்துவமாமே' (1624) எனச் சேர, சோழ, பாண்டிய, கொங்கு, தொண்டை மண்டலங்களாகவுள்ள தமிழகத்தின் ஆன்மீகப் பெருமையை - தலைமையை மூலர் போற்றுகிறார்! இதே உற்சாகத்தில், பரத கண்டத்தில் கன்னியாகுமரித் துறையும், காவிரி முதலான நவதீர்த்தங்களும் ஏழுமலைகளும் (ஆனை, பசு, நாக, சிரா, அண்ணா, மறைமலை, காளத்தி மலைகள்) வேத - ஆகம ஒழுக்கம் சிறந்து விளங்குவதால் தென்திசை வையகமான தமிழகமே சுத்தநிலமாகும் என்று மூலர் அன்றே 'சைவத் தமிழ் தேசீயம்' ஒன்றை முன்மொழிந்தார் (2712). **வேதம், சமஸ்கிருதம், யாகம், வைதீகம், பிராமணீயம், சனாதனம் ஆகியவை இணைந்து மேலாதிக்கம் புரிந்த கோயில் பண்பாட்டை, வழிபாட்டை உள்ளிருந்தே எதிர்த்த சித்தர் மரபு, 'சைவத் தமிழ் தேசீயம்' பேசியது எதிர்பார்க்கக் கூடியதே. இதனையே பக்தி மரபும் ஓர் உத்தியாகப் பிரயோகித்த வரலாறு மற்றொரு கதை!**

பத்தொன்பதாம் நூற்றாண்டில், இராமலிங்கர், மேற்குறித்த 'சைவத் தமிழ் தேசியத்துக்கு' எதிராகச் செயல்படவில்லை. மூலர் முன்மொழிந்த சமரசங்களை இராமலிங்கர் ஒரு கால கட்டம் வரை பேசத்தான் செய்தார். இவருக்கு முன்னர் பதினேழாம் நூற்றாண்டில் தாயுமானவர் வேதாந்த - சித்தாந்த சமரசம் பற்றிப் பேச வேண்டிய சூழல் இருந்தது. ஆனால் இராமலிங்கர் இந்தவித சமரசத்தைக் கடந்து சென்றார். வேதாந்த - சித்தாந்த, வேத - ஆகம, மத சமய சாதி ஆசாரங்கள் அடங்கிய நீண்டதொரு பாரம்பரியத்தை வேரோடு அறுத்தெறிந்து இவற்றைக் கடந்து சென்று இவற்றால் விகற்பிக்கப்படாததொரு 'அகவினத்தாரை' - சுத்த சன்மார்க்கிகளை இணைத்து ஜீவகாருண்யத்தால் இறையருள் பெற்று, ஒளி வழிபாடு செய்து, மரணமிலாப் பெருவாழ்வு வாழும் புதிய இலட்சியத்தை முன்வைத்தார்.

இராமலிங்கரின் புரட்சிகரமான சிந்தனைகளுக்குச் சித்தர்களின் நூல்களில் மூலக்கூறுகள் உள்ளன. குறிப்பாகத் திருமூலரின் திருமந்திரத்தில் நிரம்ப உள்ளன. புராணங்களுக்குத் தத்துவ விளக்கங்களைச் சொல்லி வரும்போது மூலர், எட்டுவித யோகங்கள், தந்திரம், மந்திரம், சைவ மரபுகள், நால்வகை மார்க்கங்கள், எட்டுவகைச் சித்துக்கள் பற்றி விளக்கமாகக் கூறியுள்ளார். இப்படிக் கூறிவரும்போது, 'சாத்திரம் ஓதும் சதுர்களைவிட்டு நீர், மாத்திரைப்போது மறித்து உள்ளே நோக்குமின்' (1609) என்று புறவழிபாட்டை மறுத்து அக வழிபாட்டை முன்வைக்கிறார். இது, புறவழிபாட்டைப் பிரபலப்படுத்திய வைதீக சைவத்தை எதிர்த்த குரல் என்பதில் சந்தேகமில்லை. கோயில், வேள்வி, விக்கிரகஆராதனை, சடங்குகள், ஆசாரங்கள் முதலானவை புறவழி பாட்டிற்குள் அடங்குபவை. அகவழிபாட்டிற்கு ஆதாரம் மனித உடலாகும். உள்ளமே கருவறை, உடம்பே ஆலயம், வாய் கோபுரவாசல், உயிரே சிவலிங்கம், ஐம்புலன்களே கதிர்மணி விளக்குகள் (1799) என்று மனித உடம்பை நடமாடும் கோயிலாக மூலர் உருவகம் செய்துள்ளார்.

கோயிலுக்குப் போய், கடவுளுக்கு ஒன்று கொடுத்தால் (அர்ச்சனை), அது நடமாடும் கோயிலாகிய மனிதனிடம் குடிகொண்ட இறைவனுக்குப் போய்ச் சேராது; மாறாக, நடமாடும் கோயிலாகிய மனிதனுக்கு ஒன்று கொடுத்தால் (தான - தருமம்) அது நட்டமாக நிற்கிற கோயிலில் உள்ள இறைவனுக்குப் போய்ச் சேரும் என்று சித்தர்கள் கொள்கையை எளிமையாக விளக்கியுள்ளார் மூலர் (1830). மேலும், மாடம், மண்டபம், கூடம், கோயில், வேடம் ஆகியவற்றில் (புற அடையாளங்கள்) சிவன் இல்லை; பற்றறுத்தார் நெஞ்சில் இருக்கிறான் (2573) என்று எழுதியுள்ளார். (இந்தக் கருத்தைப் பக்தி இயக்கத்தில் சம்பந்தப்பட்ட தேவார ஆசான்களும் ஓர் உத்தியாகப் பயன்படுத்தியுள்ளார்கள்). புறவழிபாட்டை எதிர்த்த மூலர், அதன் முகவர்களான வைதீகப் பிராமணரைச் சற்று விமர்சிக்கவும் செய்துள்ளார். அந்தணர்களுக்காக அக்கிரகாரங்களையும், மாடமாளிகைகளையும் அமைத்துக் கொடுப்பதால் என்ன பயன்? மகேசுவரனுக்குக் கொடுப்பதற்கு இவை நிகராகுமா என்று கேட்டுள்ளார் (1833). இதனைத் தொடர்ந்து, கோடி அந்தணர்களுக்கு அன்னதானம் செய்வதைவிட, திருநீறு பூசிய தொண்டர் சிலருக்கு உண்ண உணவு தருவதால் கிடைக்கும் பயன் பெரியது - அந்த உணவு ஒரு பிடிச் சோற்றளவாக இருந்தாலும் சரி (1834) என்று சித்தர்களின் வைதீக எதிர்ப்பை மூலர் எடுத்துரைக்கிறார்.

இச்சந்தர்ப்பத்தில் இது விசயமாகப் பட்டினத்தார் கூறியவற்றையும் சேர்த்துப் பார்க்கலாம். இவரையும் சித்தர்களில் ஒருவராகக் குறிப்பிடுவார்கள். சித்தர்களின் கொள்கைப்படி இவரும் மனித

உடலை இறைவனின் ஆலயமாக உருவகித்துள்ளார் (27). நேம நிட்டைகள், வேத-ஆகமங்கள், ஓமங்கள், தர்ப்பணம், சந்தி செபமந்திரயோக நிலை, நாமங்கள், சந்தனம், வெண்ணீறு, சாமங்கள் தோறும் செய்யும் பூசைகள் எல்லாம் சர்ப்பனையே (வஞ்சனை) என்று (44) கோயில் வழிபாட்டையும், வைதீகச் சடங்காசாரங்களையும் கண்டித்துள்ளார். இப்படி மனித உடலை இறைவனின் ஆலயமாகச் சொன்ன பட்டினத்தார், வேறொரு நிலையில் (சைவ சமயி?), இந்த உடம்போடு இருப்பது அருவெறுக்கத்தக்கது (59) என்று பாடியுள்ளார். சைவ சமயவாதியாக இருந்த காலத்தில் இராமலிங்கர் இப்படி உடம்பை வெறுத்துப் பாடியவர்தான். பின்னர் சித்தர் மரபில் தோய்ந்ததும் நிலைமை மாறியது. உடல் பிணி நீக்கும் சித்த வைத்தியம் செய்தார். மூலிகை மருந்து தயாரித்தார். உடலைப் பொன்னைப் போலப் பராமரிக்கச் சொன்னார். உயிர் அனுபவம், அருள் அனுபவம், இறை அனுபவம் ஆகிய மூன்று அனுபவங்களுக்கும் இந்த உடம்புதான் ஆதார சாதனம் என்பதை வலியுறுத்தினார். குற்றங்களும், நோய்களும், பாவங்களும் அணுகாத கட்டுப்பாடான தேகமாக வைத்திருப்பது இராமலிங்கரின் இலட்சியம். கருணை, அருள் வசப்படும் போது இந்த உடல் ஒளிவீசும் என நம்பினார்.

இறைவன் உடலுக்குள் உலவுகின்றான் (பூரண மாலை : 23) **'ஒன்றென்றிரு தெய்வம் உண்டென்றிரு'** (பொது : 20) என்றும், **'குலம் ஒன்றா நீ படைத்த குறி...'** (பூரணமாலை : 26) என்றும் பட்டினத்தார் பாடும்போது மூலர் முன்மொழிந்த **'ஒன்றே குலமும் ஒருவனே தேவனும்'** என்ற கொள்கை வெளிப்படக் காணலாம். இராமலிங்கருக்கு இது உடன்பாடான நிலைப்பாடுதான்.

அருணகிரிநாதர்

சுமார் 1474 -க்கு முன் பிறந்தவராகக் கருதப்படும் இவர் சின்ன வயதிலிருந்தே தீவிர முருகபக்தர். முருகனின் தலங்கள்தோறும் யாத்திரை செய்து அவனைப் பற்றிய தோத்திரப் பாடல்களைப் பாடினார். அவற்றைத் தொகுத்து **'திருப்புகழ்'** என்று பெயரிட்டார்கள். இவருடைய பாடல்கள் எல்லாம் சந்தநயம் துள்ளுகின்ற இசைப் பாடல்களாகும். பாடல்களின் விசயங்கள் வழக்கமானவைதாம். ஆனால் இசைதான் அந்தப் பாடல்களின் மகத்துவம் என்று சொல்லலாம். ஓசை நயத்திற்காக அருணகிரியார் வடசொற்களையும், வடசொல் புணர்ச்சிகளையும் ஏராளமாகப் பெய்து தமது பாடல்களை அமைத் துள்ளார். அவருக்கு அரசனின் ஆதரவு இருந்ததாகக் குறிப்பிடுவார்கள். இவருக்குப் பின்னர் வந்த தாயுமானவர், சிதம்பர சுவாமிகள், அந்தகக் கவி வீரராகவ முதலியார், சிதம்பர முனிவர், பாம்பனடிகள், இராமலிங்கர்

முதலானோர் இவரைத் துதித்துப் பாடியுள்ளார்கள். அருணகிரியாரின் சந்தப்பாடல்கள் பெரும்பாலான வற்றில் (4 அடிகள் கொண்ட பாடல்கள்) முதல் இரண்டடிகளில் விலைமாதர்களின் சாகசங்கள், காமச் சேட்டைகள், வியாபார உத்திகள், கபடங்கள், அங்கங்கள் பற்றிய சிருங்கார ரசம் ஊறும் விவரிப்பும், அடுத்த இரண்டடிகளில் இத்தகைய பெண்களின் மாய வலைக்குள் அகப்படாமல் முருகனை வழிபட வேண்டும் என்ற சுயபோதனையும் தவறாமல் இடம்பெறும்! இராமலிங்கர் கூட இம்மாதிரிப் பாடல்கள் சில எழுதிப் பார்த்திருக்கிறார்.

அருணகிரியார் வாழ்ந்த பதினைந்தாம் நூற்றாண்டில் சமயக் காழ்ப்பினால் ஏற்பட்ட சமயச் சண்டைகளும், விவாதங்களும் சர்வ சாதாரணமான நிகழ்வுகளாக இருந்தன. தமிழக சமயப் பண்பாட்டு வரலாற்றில் இந்தச் சமயச் சண்டைகளுக்கும், விவாதப் போர்களுக்கும் பஞ்சமில்லை. இது குறித்துத் தனி ஆய்வு தேவை. 'பவுத்தர், காமக் கருமிகள், துருக்கர், மாயக் கபிலர், பகரக் கணாதர், உலகாயர், கலகமிடு தர்க்கர், வாமபயிரவர், விருத்தர்...' (திருப்புகழ் : 166) முதலிய தரிசனக்காரர்களையும், சைவ சமய உட்பிரிவினைக்காரர்களையும், புறச்சமயவாதிகளையும் (பவுத்தர், துருக்கர்) எதிர்த்து வாதிட்டு வெற்றி பெற அருணகிரியார் முருகனிடம் வரம் கேட்டுள்ளார். இராமலிங்கர் காலம் வரையிலும் இந்தவிதமான சொற்போராட்டங்கள் தொடர்ந்து நிகழ்ந்து வந்தன. இராமலிங்கரும் இம்மாதிரி விவாதப் போர்களில் ஈடுபட்டவர்தான். பிறகு இதற்காக வருத்தப்பட்டார்.

அருணகிரியார் விலைமாதர்களின் காம சாகசங்களையும், முருகனின் வீர சாகசங்களையும் மட்டும் வருணிக்கவில்லை. தமது ஆன்ம தவிப்பையும், ஏக்கத்தையும் சில பாடல்களில் பிரமாதமாக வெளிப்படுத்தியுள்ளார். ஓர் எடுத்துக்காட்டு:

> ***'ஏது புத்தி ஐயா எனக்கு? இனியாரை நந்திடுவேன்? அவத்தினிலே இறத்தல் கொலோ! எனக்கு நீ தந்தை தாயென்றே இருக்கவும் நானும் இப்படியே தவித்திடவோ? சகத்தவர் ஏசலிற்படவோ? நகைத்தவர் கண்கள் காணப் பாதம் வைத்து இடை ஆதரித்து எ(ன்)னை தாளில் வைக்க நீயே மறுத்திடில் பார் நகைக்கும் ஐயா! தகப்பன் முன் மைந்தன் ஓடிப் பால் மொழிக்குரல் ஓலமிட்டிடில் யார் எடுப்பது என வெறுத்து அழ, பார் விடுப்பார்களோ எனக்கிது சிந்தியாதோ!' (255).***

இராமலிங்கர் இம்மாதிரி ஏராளமான பாடல்களை இயற்றியுள்ளார். திருமூலர், அருணகிரி, பட்டினத்தார், தாயுமானவர் முதலானவர்கள், பிற

வித்துவான்களைப்போல அவரவர் காலத்தில் வாழ்ந்த செல்வர்களைப் பாராட்டிப் பாடி வயிறு வளர்க்கவில்லை. இறைவனைப் பாடுவதே அவர்களது கொள்கை. இறைவனைப் பாடாத பாட்டெல்லாம் பாட்டல்ல என நம்பினார்கள், ***'முத்தமிழை ஓதித் தளராதே'*** (1082) என்று அருணகிரியார், இறைவனை விடுத்து, மனிதரின் கலாரசனைக்காக இயற்றப்பட்ட இயல், இசை, நாடகம் போன்ற கலை வடிவங்களை ஒதுக்கியுள்ளார். கடவுளைப் பற்றிய தோத்திரப் பாடல்கள், புராணங்கள், பிரபந்தங்கள் முதலியவை மட்டுமே இயற்றவும் ஓதவும் தக்கவை என்றும், மற்றவை எல்லாம் லௌகீகச் சார்புடையவை, சிற்றின்ப நோக்குடையவை என்றும் ஒரு பாகுபாடு அருணகிரியார் காலத்திற்கு முன்பிருந்தே தமிழகச் சமயவாதிகளிடையே தீவிரமாகப் போற்றப்பட்டு வந்தது. இராமலிங்கரும் இந்த மரபைச் சேர்ந்தவரே. இறைவனைத் தவிர வேறு மானிடரைப் பற்றி அவர் பாடியதில்லை (சாற்றுக் கவி தவிர).

பட்டினத்தார்

அருணகிரியாருக்குப் பின்னும், தாயுமானவருக்கு முன்னும் வாழ்ந்தவர். நகரத்தார் குலத்தில் பிறந்த இவருக்குக் கல்யாணமாகி 35 ஆண்டுகள் வரை மகப்பேறில்லை. வசதியான வணிகர். ஒரு பிள்ளையைத் தத்தெடுத்தார். அப்பிள்ளைக்கு வாலிப தசை எய்திச் சொந்தமாக வியாபாரம் செய்யத் தொடங்கிய பிறகு, பட்டினத்தார் சந்நியாசம் வாங்கிக்கொண்டு ஒரு பித்தனைப்போல ஊர் ஊராகத் திரிந்தார். பசித்தால் வீடுகளில் பிச்சை எடுத்து உண்டார். கந்தையணிந்து புழுதியில் படுத்தார். இறந்த பிறகு தம்மை எரிக்காமல் புதைக்க வேண்டும் என்று கேட்டுக் கொண்டார். இது சித்தரின் கொள்கை என்பது தெரிந்ததே!

இராமலிங்கர், பட்டினத்தாரைப்போல மணமான பிறகு துறவியானாலும், அவர்போல இல்லற வாழ்க்கை வாழவில்லை; கோவணம் கட்டி, திண்ணைகளிலும், புழுதியிலும், கோயில் மண்டபங்களிலும் படுத்துறங்கி, வீடுவீடாய்ப் பிச்சை எடுத்து வாழவில்லை, காசாயம் கட்டவில்லை. வசதிபடைத்த அன்பர்களின் கொடை, மக்கள் மத்தியில் புகழ், தொண்டர்கள் துதி ஆகியவற்றுக்கு மத்தியில் ஏகாந்த வெளியை நாடும் துறவியாக வாழ்ந்தவர்.

சித்தர் மரபில் கோயில் வழிபாடும், விக்கிரக ஆராதனையும் நிராகரிக்கப்பட்டன. உடலும், யோகமும் இவற்றுக்குப் பதிலாக முன் மொழியப்பட்டன. பட்டினத்தார் வெளிப்படையாகவே உருவ வழிபாட்டைக் கண்டித்தார். 'உளியிட்ட கல்லையும், ஒப்பிட்ட

சாந்தையும், ஊத்தையறப் புளியிட்ட செம்பையும் போற்றுகிலேன்' (61) என்று கல், சுதை, செம்பு ஆகியவற்றால் செய்த தெய்வ உருவங்களைக் கும்பிடமாட்டேன் என்றார். இராமலிங்கரும் இதே கருத்தை உடையவர்தான். வடலூரில் ஒளி வழிபாட்டிற்காக சத்தியஞான சபையை உருவாக்குவதற்கு முன், சென்னை, கருங்குழி ஆகிய இடங்களில் வாழ்ந்த காலத்தில் (1830 - 1867) அவரே உருவ வழிபாட்டுக் காரராக இருந்தார். பிறகு சாதாரண மக்களின் ஈடேற்றத்திற்காக அவர்களுக்கு உருவவழிபாடு தேவைதான் என்று விவாதித்தார். ஆனால், 1870-க்குப் பிறகு ஞானசபையில் ஒளி வழிபாட்டையே வழிபாடாகக் கொண்டார். இறைவனை ஓர் உருவமாகப் பார்க்காமல், அருட்பெருஞ் சோதி, தனிப்பெருங்கருணை எனப் பண்புருவமாகப் பாவித்து வழிபடுமாறு தமது சங்கத்தார்களைக் கேட்டுக்கொண்டார்.

தாயுமானவர்

56 தலைப்புக்களில் தாயுமானவரின் 1452 பாடல்களை அவரது சீடர் தொகுத்துள்ளார். இவர் சோழ மண்டலத்தில் திருமறைக்காட்டில் 1616-க்கு முன் பிறந்தவர். சைவ வேளாள குலத்தினர். இவரது தகப்பனார் கோயிலில் உத்தியோகம் பார்த்தவர். திருச்சி விசயரகுநாத சொக்கலிங்க நாயக்கர் இவரைத் தமது அரசாங்கப் பெருங்கணக்கராக அமர்த்தினார். இதனால் தாயுமானவர்க்கு ஒரு குறையும் கிடையாது. வட, தென் மொழிகளில் தேர்ச்சி பெற்றார். விரைவில் அவரது தந்தை காலமானார். இதனால் அவர் தமது தந்தையின் வேலையை மேற்கொள்ள வேண்டியதாயிற்று. இவரது தமையன் சிதம்பரம் பிள்ளை ஏற்பாட்டில் அவருக்குத் திருமணம் நடந்தது; ஒரு புதல்வனுக்குத் தந்தையுமானார். சில நாட்களில் அவரது மனைவி இறந்தார். ஏற்கனவே அவரது மனம் பக்தி நெறியில் ஈடுபாடு கொண்டிருந்தது. திருமூலர் மரபில் வந்த மௌனகுரு தேசிகரைக் குருவாகக் கொண்டிருந்தார். மனைவி மாண்டதும் சந்நியாசியானார். திருச்சியில் 1644-ல் மௌனகுரு மடம் நிறுவி அதன் தலைவரானார். 1662, தை மாதம் 28-ஆம் நாள் மாலையில் இராமநாதபுரத்தில் மரணமடைந்தார்.

தாயுமானவர் சரித்திரத்தோடு இராமலிங்கரின் சரித்திரம் சற்று ஒற்றுமை கொண்டது எனலாம். இருவரும் வேளாளர் குலம். இருவருடைய தகப்பன்மார்களும் கணக்குப்பிள்ளை உத்தியோகம் பார்த்தார்கள். வசதியானவர்கள். இவர்களுடைய புதல்வர்களில் மேற்படி இருவரும் மணமாகித் துறவியானார்கள். இருவரும், தங்கள் தந்தையரின் மரணத்திற்குப் பிறகு தமையன்மாரின் பராமரிப்பில் சற்றுக்காலம் வாழ்ந்தார்கள். இருவரும் சித்தர் கொள்கையில் ஈடுபட்டுப் பாடல்களை இயற்றினார்கள். தாயுமானவர் தமது கால

வழக்குப்படி குருவின் பெயரில் மடம் அமைத்தார்; இராமலிங்கர் புரட்சிகரமான சங்கம், சபை, சாலை ஆகியவற்றை அமைத்தார்.

தாயுமானவரின் **'திருவருள் விலாசப் பரசிவ வணக்கம்'** (1) தலைப்பிலுள்ள முதற் பாடலில் இறை குறித்த அவரது வித்தியாசமான நோக்கு வெளிப்பட்டுள்ளது. இறைவனை, எங்கும் நிறைந்த ஒளியாக, ஆனந்த நிறைவாக, அருளாக, மனம் வாக்கு முதலிய கரணங்களுக்கும், கோடிவகைச் சமயங்களுக்கும் எட்டாதவனாக, வலிமையான சித்துவாக, மௌன உருவெளியாகத் தாயுமானவர் வழிபடுகிறார். இந்த விதமாக இறைவனை நோக்குவது புதுமையாக உள்ளது. சைவ சித்தாந்த - சித்தர் மரபுகளின் கலவையாக இது காணப்படுகிறது. முன்னர் உதிரி உதிரியாகப் பலரால் சொல்லப்பட்டவற்றைத் தாயுமானவர் முதன் முதலாக ஒரு கருத்தியல் கோர்வையாக உருவாக்கியது போலத் தெரிகிறது. இராமலிங்கரின் சுத்தசன்மார்க்க நெறியின் உருவாக்கத்திற் குரிய மூலக்கருத்தியல் தாயுமானவரிடம் காணப்படுவதாக அவதானிக்கலாம்.

மூலர் மரபில் தோன்றிய மௌனகுரு என்பவரைத் தமது குருவாகக் கொண்ட தாயுமானவர், அந்த மரபில் வலியுறுத்தப்பட்ட வேதாந்த - சித்தாந்த சமரச நெறியைத் தலையாய நெறியாகப் போற்றியுள்ளார். எம் தெய்வம் உம் தெய்வம் என்று ஓயாமல் நடந்த சமயப்பூசலுக்கு ஒரு தீர்வாக இந்தச் சமரசநெறியை அவர் முன்வைத்திருக்கலாம். வேதாந்த சித்தாந்த சமரச நெறியின் சுபாவம் பற்றித் தாயுமானவர் தந்த விளக்கம் நோக்கத்தக்கது. 'என்றும் என் செயல் உன் செயலே, நான் என்னும் பண்பு உன்னையன்றி வேறில்லை. அப்பண்பால் நான் வேறு நீ வேறு இல்லை' என்றார் (2 : 5). இங்கே கூறப்படும் ஆன்மா - இறைவன் கலப்பானது, வேதாந்த - சித்தாந்த சமரசத்தின் அடியொற்றிக் காணப்படுகிறது. இராமலிங்கர் இந்தச் சமரச நெறியைப் பல காலம் பின்பற்றிச் சென்று, இறுதியில் சமூகப் பிரச்சினைகளின் தீர்வில் கொண்ட தீவிர ஈடுபாட்டால் இந்தச் சமரச நெறியைத் தாண்டிச் சுத்த சன்மார்க்க நெறியை ஸ்தாபித்தார். இவ்விதத்தில், இராமலிங்கரின் முதன்மையான முன்னோடிகளில் மூலருக்கு அடுத்து தாயுமானவரையே சொல்லலாம்.

'வேதாந்த வீட்டில் விளக்கே' (43 : 18), **'சித்தாந்த வீதி வரும் தேவே!'** (43 : 19) என்று தாயுமானவர் சமரச நெறியை வலியுறுத்தினார். **'வேதாந்தம் சித்தாந்தம் வேறு என்னார்'** என்று பராபரக் கண்ணியில் உரைத்தார் (பராபர :206). அவர் உரைத்த சமரச நெறியையே அவர் சைவ சமயம் என்று கருதினார் போலும். 'சைவ சமயமே சமயம்', 'பொய் வந்துழலும் சமய நெறி புகுதல் வேண்டா' (30 : 2), 'சேர வாரும் சகத்தீரே!' என்று அழைத்தார். சமயநெறி பொய்யானது, தமது சமரச

நெறி உண்மையானது என்று நம்பி இப்படி அழைத்தார் போலும்! இராமலிங்கரும் இப்படித் தமது மெய்யான சன்மார்க்கத்தில் சேர வருமாறு சகத்தாரை அழைத்தார். தமிழகச் சைவசமய வரலாற்றில் காலந்தோறும் தோன்றிய சிந்தனையாளர்கள் ஒரே மரபைப் பின்பற்றவில்லை என்பது தெரிகிறது. பல உள் மரபுகளைச் சேர்ந்தவர்கள் அந்தந்தக் காலகட்டத்தின் சூழல், தேவை, தாக்கம், மேலாதிக்கம் காரணமாகப் புதிய விளக்கங்களையும், நெறிகளையும், மார்க்கங்களையும், இலட்சியங்களையும், தரிசனங்களையும், தோற்றுவித்தார்கள் என்பது தெளிவாகிறது. இது மேலும் தனி ஆய்விற்குரியது. தங்களின் புதிய கொள்கையை விளக்கிப் பரப்புவதற்கென்றே மடங்களை அமைத்தார்களோ என நினைக்கத் தோணுகிறது. தாயுமானவர் தமது மௌனகுரு மடத்தின் மூலம் இந்தப் பணியைச் செய்திருப்பார் என நம்பலாம்.

தாயுமானவர் காலத்திற்குமுன் நடந்து வந்ததுபோலவே, அவரது காலத்திலும் அறுதி உண்மைக்கு உரிமை பாராட்டித் தருக்கவாதம் பண்ணிய 'வாதங்கள்' (இஸங்கள்) பரவலாக இருந்தன. அவை : நிரீச்சுர சாங்கியம் (நாத்திகம்) பாடாணவாதம், சங்கிராந்தவாதம், நிகண்டவாதம், சத்தப்பிரமவாதம், அகப்பிரம்மவாதம், பாஞ்சராத்திரியம், ஐக்கியவாத சைவம் (2 : 6). இந்த 'வாதிகள்' செய்த அக்கப்போர்களைக் கண்டு சலிப்படைந்த தாயுமானவர், இந்த மதவாதிகளைவிட, கல்வியறி வில்லாதவர்களே நல்லவர்கள் என்று எழுதியுள்ளார்! தமது காலத்தில் விவாதம் என்ற பெயரில் நடந்த விதண்டாவாதம் பற்றித் தாயுமானவர் பின்வரும் பொருளில் கூறியுள்ளார் :

> ***'கைவல்ய ஞானநீதியே முக்கியம் என நல்லோர் உரைத்தால் கர்மம்தான் முக்கியம் என்று நாட்டுவேன். ஒருவன் கர்மமே முக்கியம் என நாட்டினால் ஞானமே முக்கியம் என நவிலுவேன். ஒருவன் வடமொழியில் உள்ளது எனப் பேசவரின், திராவிடத்திலே வந்ததாக விவகரிப்பேன், வல்ல தமிழறிஞர் வந்தால் அப்போது வடமொழியில் வசனங்களைச் சிறிது புகல்வேன்' (7 : 10).***

விசயத்தைவிட வேறு உபாயங்கள் மூலம் எதிராளியை மடக்குவது தான் அன்றைய விவாதப் போக்காக இருந்துள்ளது. (இன்றும் தொடருகிறது!) மேலும், அன்று இந்த விவாதப் போரானது வயிற்றுப் பாட்டிற்கான ஒரு தொழிலாகவும் சிலருக்கு இருந்துள்ளது! இப்படிப்பட்ட அறிவு வியாபாரிகள் தங்கள் அறிவைச் சந்தையில் கடைபரப்பிப் புலிபோல் சீறி மூச்சைப்பிடித்து விழி சிவக்கத் தத்தம்

மதமே சிறந்ததென உளறினார்கள் என்று தாயுமானவர் வருணித்துள்ளார் *(8:3)*. இந்த வருணனை இன்றும் என்றும் பொருந்திவரும் என நம்பலாம். 'சங்க' காலத்தில் பட்டிமன்றத்தில் பாங்கறிந்து ஏறிய சமயக் கணக்கர் காலந்தொட்டு இன்று வரை இந்த விவாதப் போர்களும் பட்டிமன்றங்களும், பொய்யான வார்த்தை குஸ்திகளும், தமிழ்ச் சமய வரலாற்றில் தொடர்ந்து நடைபெற்று வந்துள்ளன. இராமலிங்கர் காலத்திலும் இதே நிலைமை நீடித்தது. இன்று இவை, பிரபலமும், பணமும், செல்வாக்கும் தேடுகிற உபதொழில்களாக ஆகியுள்ளன.

இராமலிங்கரின் ஜீவகாருண்ய ஒழுக்கத்தின் சுவடுகள் தாயுமான வரிடம் ஆங்காங்கே வெளிப்படுகின்றன. 'வேறு ஒன்றை ஒருவர் கொல்லின் அந்நேரம் ஐயோ என் முகம்வாடி நிற்பதுவும் ஐய நின்னருள் அறியுமே' *(9 :5)* என்ற சொற்கள் இராமலிங்கரின் சொற்களை நினைவூட்டுகின்றன. 'ஜீவகாருண்யம்' என்ற கலைச் சொற்றொடருக்குள் அடக்கும் விசயங்களைத் தாயுமானவர் தமது பாடல்களில் உதிரியாக வெளிப்படுத்தியுள்ளார். ***'கொல்லா விரதம் குவலயமெல்லாம் ஓங்க...'*** *(பராபர : 54)*, ***'எவ்வுயிரும் என்னுயிர்போல் எண்ணி இரங்கவும் நின்தெய்வ அருட்கருணை செய்யாய்...'*** *(பராபர : 65)*; ***'அன்பர் பணி செய எனை ஆளாக்கி விட்டுவிட்டால் இன்ப நிலை தானே வந்து எய்தும்...'*** *(பராபர : 155)*, ***'கொல்லா விரதமொன்று கொண்டவரே நல்லோர்'*** *(பராபர : 192)*, ***'எல்லாரும் இன்புற்றிருக்க நினைப்பதுவே அல்லாமல் வேறொன்றறியேன் பராபரமே'*** *(பராபர : 221)* என்று தாயுமானவர், இராமலிங்கருக்கு முன்பே அன்னாரது ஜீவகாருண்யத்தின் முக்கிய அம்சங்களைப் ***'பராபரக் கண்ணி'*** என்ற பகுதியில் வெளியிட்டுள்ளார். தாயுமானவரின் மறுபிறவியாக இராமலிங்கரைக் கருதிய அன்பர்கள் இருந்தார்கள்; இருக்கிறார்கள். இராமலிங்கரிடமே ஓரன்பர் இதுபற்றிக் கேட்டதாக அவரது வரலாற்றை எழுதியவர்கள் குறிப்பிடுகிறார்கள். (இராமலிங்கர் அடுத்த பிறவியில் மகாத்மா காந்தியாகப் பிறந்தார் என்று உற்சாக மிகுதியில் ம.பொ.சிவஞானம் எழுதியுள்ளார். ஆனால் இராமலிங்கர் மறைந்தபோது மோகனதாஸ் கரம்சந்த் காந்திக்கு வயது ஐந்து.)

> **'வெளியாய் அருளில் விரவும் அன்பர் தேகம்**
> **ஒளியாய்ப் பிறங்கியதும் உண்டோ?'**
>
> *(பராபர : 190)*

என்று தாயுமானவர் கேட்ட கேள்விக்கு இராமலிங்கர் தம்மையே அதற்கு உதாரணமாகச் சொன்னார். தாயுமானவரின் பராபரக் கண்ணி பாடல்கள்மீது இராமலிங்கருக்கு மிகுந்த ஈடுபாடு உண்டு.

II

1. *இனிவரும் பகுதியில், திருமூலர், மாணிக்கவாசகர், அருணகிரிநாதர், பட்டினத்தார், தாயுமானவர் ஆகியோர் பாடல்களில் காணப்படுகிற சில பொதுக்கூறுகள் இராமலிங்கரின் பாடல்களில் பயின்று வந்துள்ளதைப் பார்க்கலாம். அவற்றிலொன்று, சங்கரரின் மாயாவாதம் எனப்படும் ஏகான்மவாத மறுப்பாகும். மணிவாசகர், 'போற்றித்திரு அகவல்' (4) தலைப்பில், உலகத் தோற்றம், உயிர்களின் தோற்றம், தாயின் வயிற்றில் பத்து மாதங்களாக வளர்ந்து பல தடைகளிலிருந்து தப்பித்து இறுதியில் மனிதனாகப் பிறக்கும் ஜனனம் பற்றி அவர் காலத்திலிருந்த கரு வளர்ச்சி பற்றிய 'அறிவியலை'ச் சொல்லியுள்ளார். பட்டினத்தார், ஒவ்வொரு மாதத்திலும் சிசு எப்படி வளர்கிறது என்பதைச் சித்தர் பார்வையில் விவரித்துள்ளார். இதே பார்வையில் இராமலிங்கர் ஆண் - பெண் கரு உற்பத்தி, சேர்க்கை, வளர்ச்சி பற்றி விளக்கியுள்ளார். இப்படிப் பத்திரமாகப் பிறந்த ஆண்பிள்ளை எப்படியெல்லாம் வாழவேண்டும் என மாணிக்கவாசகர் கூறிவரும் போது, அவன் வளர்ந்து வாலிபப் பருவமடையும் போது, பெண் சுகம், உலகாயதக் கல்வி, செல்வம், வறுமை ஆகியவற்றிலிருந்து தப்பித்து, நாத்திகம், பல்வேறு சமயங்கள், 'மிண்டிய' மாயாவாதம் என்னும் சண்டமாருதம், உலோகாயதம் ஆகியவற்றிலிருந்து பிழைத்துச் சிவனை வழிபட வேண்டும் என்று எழுதியுள்ளார். (4: 11 - 40. 41 - 85).* ***மாயாவாதம்*** *என்னும் சண்டமாருதம் என மணிவாசகர் குறிப்பிட்டது ஆதிசங்கரரின் ஏகான்மவாதத்தையே. இதனைப் பிறர் மாயாவாதம், சூன்யவாதம் என்றெல்லாம் பழித்தார்கள். ஆதிசங்கரர் காலம் கி.பி. 8 -ஆம் நூற்றாண்டென்பர். மணிவாசகர் முதற்கொண்டு இராமலிங்கர் வரை, தமிழ்நாட்டில் சைவர்கள் சங்கரரின் மாயாவாதத்தை மறுத்தே வந்துள்ளார்கள். இராமலிங்கரின் முதற்தொகுதியில்* ***'தெய்வமணிமாலை'*** *(1) தலைப்பில், சங்கரரின் தத்துவத்தைக் கயிற்றைப் பாம்பென்றுகாணும் மாயாவாதம் (1 : 11) என்ற மறுப்பு காணப்படுகிறது.*

   தாயுமானவர், வேதாந்த - சித்தாந்த சமரசத்தை வலியுறுத்தியபோது, 'நாம் பிரமம் என்றால் நடுவே ஒன்றுண்டு' (45 : 15 :7) என்று ஏகான்மவாதக் கொள்கையின் 'அகம் பிரம்மாஸ்மி' என்பதில் தொனிக்கின்ற 'நான்' என்ற அகங்காரத்தைக் குறிப்பிடுவதாகக் கூறுவார்கள்.

2. *இராமலிங்கர் புலப்படுத்திய சித்தர் கொள்கையின் கருத்துக்கள் பல மூலர், பட்டினத்தார், தாயுமானவர் பாடல்களிலும் காணப்படு கின்றன. இவர்கள் அனைவருக்கும் சித்தர் கொள்கை பொதுவானது.*

உடலைப் பேணுவது சித்தர் கொள்கையில் முக்கியமான அம்சம். சிவயோகமெனும் அகவழிபாட்டுக்கு ஆணின் உடல்தான் அடிப்படைச் சாதனம். (பெண்ணுக்கு ஆண்களின் சித்தாந்தம், யோகாந்தம், வேதாந்தம் முதலான எவற்றிலும் இடம் கிடையாது. கிடைத்திருப்ப தெல்லாம் ஆணுக்குரிய சொல்லாடல்களே! இராமலிங்கர் மட்டும், பத்தொன்பதாம் நூற்றாண்டில் வாழ்ந்ததாலோ என்னவோ, பெண் கல்வி, விதவை தாலி கழற்ற வேண்டாம்; விதவை மறுமணம் புரிய வேண்டாம் என்று பேசியுள்ளார். ஆனால், ஆணின் பலதார மணத்திற்கு மறுப்புச் சொன்னதில்லை.) யோக அப்பியாசத்தின் போது, ஆடவன் பிராணவாயுவை அடக்கி, விரையப்படுத்தாமல் மூலாதாரத்திலிருந்து மூலக்கனலை எழுப்பி மேல் நோக்கி ஆறு ஆதாரங்களினூடாகக் கொண்டு வந்து ஆறாவது ஆதாரத்தில் நிறுத்தி அங்கு ஊறும் அமுதை உண்பது யோகத்தின் இலட்சியம். குண்டலினி யோகம் என்று இதுபற்றி அறிந்தவர்கள் கூறுவார்கள். இந்த யோகம் பற்றிய இராமலிங்கரின் விளக்கங்கள் யாவும் மூலரின் நூலில் உள்ளன.

அருணகிரிநாதரும்கூட ஆறாதாரங்களினூடாக நெருப்பைச் செலுத்தி வாசியை அடக்கிப் புருவநடுவில் உள்ள இன்ப அமுதூறலை உண்ணும் அட்டாங்க யோகம் பற்றி ஒரு சில பாடல்களில் சுருக்கமாகக் குறிப்பிட்டுள்ளார் (66, 182). பட்டினத்தாரும், அட்டாங்கயோகம், ஆறாதாரம், ஐந்து அவத்தை, புருவநடுவில் பால் ஊறுதல் குறித்து எழுதியுள்ளார் (25). தாயுமானவர், எட்டுவகைச் சித்துக்கள், செம்பைப் பொன்னாக்கும் ரசவாதம், அட்டாங்க யோகத்தில் திங்கள் மண்டிலத்தில் ஊறும் அமுது பற்றி அறிந்தவர் என்றாலும், இறைஞானம் இல்லாவிடில் கதி கிடையாது (4 : 9) என்று இறை ஞானத்திற்கு முதலிடம் கொடுத்துள்ளார். இராமலிங்கரும் யோகம் பற்றிச் சொன்னாலும், இறுதியில், உயிர்கள்மீது கருணை கொண்டு செயல்படும் போதுதான் இறையருள் கிட்டும். ஆன்ம லாபம் கிடைக்கும் என்று எழுதியுள்ளார்.

3. சைவ சமயவாதிகளைப்போல் அல்லாமல், சித்தர் கொள்கை போற்றுகிறவர்களுக்குச் சாதி, சமயம், மதம் பற்றி வித்தியாசமான, மாறுபட்ட கருத்துக்கள் இருந்தன. அருணகிரியாரைச் சித்தர் எனக் கூற முடியாது. அவர்கூடக் கிண்டலாக, ‘சாதி பேதமறத் தழுவித் திரிமடமாதர்’ (144) என்று, சாதி பேதம் பார்க்காத இடம் ஒன்று உண்டென்றால் அது விலைமாதர் வீடென்று குறிப்பிட்டார். செல்வச் சீமானாக வாழ்ந்த பிறகு எல்லாம் துறந்து, கோவணமும் கந்தலும் அணிந்து பரதேசியான பட்டினத்தார், ‘எந்தச் சாதியிலும்

இரக்கத் துணிந்து கொண்டேன். குறை ஏதும் எனக்கில்லை' (32) என்றார். துறவிக்குப் பிச்சை எடுத்துண்ணச் சாதிகள் தடையில்லை தான். ஆனாலும் பிச்சை இடும் சக்தி பெற்ற சாதிகளிடமே துறவிகள் பிச்சை எடுத்திருப்பார்கள். 'எந்தச் சாதியிலும்' பிச்சை எடுக்கத் துணிந்ததாகப் பட்டினத்தார் கூறுவதால், பிச்சை எடுக்கத் தகாத சாதிகளிடத்திலும் பிச்சை எடுக்கத் துணிந்ததாக அவதானிக்கலாம். அருணகிரியும், பட்டினத்தாரும் சாதி வேறுபாடு கூடாதென்பதைத் தங்களுடைய கொள்கையின் அம்சமாகக் கொள்ளவில்லை.

இராமலிங்கரின் துறவு பட்டினத்தார் துறவிலும் வேறுபட்டது. அவர் யாரிடமும் பிச்சை எடுத்ததில்லை. வலிய வந்து அவரை விருந்துக்கு அழைத்தாலும் நழுவி விடுவார். பின்னாளில் அவர் சபை, சங்கம், சாலை அமைத்து ஆன்மீக - சமூகப்பணிகள் செய்த காலகட்டத்தில் தமது சென்னை மற்றும் புதுவை அன்பர்களிடமிருந்து சில உதவிகளைக் கடிதம் எழுதிப் பெற்றுள்ளார். (உதவியவர்கள் உயர்சாதி இந்துக்கள் - பிராமணரல்லாதவர்கள்). ஆனாலும் தமது சபையில் அகவினத்தாராக ஆவதற்குச் சாதியை ஒரு தகுதியாக அவர் கருதவில்லை. கொல்லாமை, புலால் உண்ணாமை ஆகியவைதான் முக்கிய தகுதிகள்.

தாயுமானவர், மொழி, தத்துவம், மூலநூல் பற்றிய சமரசங்களில் ஈடுபட்டு அதை ஒரு கொள்கையாக உருவாக்க முயன்றது தெரிகிறது. ஆனால் சாதிமத வேறுபாடுகளுக்கிடையில் சமரசம் எதையும் தமது கொள்கையாகக் கொண்டதாகத் தெரியவில்லை. இராமலிங்கர் தான், வாழையடிவாழையாக வந்த திருக்கூட்டத்தினரிடையே சாதி, சமய, மத சாத்திர வேறுபாடுகளைக் குப்பையில் கொட்டச் சொன்னவர். இப்படிக் கொட்டுமாறு அவரைப் பேசச்சொன்னது அருட்பெருஞ் சோதி! எண்ணற்ற அடியார்களுக்குச் சொல்லாத ஒன்றை இப்போது பத்தொன்பதாம் நூற்றாண்டில் இராமலிங்கருக்கு அதே சிவன்தான் சொல்லியிருக்கிறார். (விதிவிலக்கு, சித்தர்கள்).

4. சைவ சமயத்தைச் சேர்ந்த அடியார்கள் இறைவனைச் **சோதி** என்றும் **கருணை** என்றும், **அருள்** என்றும் பண்படியாக அழைத்து மகிழ்ந்தது ஒன்றும் புதுமையான செய்தி அன்று. தேவாரம், திருவாசகம், திருமந்திரம், தாயுமானவர் பாடல் ஆகியவற்றில் இப்படி இறைவனை விளிக்கும் பகுதிகள் வந்துள்ளன. ஆனால் இவற்றைத் தனிமனித - சமூக விடுதலைக்குரிய கோட்பாட்டின் அம்சமாக இணைத்துப் பார்க்க முயன்ற பெருமை இராமலிங்கரையே சேரும். விக்கிரகமாக இல்லாமல், இறைவனை 'அருட்பெருஞ்சோதி - தனிப்பெருங்கருணை' என்றே கருதி வழிபட்டார்.

மணிவாசகர் தமது ‘திருவெம்பாவை’யை, **‘ஆதியும் அந்தமும் இல்லா அரும்பெருஞ்சோதியை...’** *(1)* என்று தொடங்கினார். இறைவனை ஒளியாகக் (நெருப்பாக) கண்டது பழைய ஒரு மரபின் தொடர்ச்சியாகலாம். இதற்காகப் பூர்வகால நெருப்பு வழிபாட்டுக்குச் சென்று மூலத்தை ஆராயத் தேவையில்லை. இங்கே மணிவாசகர் முதலான சைவ அடியார்கள் ‘சோதி’ என வழங்கியதற்குச் சித்தாந்த அடிப்படை ஏதாவது இருக்கலாம். இதோடு, சித்தர்கள் விளக்கும் அகண்ட வெளி, பெருவெளி என்கிற கணக்குகளில் ‘சோதி’ முக்கிய இடம் பெறலாம். திருமூலரை ஒரு சைவ சித்தாந்தி என்பதைவிடச் சித்தர் என்று கூறுவதே பொருந்தும். சைவ சித்தாந்தம் அறிந்த சித்தர் எனலாம். இவரும் இறைவனை, **‘ஆதியும் அந்தமும் இல்லா அரும்பதி சோதி’** *(2418)* என்று விளித்துள்ளார். மற்றொரு இடத்தில் **‘அருட்சோதியுமாய்...’** *(1 : 50)* என்று சோதிக்கு, அருள் என்ற அடைமொழியை இட்டுள்ளார். ‘...மனத்துள்ளூறு சோதி’ *(1 : 74)* என்று சித்தர்களின் அகவழிபாட்டினை நினைவூட்டுகிறார். இறைவன் ஒளியாக இருக்கும் பட்சத்தில் பக்தனின் மனதுள் சுடர்விடுவதற்கான சாத்தியம் உண்டு. சாதாரணமாக இறைவனை ஒளி என உவமை கூறி மனிதரின் அக இருளை அகற்றுவதாகக் கூறுவது வேறு; சித்தர்கள் இறைவனைச் சோதி என விரித்துரைக்கும் பரிமாணம் வேறு என்பதை மட்டும் இங்குச் சுட்டிக்காட்டலாம்.

தாயுமானவர் இறைவனை ஒளியாகக் காண்பதில் விசேச கவனம் கொண்டார். பேரொளிப் பிழம்பாக (‘திவ்ய தேஜோமயம்’ *1 : 3*) ‘பிரியாத பேரொளி’ *(2 : 2)* யாக இறைவனைக் கொண்டாடினார். மேலும், வெளி, ஆனந்த நிறைவு, கருணை, அருட்சோதி *(18 : 9)*, ‘கருணைவிண்’ *(14 : 6)*, ‘கருணையங்கடல்’ *(19 : 2)*, ‘ஆனந்தமான வெள்ளமே பொழியும் கருணை வான்முகில்...’ *(19 : 4)* என்று இராமலிங்கர் பின்னாளில் பாடுவதற்குரிய சொற்களை, தாயுமானவர் வாரி வழங்கியுள்ளார். இறைவனை ஒளியாகப் பார்த்ததின் காரணத்தைத் தாயுமானவரின் ஒரு பாட்டு உணர்த்துகிறது.

> **‘வெளியாய் அருளில் விரவும் அன்பர் தேகம்**
> **ஒளியாய்ப் பிறங்கியதும் உண்டோ?’** *(பராபர : 190)*

என்ற கண்ணியின் வழியாக, சுத்தமோன வெளியாய்ப் பரந்துள்ள இறையின் அருளில் தோய்ந்த அன்பர்களுடைய தேகம் ஒளிவிடும் என்பது உணர்த்தப்படுகிறது. நெருப்பு சுட்டெரிக்கும்; ஒளி குளிர்ச்சிதரும்; இறைவனின் அருள் ஒளியானது அன்பர்களை

ஒளிமயமாக்கும் என்கிற தர்க்கத்தில் தாயுமானவரும், இராமலிங்கரும் யோசித்திருக்கலாம்.

ஆனால் ஒரு விசயம். மணிவாசகர் முதல் தாயுமானவர் வரை இறைவனை அருள், ஒளி, கருணை என்று வாழ்த்தினார்களேயன்றி, இறைவனை அருட்பெருஞ்சோதியாகவோ, தனிப்பெருங் கருணையாகவோ எவ்விதச் சடங்காசாரங்களும், ஆரவாரங்களும், பகட்டுகளும் இல்லாமல் வழிபடச் சொன்னார்களா என்பது உறுதியாகத் தெரியவில்லை. இராமலிங்கரின் இறை வழிபாட்டில் சோதி மையஇடம் வகிக்கிறது என்பது குறிப்பிடத்தக்கது. ஞானசபையின் அமைப்பு, நிலைக் கண்ணாடியில் படும் ஒளியின் பிம்பம், ஏழுதிரைகளின் தாத்பரியம், வழிபடும் முறை, ஞானசபையின் கொடியின் தாத்பரியம் (புருவ நடுவில் அமுதூறும் ஐவ்வு) பற்றி இராமலிங்கர் செய்துள்ள உபதேசங்கள் ஒளி வழி பாட்டின் தனித்தன்மையை வலியுறுத்துகின்றன.

5. யோகிகளும், (சிவ) ஞானம் கைவரப் பெற்றவர்களும் சாமான்யரைப் போலன்றி அசாதாரணமாக - ஒரு விதத்தில் பித்தேறியவர்களாக - சில வேளைகளில் நிட்டையிலிருக்கும்போது செத்துப்போனவர்களைப் போல மற்றவர் கண்களுக்குப் படுவார்களாம். இதனைப் பக்தர்களும் சித்தர்களும் எடுத்துச் சொன்னார்கள்.

மணிவாசகரின் பல பாடல்கள், அவரது பகுத்தறிவு நிலை கடந்த, ஆனந்த பரவச மயக்கத்தில் ஓர்மைஇகந்து வெளிப்பட்டவைபோல உள்ளன. தாம் செத்துப்போனது போன்ற மனநிலையை அடைந்ததாக எழுதியுள்ளார். (3 : 59 - 182)

இராமலிங்கரின் 6-வது தொகுதியிலுள்ள அநேக பாடல்கள் இப்படிப்பட்டவை. திருமூலர், ‘உடம்பொடு செத்திட்டிருப்பர் சிவயோகியார்கள்’ (1 : 120) என்று யோக நிட்டையின் உச்சத்தைக் குறிப்பிடுவார். உண்மைஞானம் தெளியப்பெற்றவர்கள் பேய் போலவும், பிணம்போலவும் இருப்பார்கள் என்றார் பட்டினத்தார் (35). அவரே, ‘மடநெஞ்சே செத்தாரைப்போலே திரி’ (239) என்றார். தாயுமானவர் குழந்தை, பித்தன், பேய் பிடித்தவன் ஆகியோரைப் போலப் பக்தன் ஆகவேண்டும் என்றார். ஏனெனில், இவர்களின் செயல்களுக்கு இவர்களை ஓர்மைப்பூர்வமான காரணர்களாகக் கூற முடியாதல்லவா? பக்தனை இயக்குபவன் இறைவன்; அவன் பேசவில்லை; இயங்கவில்லை; வேறொன்று பேசி இயக்குகிறது! இதனை ஆட்கொண்டநிலை (Possessed state of mind) என்று கூறலாம். இராமலிங்கர் பெரும்பாலும் இந்தநிலையில்தான்

வாழ்ந்தார் எனக் கூறலாம். குழந்தை, பித்தர், பேயர்க்குத் தூக்கம் அதிகம் பிடிக்காது. ஆட்கொண்டதாகக் கூறப்படுகிறவர்களுக்கும் கூடத் தூக்கம் அதிகம் வராது. அவர்கள் பேசுவது அவர்களது பேச்சல்ல; அவர்களைப் பீடித்துக்கொண்ட சக்தியே அவர்களுக் குள்ளிருந்து பேசுவதாக நம்புகிறார்கள். மேலும் மணிவாசகர், இராமலிங்கர் போன்றவர்கள் தங்களுக்கு விபரம் தெரியாத பருவத்திலேயே தங்களை இறைவன் வந்து ஆட்கொண்டதாக எழுதியுள்ளார்கள். 'உருத்தெரியாக் காலத்தே' இறைவன் தம் 'உள்புகுந்து' உள்ளத்தில் தங்கி, கருத்தில் இருந்து, 'ஊன்புக்குக் கருணையினால் ஆண்டுகொண்ட... தித்திக்கும் சிவபதம்' (கண்டபத்து :3) என்று மணிவாசகர் பாடியுள்ளார். இராமலிங்கர் இப்படிப் பல பாடல்களில் தாம் இறைவனால் பல சந்தர்ப்பங்களில் ஆட்கொள்ளப்பட்டதாகப் பாடியுள்ளார்.

6. இராமலிங்கர் தமது அனுபவங்களைச் சொல்லும்போது பயன் படுத்தும் உவமைகள், பழமொழிகளில் சில, அவரது முன்னோர் பாடல்களிலும் வந்துள்ளன. 'கல்துணைபூட்டி, ஓர் கடலில் பாய்ச்சினும், நல்துணையாவது நமசிவாயமே' என்று நாவரசர் பயன்படுத்திய உவமை, மணிவாசகரிடம் 'அஞ்செழுத்தின் புணை பிடித்துக் கிடக்கின்றேனை... கரைகாட்டி ஆட்கொண்டாய்' (சதகம், 3 : 27) என்று வெளிப்பட்டுள்ளது. இராமலிங்கர் இதே உவமையைப் பயன்படுத்தியுள்ளார் - உருவகமாக மாற்றி. மணிவாசகர் தமது திருவாசகத்தில் 'நாயினுக்கு தவிசிட்டு...' என்ற பழமொழியை நாலைந்து முறை கையாண்டுள்ளார். இராமலிங்கரும் அப்படியே.

இறை அனுபவத்தைக் குறிப்பிடுகையில் அது ஞானக் கரும்பின் தெளிவு, பாகு, தேன், பழச்சுவை என்று மணிவாசகர் உவமிப்பார். தாயுமானவரும், கன்னல், முக்கனி, கண்டு, தேன், சருக்கரை கலந்தது போன்றது, முத்தியில் கலந்தாரின் இன்பம் (25 :9) என்றும் இறைவனை, ஆனந்தத் தேன், பால், கனி, கன்னல், செழும்பாகு, கற்கண்டுபோலச் சுவைப்பவன் (16 :5) என்றும் அவன் அருள்பழுத்த பழச்சுவை, கரும்பு, தேன், அமிர்தம் என்றும் (14 : 7) உவமிப்பார். இராமலிங்கரும் அப்படியே.

இராமலிங்கரிடம் ஒரு விசித்திரமான வழக்கம் உண்டு. தாம் முழுமையாக நம்புகிற விசயத்தைப் பிறரிடம் பாடல் மூலம் சொல்லி வலியுறுத்தும்போது, தான் கூறுவது சத்தியம், சத்தியம், சத்தியம் என்றும், தன்மீது ஆணை என்றும் அடித்துக் கூறுவார்.

இவருக்கு முன் தாயுமானவரும்கூட இதேபோல 'என் ஆணை' (27 : 13) 'எனக்கோர் சுதந்திரமில்லையப்பா' (27 : 16) என ஆணையிட்டுள்ளார். திருமூலரும் அடிக்கடி 'சத்தியம் ஈது சதாநந்தி ஆணையே' (523) எனச் சத்தியம் பண்ணுவது வழக்கம்.

இவ்வாறு இராமலிங்கரின் முன்னோர்களோடு அவரை ஒப்பிடும் போதுதான் அவர்களோடு அவர்கொண்ட ஒப்புமையும், தனித் தன்மையும் தெளிவடைகின்றன. அவரது சங்கம், சாலை, சபை ஆகிய அமைப்புகள் தோன்றுவதற்குப் பத்தொன்பதாம் நூற்றாண்டுச் சூழல் எவ்வாறு வாய்ப்பாக அமைந்ததோ, அவ்வாறே அவரது சன்மார்க்க கொள்கையின் கருத்தியல் கட்டுமானத்திற்குரிய விசயங்களுக்கு அவரது முன்னோடிகளின் - குறிப்பாகத் திருமூலர், மணிவாசகர், தாயுமானவர் - ஆகியோரின் படைப்புக்கள் வாய்ப்பாக அமைந்தன என்று உறுதியாகக் கூறலாம்.

3
சி.இராமலிங்கரின் பாடல்கள்

'...பாடுகின்றேன் பொதுப்பாட்டே'

- இராமலிங்கர் (5426)

"கோடையிலே இளைப்பாற்றிக் கொள்ளும்வகை கிடைத்த
    குளிர்தருவே தருநிழலே நிழல்கனிந்த கனியே
ஓடையிலே ஊறுகின்ற தீஞ்சுவைத்தண் ணீரே
    உகந்ததண்ணீர் இடைமலர்ந்த சுகந்தமண மலரே
மேடையிலே வீசுகின்ற மெல்லியபூங் காற்றே
    மென்காற்றில் விளைசுகமே சுகத்திலுறும் பயனே...'

(இராமலிங்கர், 6.57: 4091)

"கோடைவாய் விரிந்த குளிர்தரு நிழலே
    மேடைவாய் வீசிய மெல்லிய காற்றே..."

(இராமலிங்கர், 6.81:4615:1397 - 98)

இறை அனுபவத்தின் சுகத்திற்கு இராமலிங்கரின் மேற்படிப் பாடல் அடிகளில் சுற்றுச்சூழல் சற்றும் மாசுபடாத இயற்கை தரும் சுகம் உவமைகளாகக் கையாளப்பட்டுள்ளன. இப்படிப்பட்ட சுகங்களைப் பற்றி கி.பி. 7 - ஆம் நூற்றாண்டைச் சேர்ந்த திருநாவுக்கரசர்,

'மாசில் வீணையும் மாலை மதியமும்
வீசு தென்றலும் வீங்கிள வேனிலும்
மூசு வண்டறைப் பொய்கையும் போன்றதே
ஈசன் எந்தை இணையடி நீழலே.'

என்று அனுபவித்துப் பாடியுள்ளார். இயற்கை இன்பம் - இறை இன்பம் - ஆன்ம இன்பம் என்ற இணைப்பில் பக்திப் பாடல்கள் பல தோன்றியுள்ளன. இறைவன்பால் மட்டுமின்றி, மனிதர் ஆத்மார்த்தமாக நேசிக்கும் எதன் / எவர் பால் மீது ஆயினும் மேற்படி இயற்கை தரும் சுகத்திற்கு ஈடான சுகத்தை அனுபவிக்க இயலும்தான்.

இந்தப் பீடிகையோடு இராமலிங்கரின் பாடல்களின் இயல்புகள், அவர் காலத்தில் எழுந்த ஏனையோரின் பாடல்களின் தாக்கங்கள்,

பொதுப் பண்புகள் மற்றும் காலப்போக்கில் அவரது பாடல்கள், கூறும் விசயத்திலும், அதைக் கூறிய முறையிலும் அடைந்த மாற்றங்கள் ஆகியவற்றைப் பற்றி முதலில் சுருக்கமாகத் தெரிந்துகொள்ளலாம். இராமலிங்கர் எழுதியதாக 5818 பாடல்கள் ஆறு தொகுதிகளாகத் தொகுக்கப்பட்டுள்ளன. தொகுத்தவர்கள், முதல் தொகுப்பிலிருந்து 6 - வது தொகுப்புவரை பெருமளவிற்கு அப்பாடல்களின் கால வரிசையைக் கவனத்தில் கொண்டுள்ளது போற்றத்தக்கது. சென்னையில் ஒரு முருக பக்தராக, சைவவாதியாகத் தொடக்க நிலையில் மரபான தோத்திரப் பாடல்களை எழுதிக்கொண்டிருந்த இராமலிங்கர், 1858-ல் கருங்குழிக்கு இடம்பெயர்ந்த பிறகு யோக மார்க்கத்தில் தமது கருத்தைச் செலுத்தி சுத்த சன்மார்க்கம் என்ற புதிய சாதி சமய மதங் கடந்த கொள்கையை உருவாக்கிக் கொண்டிருந்த காலகட்டத்தில் அதுவரை எந்த அடியார்களும் பாடாத விசயங்களை மிகுந்த ஆவேசமும், நம்பிக்கையும் கொண்டு பாடல்களில் இயற்றினார். மரபோடும், சம காலத்தோடும் மற்றும் மேலாதிக்கம் ஏற்றுக்கொண்ட சமயக் கொள்கையோடும் ஓர் உடைப்பினைச் செய்தார். இதனால் இராமலிங்கரின் ஆறாம் தொகுதிப் பாடல்கள் மிஷனரிப்பண்பையும், எளிமையையும் சூட்சுமத் தன்மையையும், சித்தயோகத்தின் கலைச்சொல்லாட்சியையும், ஒரு ‘மெஸ்ஸய்யா’விற்குரிய அருள்வாக்குப் பண்பையும், யாருக்கும் கிடைக்காத ஒரு சக்தியினால் ஆட்பட்டுப்போன மனநிலையின் உளவியல் வெளிப்பாட்டையும், சித்தர்களின் எளிமை கலந்த பரிபாஷை யையும் புலப்படுத்துகின்றன. மரபான செய்யுள் இலக்கியத்திற்குப் புதிய வரவாக இந்த ஆறாம் தொகுதிப் பாடல்களைச் சொல்லலாம். (4, 5 -ஆம் தொகுதிகளில் இவற்றின் தொடக்க நிலைகளைக் காணலாம்).

முதலில் மரபோடும், சமகாலத்தோடும் ஒற்றுமைகளைக்கொண்ட அவரது தொடக்க காலப் பாடல்களைக் காண வேண்டும். இராமலிங்கர் தம்மை ஓதாது உணர்ந்தவர், இறைவனே தம்மை எல்லாவற்றையும் உணர வைத்தவர் என்று அடிக்கடி குறிப்பிட்டாலும், நூல் எதையும் அவர் படிக்காதவர் அல்லர். அவர் காலத்தில் மற்றவர்கள் முறையாகப் பெரும் வித்துவான்களிடம் பொருட் செலவு செய்து பல்லாண்டுகளாகப் பாடம் கேட்டுப் புலமை எய்திய மாதிரி இராமலிங்கர் எய்தியிருக்க மாட்டார் என்பது தெரிகிறது. சுய முயற்சியாலும், கேள்வி ஞானத்தாலும், அவர் தமது முன்னோர்கள் பாடியவற்றைக் கற்றறிந்திருந்தார். குறள், தேவாரம், திருவாசகம், பெரியபுராணம் ஆகிய நூல்களிலிருந்து சொற்றொடர்களையும், தொடர்களையும் தமது பாடல்களில் மேற்கோள்களைப்போல எடுத்தாண்டுள்ளார். அந்நூல்களில் பயின்று வந்துள்ள கடவுள், அடியார்கள் பற்றிய பௌராணிகத் தகவல்கள் பெரும்பாலானவற்றை

மிகுதியாக எடுத்துப் போற்றியுள்ளார். பத்தொன்பதாம் நூற்றாண்டில் வாழ்ந்த ஒரு சராசரி வித்துவானுக்கும் கூடுதலான புலமையை இராமலிங்கர் பெற்றிருந்தார் என்பதில் கருத்து வேறுபாடு இல்லை. இராமலிங்கர் ஒரு வித்துவானாகவே காலத்தை ஓட்டியிருந்தால், அந்த நூற்றாண்டில் மகாவித்துவான் என்ற பெயரைத் திரிசிரபுரம் மீனாட்சி சுந்தரம் பிள்ளை பெற்றிருக்க முடியாது என்றே குறிப்பிடுவார்கள். அன்று வித்துவான்கள் கையாண்ட வழக்கமான யாப்பு வகைகளை இராமலிங்கர் கையாண்டார். அகவற்பாவிலிருந்து கும்மிப்பாட்டு வரை அவர் கையாளாத பாவகைகள் இல்லை என்றே சொல்லலாம்.

அவரது பாடல்களில் 4, 5 தொகுப்புக்களில் உள்ளவை, அவரது மரபான - புதுமையான பாடல்களின் கலவையாக உள்ளன. ஆனால் முதல்மூன்று தொகுதியிலுள்ள பாடல்கள் யாவும் கலப்படமற்ற மரபான தோத்திரப் பாடல்களே. எல்லாமே முருகன், சிவன் பற்றியவை. இவற்றை இராமலிங்கர்தான் பாடியிருக்க வேண்டும் என்கிற அவசியம் இல்லை. முருகன் - சிவன் குறித்த பௌராணிக விசயங்கள், லௌகீக வாழ்வு பற்றிய மறுப்புக்கள், புராணச் செய்திகள் மற்றும் நபர்கள் பற்றிய துதிகள், உடலை, குறிப்பாகப் பெண் உடலைப் பற்றிய பழிப்புக்கள், சமகாலத்தில் அதிகம் புழக்கத்திலிருந்த உலா, தூது, மாலை போன்ற பிரபந்தங்கள், தலபுராணங்கள், தனிப்பாடல்கள், சிருங்கார ரசப்பாடல்கள், சிந்து -கீர்த்தனை வகையான சந்தப்பாட்டுக்கள், சொல் விளையாட்டுக்கள், உவமை - உருவகம் - வஞ்சப்புகழ்ச்சி போன்ற மரபான சமத்காரங்கள், குறள் மேற்கோள்கள், தன்னை, புலன்களைத் தாழ்த்திப் பாடும் பாடல்கள், அறக்கருத்துக்கள் ஆகிய விசயங்கள் அனைத்தையும் இராமலிங்கரின் பாடல்களில் -குறிப்பாக முதல் மூன்று தொகுதிகளிலுள்ள பாடல்களில் மிகத் தெளிவாகக் காணலாம். இராமலிங்கரின் தனித்த ஆளுமையும், இலக்கியப்பண்பும் இவ்வகையான பாடல்களால் தீர்மானிக்கப் படவில்லை. அவை பற்றிப் பின்னர் அறியலாம். அதற்குமுன் சம்பிரதாயமான இராமலிங்கர் பாடல்களைப் பற்றிச் சுருக்கமாகக் காணலாம்.

வழக்கமாக சைவ அடியார்கள் எல்லோரும் பெண் உறவு, பெண் உடல் உறுப்புக்கள் ஆகியவற்றை விரோதமாக எண்ணி அவற்றை வசைபாடுவது மரபு. இராமலிங்கர் பெண் என்பவளை என்ன என்று அறிவதற்கு முன்பாகவே, அருணகிரியார், பட்டினத்தார் பாணியில் காட்டமாக ஏசுகிறார். 'முலையைக் காட்டி மயக்கி என் ஆருயிர் முற்றும் வாங்குறு முண்டைகள் நன்மதி குலையக் காட்டும் கலவிக்கு இசைந்து நின் கோலங் காணக் குறிப்பிலன் ஆயினேன்' (253) என்றும், 'பாவம் ஓர் உருவாகிய பாவையர்' (255) என்றும், 'ஐயம் ஏற்றுத் திரிபவர் ஆயினும் ஆசையாம் பொருள் ஈந்திட வல்லரேல், குய்யம் (பெண்குறி)

காட்டும் மடந்தையர்...' (258) என்றும் பெண்களைக் குறிப்பாக விலைமாதரைத் திட்டுகிறார். பெண்ணின் குறியிடத்தை ஏறத்தாழ இருபதுக்கும் மேற்பட்ட இழிவான அடைமொழிகள் இட்டுத் திட்டுகிறார்! **(32. அடிமைத் திறத்து அலைசல் 2 தொகுதி)**.

இப்படிப் பெண்ணை இழிவாகத் திட்டுவது ஒரு மரபு என்றால் அவளோடு சிருங்கார சல்லாபம் இடுவதாகப் பாடுவதும் ஒரு மரபுதான். இராமலிங்கரின் 'சல்லாப இயன்மொழி'யும் 'அருள்மொழி மாலையும்', 'இங்கித மாலையும்' (பாடல்கள் : 1554 - 1560, 1728 - 1758, 1815 - 1846) சிவபெருமான் வளையல்காரராகச் சென்று, பெண்களிடம் நடத்திய சல்லாப சம்பாஷணைகளைக் கொண்ட பகுதிகளாகும். ஒரே சொல் சாதாரணமாக ஒரு பொருளையும், சந்தர்ப்ப சூழலில் பாலியல் சார்ந்த பொருளையும் தருவதாக இந்தப் பாடல்கள் இயற்றப் பட்டுள்ளன. இத்தகைய 'காமாந்தகார'ப் பாடல்களை அக்காலத்தில், ஜமீந்தார்களை குஷிப்படுத்துவதற்காகச் சில தனிப்பாடல் புலவர்கள் இயற்றிப் பாடிப் பரிசு பெற்றார்கள். இராமலிங்கர் ஈன மனிதரைப் பாடுவதில்லை என்ற கொள்கை உடையவர் ஆதலால், சிவபிரானைப் பற்றி இப்படிப் பாடியுள்ளார். 'தனம்' என்ற சொல்லுக்கு, செல்வம் என்ற பொதுவான அர்த்தமும், முலை என்ற சிறப்பான அர்த்தமும் உண்டு. தனம் என்ற சொல்லை வைத்து இரட்டை அர்த்தம் தொனிக்கப் பாடுவது தனிப்பாடல் புலவர்கள் மரபு. இதனை இராமலிங்கரும் பின்பற்றினார் (பாடல் : 1774). இப்படிப்பட்ட தனிப்பாடலுக்கு ஓர் எடுத்துக்காட்டு:

> **'தங்கள் தனம் (செல்வம்) இருக்கத் தார்வேந்தர் எல்லோரும்**
> **எங்கள் தனத்துக்கே இச்சிப்பர் - எங்கள் தனம்**
> **கச்சிருக்கும் பாலிருக்கும் காமபாணங்கள் பட்டுப்**
> **பிச்சிருக்கும் வேண்டாம் பி(ள்)ளாய்'**

தனிப்பாடல் ஆசிரியர்கள் தங்கள் பாடல்களில் பெண்களைப் பற்றியும் அவர்களது காமச் செயல்கள் பற்றியும், அவை பற்றி ஆண்களுக்குள்ள பலவீனங்கள் பற்றியும் மிகையாகப் பேசியுள்ளார்கள். இராமலிங்கரும் பேசியுள்ளார். 'நெஞ்சறிவுறுத்தல்' (1965) இதற்குச் சான்று : 'பேய் பிடித்தால் தீர்ந்திடும் இப்பெண் பேய் விடாதே' (1965 : 306), 'வெற்பென்றால் ஏற விரைந்தறியாய் மாதர் முலை வெற்பென்றால் ஏற விரைந்தனையே' (1965 : 311), 'இங்கு சிறுபாம்பென்றால் ஓடிப்பதுங்குகின்றாய் மாதர் அல்குல் பாம்பென்றால் சற்றும் பயந்திலையே' (1965 : 313), 'கீழ்க்கடலில் ஆடு என்றால் கேட்கிலை நீ மாதர் அல்குல், பாழ்க்கடலில் கேளாது பாய்ந்தனையே' (1965 : 314).

பெண்ணை, பெண் உறவை இவர்கள் அனைவரும் பழித்ததற்குக் காரணம், ஆணின் ஆன்மீக ஈடேற்றம் இவர்களின் உறவால் தடைப்படுவதாக

நினைத்ததாகும். ஒரு பெண்ணை முறையாகத் திருமணம் புரிந்து வாழும் வாழ்க்கை பற்றி இராமலிங்கர் பாடிய ஒரு பாட்டு இதனை நிரூபிக்கும். அது பின்வருமாறு:

'புண்ணைக் கட்டிக் கொண்டே அதன் மேலொரு
புடவை கட்டிப் புதுமைகள் காட்டிடும்
பெண்ணைக் கட்டிக் கொள் வார்இவர் கொள்ளிவாய்ப்
பேயைக் கட்டிக்கொண் டாலும் பிழைப்பர் காண்!
மண்ணைக் கட்டிக் கொண்டேஅழு கின்றஇம்
மடையப் பிள்ளைகள் வாழ்வினை நோக்குங்கால்
கண்ணைக் கட்டிக்கொண்டு ஊர்வழி போம்கிழக்
கழுதை வாழ்வில் கடைஎனல் ஆகும்' (2778)

பெண்ணைப் பழிப்பது, அவள் உறுப்புக்களின் முதுமைப் பிராயத்து நிலைமையை மிகைப்படுத்துவது, பெண்ணிடம் விலகச் சொல்லி எச்சரிப்பது என்ற மரபு 'மணிமேகலை' என்ற பௌத்த காவியத்திலிருந்தும், சைவ பக்திப் பாடல்களின் ஒரு அம்சத்திலிருந்தும் தொடர்ந்து தமிழில் வந்துள்ளது. இராமலிங்கர் பாடிய 316 முதல் 393 பாடல்கள் வரை இந்த மரபு பிசகாமல் பின்பற்றப்பட்டுள்ளது. (அதனை மூலநூலில் கண்டு கொள்க)

இராமலிங்கரா இப்படி எழுதினார் என்று கேட்பதைவிட அவரை இப்படி எழுத வைத்த மரபைத்தான் கேட்க வேண்டும். நிலையாமை - துறவு ஆகியவற்றைப் போற்றிய பெருமரபும், 17, 18, 19 - ஆம் நூற்றாண்டுகளில் நிலவிய தனிப்பாடல் சூழலும் இராமலிங்கரிடம் இவ்வாறு வெளிப்பட்டுள்ளதாகக் கருதலாம்.

சிவனைப் பாடாத பாட்டு துப்புக்கெட்ட பாட்டு என்று இராமலிங்கர் நம்பிய காலகட்டத்தில் ('நின் சீர்த்தி கூறாத வெறும் துப்பற்ற பாட்டு' - 233), சிவனைப் பாடிய பாடல் மரபுகளை முறையாகப் பின்பற்றினார். பொதுவாகப் பத்தொன்பதாம் நூற்றாண்டில் குரு - மாணவப் பரம்பரை வழியாகவும், சைவ மடங்கள் மூலமாகவும் பேணப்பட்ட சைவ இலக்கியவடிவங்கள்: தனிப்பாடல்கள், சிற்றிலக்கியங்கள் (பிரபந்தங்கள்) தலபுராணங்கள் முதலானவையாகும். இராமலிங்கர் தனிப்பாடல் பாணியில் பாடல் இயற்றினார். ஆனால், சிற்றிலக்கியங்களையும், தலபுராணங்களையும் அவர் முழுமையாகப் பின்பற்றவில்லை. 'விண்ணப்பக் கலிவெண்பா' (3-ஆம் தொகுப்பு : 1962) என்ற தலைப்பில் தேவாரம் பாடப்பட்ட சுமார் 278 தலங்களைப் பற்றி இராமலிங்கர் புகழ்ந்து பாடினாலும், அவற்றை ஒரே தொகுதியாக 203 அடிகளில் சுருக்கிப் பாடியுள்ளார். தலபுராணங்களாக விரித்துப் பாடவில்லை. பழைய தேவார மரபான பதிகம் (பத்துப்பாடல்) பாடும் வழக்கத்தை

மீட்டுள்ளதாகத் தெரிகிறது. பத்தொன்பதாம் நூற்றாண்டில், தலபுராணங் களை இயற்றி வித்துவான்கள் முன்னிலையில் அரங்கேற்றம் நடத்திச் சன்மானம் பெறுவது ஒரு வழக்கமாக வித்துவான்களிடம் இருந்தது. இராமலிங்கர் இந்த வழக்கத்தைப் பின்பற்றவில்லை. ஆனால், அது பற்றி அறிந்திருந்தார். 'முன்பின் அறியேன் நான் பிதற்றிய சொல்மாலை எலாம், தன்முன் 'அரங்கேற்று' எனவேதான் உரைத்தான்' (4042) என்றும், 'நீயே என்பிள்ளை இங்கு நின்பாட்டில் குற்றம் ஒன்றும், ஆயேம் என்று அந்தோ அணிந்து கொண்டான்' (4043) என்றும் அவர் எழுதுவதிலிருந்து ஊகித்துக் கொள்ளலாம். மற்றையோர் தலபுராணங்களை எழுதி வித்துவான் சபையில் அரங்கேற்ற, இராமலிங்கரோ, நேரடியாகச் சிவனிடமே அரங்கேற்றுகிறார்!

இராமலிங்கர் காலத்தில் எளிய சிந்துவகைப் பாடல்கள் பிரபலமாக இருந்தன. சிந்து பாடி நடனமாடிப் பொருள் சம்பாதித்த அன்றைய நிலையை அவர் ஒரு பாடலில் குறிப்பிடுகிறார் (846). அந்தச் சிந்து வகை இசைப்பாடல்களை அவரும் கையாண்டு பார்த்துள்ளார். 6-ஆம் தொகுதியிலுள்ள, 113 முதல் 120 வரையுள்ள பகுதிகளில் மேற்படி இசைப்பாடல்களைக் காணலாம். **'நடேசர் கொம்மி'** என்ற தலைப்பில் (2964) பல்லவி - அனுபல்லவி- சரணங்கள் (கண்ணிகள்) என்ற உறுப்புக்களைக்கொண்ட கும்மிப் பாட்டுக்களைக் காணலாம். எடுத்துக்காட்டு:

> 'கொம்மியடிப் பெண்கள் கொம்மியடி - இரு
> கொங்கை குலுங்கவே கொம்மியடி' (2964)

பெண்களுக்குள் வினா - விடையாக அமையும் அம்மானைச் சாயலில் **'தோழியர் உரையாடல்'** என்ற பகுதி காணப்படுகிறது. **'இரேணுகை தோத்திரம்'** என்ற பகுதியில் சென்னை ஏழுகிணறு என்ற தலத்திலுள்ள இரேணுகை அம்பிகை பற்றிப் பாடுகிறார். **'துலுக்காணத்து இரேணுகை'**யின் ஏழு கிணற்றுத் தலபுராணச் சாயல் இதில் உள்ளது. உலா, தூது போன்ற சிற்றிலக்கிய வகைகளை அவர் காலத்தைச் சேர்ந்த வித்துவான்கள் இயற்றியதைப்போல இராமலிங்கர் செய்யாவிட்டலும், **'திருவுலாப் பேறு', 'நாரை கிளி தூது', 'இரங்கல் மாலை'** ஆகிய தலைப்புக்களில் முறையே உலா, தூது, மாலை முதலான சிற்றிலக்கியக் கூறுகள் கொண்ட அகப் பாடல்களை இயற்றியுள்ளார்.

பத்தொன்பதாம் நூற்றாண்டு வரை தமிழில் நீதி நூல்கள் தோன்றிய வண்ணமிருந்தன. வேதநாயகம் பிள்ளைகூட நீதி போதனைக்காக நூல் எழுதினார். இவர் அந்த நூற்றாண்டில் வாழ்ந்த அரசாங்க அதிகாரி. சமயக் கருத்துக்களோடு நீதிக் கருத்துக்களை, அதாவது சமயச் சார்பற்ற பொதுவான அறக் கருத்துக்களைப் பற்றிப் பாடல்களும் நூல்களும்

இயற்றிய வழக்கத்தினை இராமலிங்கர் பின்பற்றத் தவறவில்லை. அவருடைய பிரசித்தி பெற்ற பாடல்களில் ஒன்று **'ஒருமையுடன் நினது திருமலரடி நினைக்கின்ற உத்தமர்தம் உறவு வேண்டும்'** (8) என்ற பாடலில் சமய இலட்சியங்களோடு, சமயச் சார்பில்லாத நீதி இலட்சியங்களும் காணப்படுகின்றன. **'உள்ளொன்று வைத்துப் புறம்பொன்று பேசுவார் உறவு கலவாமை வேண்டும்'**, **'பொய்ம்மை பேசாதிருக்க வேண்டும்'**, **'மதமான பேய் பிடியாதிருக்க வேண்டும்'**, **'நோயற்ற வாழ்வில் நான் வாழ வேண்டும்'** (8). **'ஈ என்று நான் ஒருவரிடம் நின்று கேளாத இயல்பும், என்னிடம் ஒருவர் ஈது இடு என்றபோது அவர்க்கு இ(ல்)லை என்று சொல்லாமல் இடுகின்ற திறமும்... உலகில் சீயென்று பேயென்று நாயென்று பிறர்தமைத் தீங்கு சொல்லாத தெளிவும்'** வேண்டும் (9) என்று முருகனைக் கேட்கிறார். இதை ஒட்டியே திருக்குறள் கருத்துக்களையும், அடிகளையும் அவர் தமது பாடல்களில் பயின்றுவரச் செய்திருப்பதைக் காணவேண்டும். **'அன்புடையவரே எல்லாம் உடையவரே'** (5438), **'தன்னைத்தான் காக்கில் சினங்காக்க'** (434), **'அகழ்வாரைத் தாங்கும் நிலம்போல என்றும், திகழ்வாய்மையும் நீ தெளியாய்'** (435), **'உறங்குவது போலும் என்ற ஒண் குறளின் வாய்மை"** (466), **'நெருநல் உளன் ஒருவன் என்னும் நெடுஞ்சொல் மருவும் குறட்பா மறந்தாய்'** (467), **'கூத்தாட்டு அவைசேர் குழாம் விளிந்தாற்போலும் என்றே, சீர்த்தாள் குறள் மொழியும் தேர்ந்திலையே'** (411) என்று குறள் பெயரைக் குறிப்பிட்டே அடிகளைக் கையாண்டுள்ளார் இராமலிங்கர். தொன்று தொட்டுக் காவியங்கள் மற்றும் பிறவகை இலக்கிய வகைகளில் நீதிக் கருத்துக்களை இடையிடையே கையாள்வதோடு, நீதி இலக்கியங்களில் தலைசிறந்ததாகக் கருதப்படும் திருக்குறளிலிருந்து சொற்றொடர்களையும், அடிகளையும் பயன்படுத்துவது ஒரு மரபு போலக் காணப்படுகிறது. இராமலிங்கரும் இதற்கு விதிவிலக்கல்லர் என்பது தெரிகிறது.

இதனைத் தொடர்ந்து பத்தொன்பதாம் நூற்றாண்டில் நவீனத்துவப் பண்பாடும், அறிவியல் கல்வியும் வளர்முகமாகிக் கொண்டிருந்ததை இராமலிங்கர் எப்படி எதிர்கொண்டார் என்பதைக் காணவேண்டும். நாத்திகச் சிந்தனைகள் ஆயிரக்கணக்கான ஆண்டுகளாக இந்த மண்ணில் நிலைபெற்றுச் சிறுபான்மை மரபாகத் தொடர்ந்து வந்தாலும், அதற்கான ஒரு சௌகரியமான பண்பாட்டுச் சூழல் என்பது பத்தொன்பதாம் நூற்றாண்டில் உருவானது என்று கூறலாம். இந்த நூற்றாண்டில், புதிதாக எழுந்துவந்த நாத்திகம் பற்றிய கண்டனக் குரல்கள் தோன்ற ஆரம்பித்தன. வேதநாயகம்பிள்ளை, ஆறுமுக நாவலர் முதலியவர்களின் எழுத்துக்களில் நாத்திகக் கண்டனங்கள் காணப்பட்டன.

இராமலிங்கரின் ‘வைத்தியநாதர் பதிகம்’ (3-ஆம் தொகுதி) முற்றிலும் நாத்திகக் கண்டனமாகவே அமைந்துள்ளது. இப்படி பக்தர்களை, அடியார்களை, நிந்தனை செய்து, லௌகீக சுகங்களை வந்தனை செய்த ‘நாத்திகத்தை’த் தாக்குவதற்கென்று தனியொரு பதிகம் பாடியது இராமலிங்கராகத்தானிருக்கும். மங்கை, சுவையான உணவு, ஆடம்பரமான வாழ்க்கை ஆகியவைதான் வாழ்க்கை; மற்றப்படி உயிர், பாவம், புண்ணியம், வினைகள், பிறவி, நரகம், சொர்க்கம், கடவுள், கதி என்பவை எல்லாம் வீண் பேச்சு என்ற லௌகீக சுகம் குறித்த நாத்திகக் கொள்கையை இராமலிங்கர் கடுமையாகச் சாடுகிறார். இப்படிப்பட்ட நபர்களைப் பழத்தைவிட்டு வெறுவாய் மெல்லும் வீணர்கள் என்றும், மதம் பிடித்தவர்கள் என்றும் கயவர், மூடர் என்றும் திட்டுகிறார். இராமலிங்கர் சாடுகின்ற நபர்கள் கடவுள் கொள்கை, அடியார்கள் தவம், நிலையாமைத் தத்துவம், மறுமை போன்றவற்றை முற்றாக மறுத்து, இம்மையில் இளமையில் உடல், புலன் வழியாக அனுபவிக்கும் சுகங்களை, இன்பக்கொள்கையைப் போற்றுகிறவர்களாகச் சித்திரிக்கப் பட்டுள்ளார்கள். ஓர் எடுத்துக்காட்டு:

> ***‘அழியாச் சுகம் சேருலகமாம் பரமபதம் அதை அடையும் நெறி சேர வாருங்கள் என்றால்... இனிய சுவை உணவு வேண்டும் அணி ஆடைதரும் இடம் வேண்டும் இவைகள் எல்லாம் இல்லையாயினும் இரவு பகல் என்பதறியாமல் இறுகப் பிடித்தணைக்கப் பெருத்த முலையோடு இளம் பருவமுடன் அழகுடைய பெண் அகப்படுமாகிலோ பேசிடீர். அப்பரமபத நாட்டினுக்கு நும் பிறகு இதோ வருவம் என்பார். . .துன்பம் அற மருந்தருள்க’ (2424)***

இளமை இருக்கும்போது இகத்தில் இன்பமெலாம் துய்த்திடுவதே சொர்க்கபோகம் என்கிற ஒருவித வாழ்க்கை நோக்கு இங்கே நாத்திகமாக எண்ணிக் கண்டிக்கப் படுவதாகத் தெரிகிறது. விரதம், தவம், எல்லாம் பெரும் புரட்டு, பெண்ணோடு வாழும் வாழ்க்கை இனியது, உலகாயத உண்மைபோல் வேறு உண்மை ஏதுமில்லை; கண்டதே காட்சி; மறுமைக்காகக் காத்திருப்பதெல்லாம் இலவுகாத்த கிளி போன்றதே; தவம் செய்வதாக உணவு, பெண் மறுத்து மனைவியைச் சாகக் கொடுத்தவனைப்போல முகம்வாடிப் பேய்பிடித்தவனைப்போல இருப்பது தேவையற்றது (2418 - 2426) என்று கூறப்படுகின்ற உலகாயத வாழ்க்கை நோக்கை இராமலிங்கர் தொகுத்துரைத்து அதனை மறுக்கிறார். இராமலிங்கர் தொகுத்துக் கூறியது கொள்கை மரபான நாத்திகம் மட்டும் என்று சொல்லிவிட முடியாது. அவர் காலத்தில் நகர்ப்புறங்களில் படித்தவர்களிடையே பரவிக்கொண்டிருந்த அறிவியல்பூர்வமான மேற்கத்திய பொருள்வகைப் பண்பாட்டின் ஓர்

அம்சமாகவும் இதனைக்காண முடியும். மேலும், இங்கே இராமலிங்கர் கண்டனத்திற்கு எடுத்துக்கொண்ட, நாத்திகத்தின் அம்சங்கள் யாவும், இந்திய நாத்திகம் முன்வைத்தவையாக இல்லாமல், நாத்திகம் பற்றிப் பரபக்கமாகச் சொல்லப்பட்டவையாகவே உள்ளன என்பதை மறக்கலாகாது.

இராமலிங்கரின் பெரும்பான்மையான பாடல்கள் (1 - 5 தொகுதிகள்) பேரளவிற்கு மரபானவையாகவும், சமகாலச் சூழலின் தாக்கத்துக்கு உட்பட்டவையாகவும் அமைந்திருந்தாலும், சித்தர் மரபிற்கு அவர் மாறிய பிறகு, சிவயோக மார்க்க அடியொற்றி உருவாக்கிய சுத்த சன்மார்க்கத்தை உபதேசித்த காலகட்டத்தில் அவர் எழுதிய பாடல்கள் சித்தர் கொள்கையையும், சமரசத்தையும், சுய அனுபவத்தையும், அதீதமாக ஆட்கொள்ளப்பட்ட உளவியலையும் வெளிப்படுத்துபவையாக அமைந்துள்ளன (ஆறாம் தொகுதி). மொழிநடையும் கூட சித்தர்களின் பரிபாஷைத் தனத்தையும், ஏமாற்றும் எளிமையையும், பேச்சு வழக்குகளையும், பழமொழிகளையும், புதிர்ப் பேச்சுக்களையும் கொண்டதாகமாறிவிடுகின்றது. மரபிலிருந்தும்,சமகாலத் தாக்கத்திலிருந்தும் இத்தகைய பாடல்கள் சொல்லும்படியாக மீறியுள்ளன.

‘கொண்டு குலம்பேசுதல்... நன்றோ?’ (2664), ‘யார்க்கோ வந்த விருந்தென’ (2608), ‘பசப்பி பசப்பி’, ‘பழந்தான் நழுவி மெல்லப் பாலில் விழுந்தென்ன’ (2980), ‘ஆற்றிலே கரைத்தபுளியெனப்போம்...’, ‘காரஞ்சாரம்’ (3354), ‘முன்கடன்பட்டார் போல் மனம் கலங்கி’ (3742), ‘விட்டகுறை தொட்டகுறை’ (3819), ‘மடைப்பயலே’ (4835), ‘பரியாசப்பயலே’ (4836), ‘சிறுக்கி’ (4839), ‘வாய்க்கு வந்தபடி’ (5447), ‘சந்தோடம்’ (5490), ‘பராக்கு’ (5531), ‘கண்ணாறுபடும்’ (5727), ‘ஆசை வெட்கமறியாது’ (5763) என்று இராமலிங்கர் ஏராளமாகக் கையாண்ட பழமொழிகளையும், வழக்குப் பிரயோகங்களையும் எடுத்துக்காட்டிக் கொண்டே போகலாம். ஒரு சித்தர் என்ற அளவிலும், பக்தர் என்ற முறையிலும் அவர் உள்ளம் திறந்து தமது உணர்வுகளையும், அனுபவங்களையும், எடுத்துக்கூறியபோது மொழிநடையும், சொற்பிர யோகமும் மாற்றமடைந்து செய்யுள் இலக்கிய சம்பிரதாயத்துக்கு மாறான, சிலவேளைகளில் இலக்கிய வழக்கிலிருந்து ‘பகிஷ்கரிக்கப் பட்ட’ வற்றைக் கொண்டதாக ஆகியுள்ளன.

அவரது பிரத்தியேகமான யோக அனுபவங்களை வெளியிடும் பாடல்கள் மிகவும் வித்தியாசமான அவரது மனநிலையை உணர்த்து கின்றன. ***இறைவா! நினதருளாலே எனைக் கண்டு கொண்டேன். எனக்குள் உனைக் கண்டேன், பின் இருவரும் ஒன்றாக உறைவது கண்டு அதிசயித்தேன்; அதிசயத்தை ஒழிக்கும் உளவு (உபாயம்) அறியேன், அவ்வுளவு ஒன்று உரைத்தருள வேண்டும்’ (3051)*** என்ற

பாடலின் *முற்பகுதி புரிவதுபோலப் பிற்பகுதி அத்தனை எளிதாகப் புரிபடுவதில்லை! சில வேளைகளில் மிகவும் சிக்கலாகத் தோன்றும் சுத்த சன்மார்க்க கருத்தை,* ***'உயிர் அனுபவம் (உயிர்களின் துன்பம் உணரும் அனுபவம்) உற்றிடில் அதனிடத்தே ஓங்கு அருள் அனுபவம் உறும்; அச்செயிரில் நல் அனுபவத்திலே சுத்த சிவ அனுபவம் உறும் என்றாய்'*** *(3227) என்று மிகவும் எளிய விசயமாகச் சொல்லுவார்!*

பல சந்தர்ப்பங்களில் சித்தர் மற்றும் சைவ சித்தாந்த தத்துவக் கருத்தாக்கங்களை மிகவும் சாதாரணமாக, எல்லோர்க்கும் மிகவும் பரிச்சயப்பட்டவை போல எழுதுவார். (கைப்)பிடியுள் மலை, குடியில் அரசு, வலையுள் பரம்பொருள், கரத்தில் அமுது, கடத்துள்கடல், உயிருள் ஒளிர் அறிவு, அணுவுள் பேரொளி என்ற விளக்கத்தை அன்பெனும்பிடி, அன்பெனும்குடில், அன்பெனும் வலை, அன்பெனும் கரம், அன்பெனும் கடம் (குடம்), அன்பெனும் உயிர், அன்பெனும் அணு என்று மிகமிகச் சுருக்கமாகக் குறிப்பிடுவார் (3269). அண்டம், பிண்டம், உயிர், பொருள், அனுபவம், முத்தி, சித்தி ஆகிய அனைத்திற்கும் ஒளி வழங்குவது தெய்வம் என்றும் (3270), பூத வெளி, பகுதி வெளி, மூல வெளி, மவுன வெளி, பர வெளி, பராபர வெளி, சிற்பர வெளி, தற்பர வெளி, பெருவெளி, அருளின்ப வெளி, உண்மை வெளி ஆகிய வெளிகளில் இறைவன் உறைவதாகவும் (3271) இராமலிங்கர் எழுதும் போது பாடல்களுக்குள், அவர் உணர்ந்த தத்துவக் கருத்துக்களைக் கொண்டுவர முனைவது தெரிகிறது. அவரது ***'பிள்ளைச் சிறு விண்ணப்பம்'*** *(6 : 12),* ***'பிள்ளைப் பெரு விண்ணப்பம்'*** *(6 :13) ஆகிய பகுதிகளில் உள்ள பாடல்கள் எல்லாம் 12 வயதிலிருந்து இராமலிங்கர் அடைந்த சொந்த அனுபவங்களின் வெளிப்பாடுகளாக அமைந்துள்ளன. ஒரு விதத்தில் இவற்றை அவரது ஆன்மீகத் தன் வாழ்க்கை வரலாறாகக் கொள்ள வியலும்.*

'உலகத்துயிர்க்கெலாம் இன்பம் செய்வது என் இச்சையாம்' *(3401) என்கிற மையத்தைச் சுற்றியே அவரது ஆன்மீகப் பாடல்கள் புனையப்பட்டுள்ளன. இந்த அடிப்படையைக் கொண்டே அவர் தமது பாட்டைப்* **'பொதுப் பாட்டு'** *(5426) என்று பிரகடனம் செய்தார். அவரது இச்சைகளும், அச்சங்களும் உயிர் இரக்கத்தால் உண்டானவை. அவற்றைப் பற்றிய பாடலைப் பொதுப்பாட்டு என்று அவர் அழைத்தது போல அழைக்கலாம். அருள்பாவும் வேண்டாம், மருள்பாவும் வேண்டாம்!* ***இந்தப் பொதுப்பாட்டின் பிரசித்தி பெற்ற அடிதான் 'வாடிய பயிரைக் கண்டபோ தெல்லாம் வாடினேன்' என்பதாகும் (3471). இராமலிங்கரின் பொதுப்பாட்டு, பல்வேறு சமயங்கள் மதங்கள் கடந்த ஒரு பொது நெறியை முன்நிறுத்த முனைந்தது. அதுவே அவரது சுத்த சன்மார்க்க நெறி (3696).*** *அருள்*

அமுது பருகும் சுத்த சன்மார்க்க நெறியை வகுக்கும் பாடல்களை இராமலிங்கர் ஏராளமாகப் பாடியுள்ளார். அதே வேளையில் அவரது மன உலகத்தின் அதிர்வுகளை, தனித்தன்மை வாய்ந்த உணர்வுகளைச் சித்தரின் தன்னம்பிக்கையோடுகூட ஒருபக்தனின் புலன் இன்பக் களிப்போடும் வெளிப்படுத்தி யுள்ளார். என் உள்ளத்தில் அருள் ஒளி ஓங்கிற்று. இருள் செய்த இரவு ஒழிந்தது. என் இதயத் தாமரை மலர்ந்தது; மங்கல இசை முழங்குகின்றன. பொன் போன்ற ஒளி பொலிந்தது. சித்திகள் வந்து புணர்ந்தன. ஞானப்பேற்றுக்குரிய நல்லநேரம் வந்தது. அருட்பெருஞ்சோதி வந்து அருளுக விரைந்தே! (3758) என்ற பொருளில் எழுதிய இராமலிங்கரே ஒரு பக்தராக, ***'...என் உள்ளகத்தே எழுந்து பொங்கித் ததும்பி என்காதல் பெருவெள்ளம் என்னை முற்றும் விழுங்கிக் கரை கடந்துபோனது இனித்தாங்க முடியாது'*** (3762) என்றும், ***உன்னிடம் 'நான் பிறர் போலே உடுக்க... உண்ண... உடைமை விழைந்தேனோ? அன்புடையாய்! என்றனை நீ அணைந்திடவே விழைந்தேன்... உலகோர் என் சொலினும் சொல்லுக! என் இலச்சை (லஜ்ஜை) எலாம் ஒழித்தேன்'*** (3763) என்றும் உருகுவதும் குறிப்பிடத்தக்கது. மேலும், ***'வாழையடி வாழை எனவந்த திருக்கூட்ட மரபினில் யான் ஒருவன் அன்றோ வகையறியேன் இந்த ஏழைபடும்பாடு உனக்கும் திருவுளச் சம்மதமோ? இது தகுமோ இது முறையோ இது தருமந்தானோ?... யான் உனக்கு மகன் அலனோ? நீ எனக்கு வாய்த்த தந்தை அலையோ... நின் அருள் ஒளியைக் கொடுத்தருள் இப்பொழுதே'*** (3803) என்று கெஞ்சுகின்ற இராமலிங்கர், 'அப்பா விரைந்து வந்தே . . . இது தருணம் என்னை ஏற்றுக் கொளாய் எனிலோ தப்பாமல் உயிர் விடுவேன் சத்தியம் சத்தியம்...' (3800) என்று தமது உயிர்மேல் சத்தியம் செய்து மிரட்டவும் செய்கிறார் (இப்படித்தான் உயிரை விட்டாரோ?) இராமலிங்கரைப் போலக் கடவுளை நெருக்கிப் பல்வேறு உபாயங்களைப் பயன்படுத்திக் கூப்பிட்ட வேறு அடியார்கள் உண்டா என்பது சந்தேகமே. 'இது தருணம். தவறும் எனில் என் உயிர் போய்விடும்' (3786), 'நின்வரவு சத்தியம் சத்தியமே, சந்தேகம் இல்லை, அந்தத் தனித்த திருவரவின் நாள் அறிந்து கொளல்வேண்டும். நவிலுக நீ எனது நனவிடையாயினும் அன்றிக் கனவிடையாயினுமே' (3787) என்று துடித்த இராமலிங்கர், ***'உமது இணை அடிகள் மெய் அழுந்தப் பிடித்தேன். முன்போலே ஏமாந்துவிட மாட்டேன்.. என்போலே இரக்கம் விட்டுப் பிடித்தவர்கள் இலையே, என் பிடிக்குள் இசைந்தது போல் இசைந்ததிலை (நீர்) பிறர்க்கே!'*** (3785) என்று வியக்கத்தக்க தன்னம்பிக்கையுடன் தமது இறை - ஆன்மீக அனுபவத்தை மிகச் சாதாரண சொற்களாலே வெளிப்படுத்துகிறார். 'பொறுக்கலேன் அருள்க இப்போதே' (3842) என்று வரவர இராமலிங்கர் பெரிதும் அவசரப்படுகிறார். ***'உன்னருள்***

அடைய நான் இங்கே படாத பாடெல்லாம் பட்டனன், அந்தப் பாடெலாம் நீ அறியாயோ' *(3846) என்று இறைவனையே சாட்சிக்கு அழைத்தவர், 'பனிரண்டாண்டு தொடங்கி இற்றைப் பகலின் வரையுமே படியில் (உலகில்) (நான்) பட்ட பாட்டை நினைக்கில் மலையும் கரையுமே...' (5041) என்று மலைத்தவர், இறுதியில்* ***'நோவாது நோன்பு எனைப்போல் நோற்றவரும், எஞ்ஞான்றும் சாவா வரம் எனைப்போல சார்ந்தவரும் - தேவாநின் பேரருளை என்போலப் பெற்றவரும் எவ்வுலகில் யார் உளர் நீ சற்றே அறை'*** *(5624) என்று திடமாக உரைத்துள்ளார். 'நானே தவம் புரிந்தேன் நம் பெருமான் நல்லருளால் நானே அருட் சித்திநாடு அடைந்தேன்.* ***நானே அழியா வடிவம் அவை மூன்றும் பெற்றேன்' (5513) என்றும் 'செத்தாரை எழுப்புதல் நாம் திண்ணம் உணர் மனனே'*** *(4875)என்றும் பிரடகனம் செய்துள்ளார். இந்த விதமான உளவியல் மிகவும் அரிதானது, புதிரானதும் கூட.* ***'அம்மே என் அப்பா என் ஐயா என் அரசே சாவாதவரம் எனக்குத் தந்த பெருந்தகையே' (4635) என்பதையும், 'எல்லோரும் அச்சோ என்றே அதிசயிப்ப அமுதுண்டு அழியாத் திருவுருவம் அடைந்தேன்'*** *(4633) என்பதையும்* ***'எல்லா உலகும் தொழ நிலை மேல் ஏற்றி நீயும் நானும் ஒன்றாய் இருக்கப் புரிந்தாய்...'*** *(4629) என்பதையும் நம்புவது சிரமம். ஆனால், இந்த வரிகளில் பளிச்சிடுகின்ற ஒருவிதமான அசாத்திய நம்பிக்கையை, உறுதியை விலக்கி விடுவது கடினம்.*

ஒருகாலத்தில் உயிர் இரக்கத்தின் காரணமாகச் சின்ன அதிர்வுகளைக் கூடத் தாங்க முடியாமல் தமக்குள்ளே குறுகி அபயம் கண்டு ஒளிந்த இராமலிங்கர் அமுதம் உண்டு சிவயோகியாகத்தம்மை உணர்ந்த பின்பு இவ்வாறு அசாத்தியமான துணிவோடும், திடநம்பிக்கையோடும், எழுதுவது ஒருபுறம் வியப்பை அளித்தாலும் ஒருபுறம் இதிலுள்ள உளவியல் பரிமாணம் இது சாத்தியமே என்பதை ஒப்புக் கொள்ளச் செய்கிறது. ***'பட்டதெல்லாம் போதும் இந்தப் பயம் தீர்த்து இப்பொழுது என் உடல் உயிராதியெல்லாம் நீ எடுத்துக்கொண்டு உன் உடல் உயிராதியெல்லாம் உவந்து எனக்கே அளிப்பாய்'*** *(3802) என்று இறைவனோடு பரிமாறிக் கொண்ட பிறகு அவரது அச்சம் விலகுகிறது. உலகோர் எல்லாரும் தொழுது ஏத்தக் கூடிய உயர்ந்த நிலையில் இறைவன் தன்னைக் கொண்டுவந்து விட்டதாக அறைகூவுகிறார்.* ***'என் சதுர்தான் பெரிது என் சரித்திரத்தை ஆ! ஆ! நினைக்கில் அதிசயம் என் அப்பா அரசே... இது நின் செயலே'*** *(4631) என்று அவரே அதிசயிக்கிறார்!*

'என்னுரைக்கேன் என்னுரைக்கேன் இந்த
அதிசயந்தன்னை எம்மனோர்காள்!....

> ***புனிதன் என்னுள் மின்உரைக்கும்படி கலந்தான்***
> ***பிரியாமல் விளங்குகின்றான்...' (5444)***

என்று இராமலிங்கர் தாம் அடைந்த புதிரானதொரு அனுபவத்தை நம்மோடு பகிர்ந்துள்ளார். இவ்வாறு பெறற்கரிய ஒன்றைப் பெற்று விட்டதாக உளமாற நம்பி அதிசயப்பட்ட இராமலிங்கர், அதனைப் பிறர்க்குக் கூறி அவர்களும் அதைப் பெற வேண்டுமென்று விரும்பியுள்ளார். ஓர் இரட்சகரின் திருஷ்டியோடும், ஆவேசத்தோடும் பக்தர்களை நோக்கிக் கூவுகிறார்: ***'மரணமிலாப் பெருவாழ்வில் வாழ்ந்திடலாம் கண்டீர்'*** *(5576)* என்றும், ***'அருட்சோதிக் கடவுள் வரு தருணம். . . இதுவே, செத்தவரை எழுப்புகின்ற திகழ் தருணம் உலகீர்... வாய்ப்பறை ஆர்க்கின்றேன். ஒரு சிறிதும் அச்சமுறேன். உள்ளபடி உணர்ந்தேன்'*** *(5584)* என்றும் ***'உண்மை உரைக்கின்றேன். உலகீர் உரை இதனில் சந்தேகித்து உளறி வழியாதீர்... எல்லாஞ் செய்ய வல்லான் என்னுள் அமர்ந்திசைக்கின்றான் இது கேண்மின் நீவிர்... சுத்தசிவ சன்மார்க்க நெறியில் சார்ந்து விரைந்து ஏறுமின்...*** *(5588)* என்றும் விளிக்கின்றார். இறைவனது வாக்கினையே தாம் கூறுவதாகச் சொல்லுகிறார். 'நான் உரைக்கும் வார்த்தை எலாம் நாயகன்தன் வார்த்தை நம்புமின்... நமரங்காள்! *(5594)* என்றும், ***'அருட்சோதி வருகின்ற தருணம் இதே. அறிமின் என்றே வாய் உரைத்த வார்த்தை என்றன் வார்த்தைகள்' என்கின்றார் இம்மனிதர். 'அந்தோ!... தலைவா இங்கே நீ உரைத்த திருவார்த்தை என அறியார் இவர் அறிவின் நிகழ்ச்சி என்னே!'*** *(5604)* என்றும் இராமலிங்கர் தம்மை ஒரு இரட்சகனைப் போலவே பாவித்திருப்பது தெரிகிறது.

இராமலிங்கர் கவித்துவம் ததும்புகின்ற சொற்களையோ, தொடர்களையோ சொல் பிணைப்புக்களையோ, கற்பனா சக்தி மிக்க உவமை, உருவகம் மற்றும் ஏனைய அணிகளையோ இங்கே கையாளவில்லை என்பது குறிப்பிடத் தகுந்தது. ஆனால், இவை இல்லாமலே இவரது பாடல்கள் நம்மை ஈர்க்கக் காரணம் அவற்றின் உயிர்ப்புத் தன்மைதான். அதோடு அவர் பாடல்களில் நீக்கமற நிறைந்துள்ள உண்மை அனுபவமும் இதற்குக் காரணமாகும். 'ஆணிப் பொன்னம்பலக்காட்சி'(கள்) என்ற சிந்து இசைப் பாடல் பகுதியும், 'அருட்காட்சி' என்ற பகுதியும் 'மெய்யருள் வியப்பு' என்ற சிந்து இசைப் பாடல் பகுதியும் இராமலிங்கர் பாடலின் மற்றொரு பரிமாணத்தைப் புலப்படுத்துகின்றன. சித்தர்களின் பரிபாஷைகளை இப்பகுதிகளில் இராமலிங்கர் மிகுதியாகக் கையாண்டு குறியீடுகளாக யோக சம்பந்தமான விசயங்களையும் அனுபவங்களையும் வெளிப்படுத்துகிறார். ஏழு நிலைகளைக் கடந்து இறுதியில் சிவசக்தி தரிசனம் பெற்று அம்மையின் அருள் அமுதம் உண்டு, அவள் அருளால் இறைவனது சந்நிதியைச் சென்று சேருகின்ற

யோக அனுபவங்களை 4915 முதல் 4946 பாடல்களில் தொகுத்துக் கூறுகிறார் (32 கண்ணிகள்) அதன் கருத்து பின்வருமாறு:

> ஜோதிமலையில் ஒரு வீதி. வீதியின் நடுவில் ஒரு மேடை. மேடையில் ஏறினால் அங்கொரு கூடம். கூடத்தில் ஏழ்நிலை மாடம். அங்கே அதிசயம்! முதல் மாடத்தில் முத்தும், வெண் மணியும், நீலநிறமாக மாறின. அடுத்த மாடத்தில் நீலமணி சிவந்த பவளமாயிற்று. அடுத்ததில் மரகதப் பச்சை செம்மாணிக்க மாயிற்று. அடுத்ததில் முத்து வைரமணியாயிற்று. அடுத்ததில் மணிகள் பொன்மணிகளாயின. அடுத்த மாடத்தில் மணிகளெல்லாம் படிகமாயின. ஏழாம் மாடத்தின் மேலே பொற் கம்பம் ஒன்றிருந்தது. அதில் ஏறிச் சென்ற போது ஆங்காங்கே பல்லாயிரம் சத்திகள் தோன்றினார்கள். அவற்றைக் கண்டு மயங்காமல் நான் அருள் வலிமை பெற்றேன். அருள் வலிமையால் அந்தக் கம்பத்தின் மீதேறி மணிமுடி கண்டேன். அதன்மீது ஒரு நெடுமுடி; அதன் மேல் ஆயிரத்தெட்டு மாற்றுப் பொன்னால் ஆன பொற்கோயில் இருந்தது. அக்கோயிலின் கோபுர வாசலில் கூசாமற் சென்றேன். ஆங்கே சத்திகளும் சத்தர்களும் கோடி கோடியாய்த் தோன்றி னார்கள். அவர்களிடம் ஐந்துவித நிறங்கள் தோன்றின. என்னை யாராக இருக்குமென்று அவர்கள் தமக்குள் பேசிக் கொண்டார்கள். அப்பால் சென்றேன். திருவாசலில் ஐந்துபேர் இருந்தார்கள் (நாதம், விந்து, சதாசிவம், மகேசன், உருத்திரன்) அவர்கள் வழிகாட்ட மேலேயிருந்த ஒரு மணி வாசலை அடைந்தேன். ஆங்கே பெண்ணோடு ஆணாக இரண்டுபேர் இருந்தார்கள் (சிவசக்தி). அவர்கள் வழிகாட்ட மூலட்டானத்துச் சன்னிதி வாசலைக் கண்டேன். அங்கே என் அம்மா ஆனந்தவல்லி இருந்தாள். அம்மையைக் கண்டு அவள் அருளமுதம் உண்டேன். அவள் அருளாலே 'நடராஜர் சந்நிதி' கண்டேன். 'சந்நிதியில் சென்று நான் பெற்ற பேறது சாமி அறிவாரடி!'

இந்தப் பகுதியின் உள்அர்த்தம் யோகம் பற்றிய அறிவுள்ளவர் களுக்குத் தெரியலாம். ஆனால் நமக்கெலாம், பின்வந்த சுப்பிரமணிய பாரதியின் 'ஞானரதமும்', புதுமைப்பித்தனின் 'கபாடபுரமும்' சற்று மனதுள் தோன்றி மறையக் காணலாம். ஒரு விதத்தில் பாரதிக்கு முன்பே, பத்தொன்பதாம் நூற்றாண்டில் வாழ்ந்த இராமலிங்கர் தமது எளிய, சொல்லாட்சிகளாலும், உளவியல் எதார்த்தச் சித்திரிப்புகளாலும் நவீனத்துவத்தை இலக்கியத்தில் தொடங்கி வைத்தவர் என்று கூறலாம்.

'வானத்தின்மீது (சிதாகாசம்) மயிலாடக் கண்டேன் (சிவகாட்சி); மயில் குயிலாச்சுதடி' (சிவகாட்சி, சக்தியைக் கண்டதாக ஆனது) (4947) என்ற பாடலை அசல் சித்தர்களின் பாடல் என்றே கூறலாம்.

4964 - 65, 4966, 4967 ஆகிய பாடல்களும் சித்தர் பாடல்களைப் போலக் குறியீடுகளைக் கொண்ட ஏமாற்றும்எளிமை மிக்க பாடல்களே. அதிலிருந்து ஓர் உதாரணம்:

> **(மேற்கே) '... சிவகங்கை என்னுமோர் தீர்த்தம் தன்னையே**
> **மேவிப் படியில் தவறி நீரில் விழுந்த என்னையே**
> **ஏலத்துகிலும் உடம்பும் நனையாது எடுத்தே... என்**
> **கரத்தில் பொற்பூண் அணிந்த இறைவன் நீ' (4967)**

சில பாடல்களில் இயற்கை, இறைஅருள், ஆன்மா, சமுதாயம் என்பவற்றுக் கிடையில் சீரான உட்பிணைப்பையும், உறவையும் கற்பித்து எழுதியுள்ளார். இப்படி ஒரு சீரான சமன்பாட்டால் இந்தப் பிரபஞ்சத்தையும், இறைஅருளையும், சமூகசமத்துவத்தையும் ஏற்படுத்திப் பாடிய பாடல்களைக் காண்பது மிகவும் அரிது. ஒரு பாடலில் இராமலிங்கர், ***'கிழக்கு வெளுத்தது, கருணை அருட்சோதி உதயம் கிடைத்தது. எனது உளக்கமலம் கிளர்ந்தது; எனது அகத்தே சழக்கு வெளுத்தது. சாதி, ஆச்சிரம ஆசாரம், சமயமத ஆசாரம் எனச் சண்டையிட்ட கலக வழக்கு வெளுத்தது'*** (5387) என்று இயற்கை இறை அருளுக்கும், சமூகத்தில் செயற்கையான கலக வேறுபாடுகள் அகலுவதற்கும் இடையே ஒரு சம்பந்தத்தை ஏற்படுத்துகிறார். இராமலிங்கரின் பொதுப்பாட்டின் சிறந்த அம்சங்களில் இதுவும் ஒன்றெனச் சொல்லலாம்.

இராமலிங்கரின் தீவிரமான பக்தி - சித்த அனுபவம் பகுத்தறிவு தீண்ட முடியாத பிரதேசங்களில் சஞ்சரிப்பதாக இறுதிப் பாடல்களில் தெரிகிறது. அவர் சுய ஆதீனத்திலிருக்கிறாரா அல்லது பர ஆதீனத்தில் இருக்கிறாரா என உறுதியாகச் சொல்ல முடியாதபடி சில பாடல்கள் அமைந்துள்ளன.

'நீதான் என்னை விடமாட்டாய், நான் உன்னை விடமாட்டேன். இருவரும் ஒன்றாகி இங்கே இருக்கின்றோம்... செ(ய்)யும் செய்கை அனைத்தும் நின் செயலோ என் செயலோ நிகழ்த்திடுக நீயே" (5448) என்பது போன்ற பாடல்கள் மேற்படி ஐயத்தை ஏற்படுத்துகின்றன. 'முன்னு(ள்)ள மார்க்கங்கள் யாவும் முடிந்தன, சுத்த சன்மார்க்கம் சிறந்தது' (5537) என்று இராமலிங்கரால் மட்டுமே துணிந்து சொல்ல முடிந்தது என்றால் அவரது தெளிவைக் குறித்து என்ன சொல்லுவது? இதுவரை நாம் கண்டது, கேட்டது, கற்றது, களித்தது, உண்டது, உட்கொண்டது எல்லாமே முறையே அனித்தியம், பாழ், பொய், வீண், மலம், குறை என்று இராமலிங்கர் காலம் வரை நடப்பில் இருந்த அனைத்தையும் அவரால் எப்படி நிராகரிக்க முடிந்தது? (5579). அவரால் மட்டுமே இதுவரை தோன்றிய சிந்தனையாளர்களில், 'அருட்சோதிக்

கடவுள் வருதருணம் இதுவே, செத்தவரை எழுப்புகின்ற திகழ் தருணம் உலகீர்... வாய்ப்பறை ஆர்க்கின்றேன்! ஒரு சிறிதும் அச்சமுறேன். உள்ளபடி உணர்ந்தேன்' (5584). 'திருவுளங் கொண்டு எழுந்தருளும் திருநாள் இங்கிதுவே, மோச உரை என நினைத்து மயங்காதீர் உலகீர்' (5585), 'உண்மை உரைக்கின்றேன்' (5588) என்று அசாதாரணமாக அறிவிக்க முடிந்தது. 'என்மார்க்கம் இறப்பொழிக்கும் சன்மார்க்கம் தானே? (5601) என்று கேட்கிறார். மரணம் என்பதற்கு அவர் என்ன பொருள் கொண்டார் என்பது ஒரு சில சந்தர்ப்பங்களில் உயிரியல் மரணம் என்பது தெளிவாகிறது. ஆனால் வேறு சில சந்தர்ப்பங்களில் அது பூடகமாகப் படுகிறது. அவரது 'மரணம்' கூட இப்படித்தான் படுகிறது! இப்படியெல்லாம் தாம் பேசவில்லை; தமது வார்த்தைகள் இல்லை. 'சிறியேன் உரைக்க வல்லேனோ! எல்லாஞ் செய்வல்லோய் உன்றன் சிறந்த வார்த்தை எனத் தெரிந்திலர் இம்மனிதர் மதித்திறமை என்னே!' (5605) என்று நமது மூளையைப் பற்றிச் சந்தேகிக்கிறார்! (நமக்கும் இப்படியொரு சந்தேகம் அவரைப் பற்றி இருக்கலாம் என்பது அவருக்குத் தெரிந்திருக்குமோ என்னவோ!)

'அரும்பெருஞ்சோதியார் என்னை விரும்பி மணம் புரிந்தார்' (5773) என்று இராமலிங்கர் கூறுவதை நாயகி - நாயக பாவத்தில் கூறுவதாகப் புரிந்துகொள்ள முடிகிறது. ஆனால், அடுத்து (மாலையிலும்) இரவிலும் மனைவியரைக் கணவர்கள் கூடுவது உலகியல்; ஆனால் இறைவன் தம்மோடு காலையில் கூடுவதற்கு அழைக்கிறார் என்று அவர் எழுதும்போது புதிராகிவிடுகிறது. 'இரவகத்தே கணவரோடு கலக்கின்றார் உலகர்... இவர் கூடும் கலப்பில் சுகம் ஒன்றும் இல்லையடி. துன்பம் அதே கண்டார். என் கணவர் காலையில் என்னுடனே உறுகலப்பால் உறுசுகந்தான் உரைப்பரிதாம் தோழி' (5789) என்று அவர் எழுதும்போது வேறு ஏதோ, ஓர் அரிய அனுபவத்தைப் பற்றிக் குறிப்பிடுவது போலத் தெரிகிறது. ஆனால், அது என்னவென்று சரியாகத் தெரியவில்லை. தனது கணவனின் பெயர் கேட்டால், புத்தர், அருகர், அயன், நாராயணன், அரன், ஆதிசிவன், சதாசிவம், சத்திசிவம் பரமம், பிரமம், பரப்பிரமம், சுத்தப்பிரமம், துரிய நிறைவு, சுத்தசிவம் என்று அடுக்குகிறார் (5860).

தாம் இறைவனோடு கலக்கப் போவதை, இரண்டு விதங்களாகக் குறிப்பிடுகிறார். 'பேறடைவு'தலைப்பில் இறைவனாகிய தந்தை, மகனாகிய இராமலிங்கத்திடம், திருமணம் செய்துகொள்ள இன்னும் இரண்டரை நாழிகைப் பொழுது உள்ளதென்று நினைவூட்டித் தயாராகும்படி கூறுவதாக எழுதியுள்ளார். 'மணம்புரி கடிகை (நேரம்) இரண்டரை எனும் ஓர்வரை உளதால் (2 ½ நாழிகை) மகனே! சவுளம் ஆதிய (முடி சிரைத்தல் முதலிய) செய்தொழில் உறுமங்கலம் புனைந்து.

. . காட்டுக' (4854). 'மகனே! இரண்டரைக் கடிகையில் உனக்கே அம்புவி வானம் அறிய மெய் அருளாம் அனங்கனை மணம் புரிவித்து உம்பரும்வியப்ப உயர்நிலை தருதும் என்றார்' (4855) என்ற பாடல்கள் இதற்குச் சான்று. (4863-வது பாடல் வரை இதே செய்திகள் கூறப்படுகின்றன) இறைவன் அருளோடு இராமலிங்கருக்குத் திருமணம் செய்விப்பவர் சிவன் என்பது இங்கே உணர்த்தப்படுகிறது. அதற்கு இரண்டரை நாழிகைப் பொழுதுள்ளது என்ற தகவல் கூறப்படுகிறது. இறுதியிலுள்ள 'சத்திய அறிவிப்பு' தலைப்பிலுள்ள நான்கு பாடல்களில் இறுதிப் பாடலில் **'என் சாமி என் துரை என் உயிர் நாயகனார் இன்று வந்து நானிருக்குமிடத்தில் அமர்கின்றார். பின் சாகும் இரண்டரை நாழிகைக்குள்ளே எனது பேருடம்பில் கலந்துளத்தே பிரியா மலிருப்பார்... சத்தியம் சத்தியமே. என் மொழி நின்தனக்கே வெளியாகும் இரண்டரை நாழிகை கடந்த போதே,** (5818) என்று இராமலிங்கர் தமது உடம்பிற்குள் இறைவன் கலக்கும் காலம் 'பின் சாகும் இரண்டரை நாழிகை' என்கிறார். சன்மார்க்க சங்கத்தாரிடம், தாம் தைப்பூச நாள் நள்ளிரவில் சித்திவளாகம் என்ற குடிசைக்குள் புகுந்துகொள்ளப் போவதாகவும், இரண்டரை நாழிகைப் பொழுதிற்குள் ஜோதியோடு கலந்துவிடுவதாகவும் அறிவித்தார். அவர் ஜோதியோடு கலந்தது காலையிலா இரவிலா என்பது அவரது பாடல்களிலேயே முரணாகக் கூறப்படுவதுபோலத் தோன்றுகிறது. இறைவனோடு கலந்துவிடுதல் என்கிற பிரமையை அவருக்கு அளித்தது யோகமார்க்க மாகலாம். அதற்காக ஒரு மனிதர் தமது ஐம்பத்தோராவது வயதில் இப்படிக் குடிசைக்குள் சுயமாகப் போய்க் கதவடைத்துக் காத்திருந்து மரணமடைந்தது மிகவும் சோகமான சம்பவமாகும். 'நான் சாகமாட்டேன்' என்று அடித்துக்கூறிய மனிதர் உடலளவில் செத்துவிட்ட மாதிரிதான். ஆனால், அவரது 'பொதுப்பாட்டு' கூறியுள்ள உயிர் இரக்கக் கொள்கையும், சமத்துவ சிந்தனையும் சாகவில்லை. இந்த அர்த்தத்தில் அவர் 'சாகமாட்டேன்' என்ற சொன்னதாக நாம் எடுத்துக்கொள்ள வேண்டியதுதான்!

4
சி.இராமலிங்கரின் ஆன்மீகப் பயணம் - I

'உள்ளொன்று வைத்துப் புறம்பொன்று பேசுவார்
உறவு கலவாமை வேண்டும்'

-இராமலிங்கர் (8)

    1823-ஆம் ஆண்டில் பிறந்த இராமலிங்கர் தமது ஆன்மீகப் பயணத்தைத் தமது பத்துப்பன்னிரண்டு வயதிலேயே தொடங்கி விட்டதாக அவரைப் பற்றிய வரலாறுகள் தெரிவிக்கின்றன. அவர் சின்ன வயதில் முறையாகப் படிக்கவில்லை; பள்ளிக்கூடம் போக மறுத்தார்; ஒற்றியூர்க் கோயில், அதை ஒட்டிய நந்தவனம், முருகன் கோயில் ஆகிய இடங்களைச் சுற்றித் திரிந்தார்; பசியின் கொடுமையை உணர்ந்தவர்; சென்னை நகரத்தைவிட, கோயில் பிரகாரங்களை நேசித்தவர்; அங்குத் தரப்பட்ட பிரசாதத்தால் பசி போக்கியவர் என்பன அவரைப் பற்றிய எதார்த்தமான சரித்திரத் தகவல்கள். அவர் ஆறுமாதக் குழந்தையாக இருந்த போதே சிதம்பரத்தில் ஒளி தரிசனம் பெற்றவர்; தெருவில் விளையாடும் சிறுவனாக இருந்தபோதே சிவனால் ஆட்கொள்ளப்பட்டவர்; கண்ணாடியில் முருகனின் உருவத்தைக் கண்டவர்; பசியால் வாடிய போது சிவன் கரத்தால் உணவு பெற்றவர்; எதையும் ஆசானிடம் சென்று படிக்காமலே சிவ கிருபையால் ஓதாமல் உணர்ந்துகொண்டவர்; மிகச் சின்ன வயதிலேயே மண், பெண், பொன் ஆசைகளை விட்டொழித்தவர்; இறையருளால் தோத்திரப் பாடல்களைப் பாடும் புலமையைப் பெற்றவர் என்பன அவரைப் பற்றிய எதார்த்தம் இகந்த சரித்திரத்தகவல்கள். தம்மைப் பற்றிய எதார்த்தத் தகவல்களைவிட, எதார்த்தம் இகந்த தகவல்களையே இராமலிங்கர் தமது பாடல்களில் அங்கீகரித்துள்ளார்.

    இராமலிங்கர் காலந்தொட்டுத் தமிழகத்தில் மேற்படி இருவிதமான சரித்திரத் தகவல்கள் அவரைப் பற்றி வழங்கி வந்துள்ளன. இங்கே, ஓரளவிற்கு அறிவுக்குப் பொருத்தமானவிதத்தில் அவரது ஆன்மீகப் பயணத்தையும், சமூகச் செயல்பாடுகளையும் அணுகும் முயற்சி மேற்கொள்ளப்படுகிறது. அறிவுக்குப் பொருத்தமானது என்று கூறுவதால், அதுவே முழுமையான உண்மை என்று உரிமை பாராட்டத் தேவையில்லை.

அறிவாலும் சரி, நம்பிக்கையாலும் சரி, முழு அறுதி உண்மை என்று எதையும் என்றும் தீர்மானித்து வரையறுத்திட முடியுமா என்பது சந்தேகம்தான். இதுவரையிலான மானிட இனத்தின் வரலாற்றில் அப்படி ஒன்று இன்னமும் வரையறுக்கப்பட்டுவிட வில்லை என்பது நிச்சயமாகத் தெரிகிறது. அப்படி வரையறுக்கப்பட்ட உண்மைகள் அநேகம். அவை அடுத்தடுத்த காலகட்டங்களில் 'மெய்யாய் இருந்தது நாட்செல நாட்செல வெட்ட வெறும் பொய்யாய்ப் பழங்கதையாய்க் கனவாய் மெல்லப் போனதுவே' (52) என்று பட்டினத்தார் சொன்னது போல் ஆகியுள்ளன! அப்படிப் போய்விடக் கூடியதுதான் அறிவாலும் நம்பிக்கையாலும் கண்ட உண்மை என்பது தெரிவதால்தான் அதனை அறிந்து கொள்ளும் ஆர்வம் மேலோங்குகிறது. *அதனை அறிந்து கொள்ள முயற்சிப்பதால், ஒன்றை வீணில் வழிபட்டு இறுதியில் ஏமாறும் நிலைமையைத் தவிர்த்திட முடிகிறது.*

நம்பிக்கை, வீரவணக்கம், வழிபாடு, திருஉருவமயமாக்கம் ஆகியவற்றை விடுத்து, பத்தொன்பதாம் நூற்றாண்டில் 1874 வரை ஏறத்தாழ நாற்பதாண்டுக் காலகட்டத்தில் இராமலிங்கர் மேற்கொண்ட ஆன்மீக மற்றும் சமூகச்செயல்பாட்டுப் பயணத்தை மூன்று நிலைகளாக அல்லது கட்டங்களாகப் பார்த்துவிடலாம். இங்கே முதலில் இராமலிங்கரின் ***தொடக்கக் காலத்துச் சைவ சமயவாத நிலையைக்*** *காணலாம். சென்னையில் அவர் வாழ்ந்த காலத்தில் அவர் இயற்றிய தோத்திரப் பாடல்கள் இதற்கு ஆதாரம். அவர் வாழ்ந்த போதே வெளிவந்த அவரது பாடல்களின் முதல் ஐந்து தொகுப்புக்களில் முதல் மூன்றும் இதற்கான முதன்மை ஆதாரங்களாகும்.*

சிவயோகியாக இராமலிங்கர் மாறியது அவரது பயணத்தின் இரண்டாம் நிலையாகும். *சைவசமயவாதி என்ற நிலையிலிருந்து யோகசித்தி நிலையை அடைவதற்கு அவர் மேற்கொண்ட ஆரம்ப முயற்சிகளை, 4-ஆம் தொகுப்பிலுள்ள 'அபராத விண்ணப்பம்', 'அடிமைப் பதிகம்', 'தனிவிருத்தம்', 'வேட்கைக் கொத்து', 'அறநிலை விளக்கம்' ஆகிய தலைப்புக்களில் இனங்காண முடியும். அவரது 5-ஆம் தொகுப்பிலுள்ள 'அன்புமாலை', 'பிரசாதமாலை', 'ஆனந்தமாலை', 'பத்திமாலை' , 'அதிசயமாலை', 'அபராத மன்னிப்பு', 'ஆளுடைய பிள்ளையார் அருள்மாலை'ஆகிய தலைப்புக்களிலுள்ள பாடல்கள், அவர் யோக நிலைக்கு முற்றிலும் மாறிவிட்டதற்கான ஆதாரங்களைக் கொண்டுள்ளன. அவரது 6-வது தொகுப்பு (அவர் மறைந்தபின் வெளியிடப்பட்டது) இராமலிங்கரின் ஆன்மீகத் தேடலின் இரண்டாம் கட்டத்தையும், அமைப்பு ரீதியாகச் செயல்பட்ட மூன்றாம் கட்டத்தையும் நிறுவுகின்றது. இதற்குத் துணைபுரிபவை அவர் வசனத்தில் எழுதியுள்ள பகுதிகளாகும்.*

இந்நூலின் முதல் இரண்டு தலைப்புக்களில் புறவிசயங்களை விவரித்து அவற்றைக் கொண்டு இராமலிங்கரின் தனி - பொது அம்சங்களை வரையறுக்கும் முயற்சி மேற்கொள்ளப்பட்டது. இனி அவர் இயற்றிய பாடல்களின் ஆறு தொகுதிகளையும், வசனப் பகுதிகளையும் கொண்டு அகவிசயங்களை விவரித்து அவரது ஆன்மீக-சமூகச் செயல்பாடுகளை அறிந்திட முயற்சி மேற்கொள்ளப்படுகிறது.

சென்னையில் இராமலிங்கர் வாழ்ந்தபோது முதன்முதலாக அவர் அவரது சமகாலத்தவர்களைப்போலத் தொடக்க நிலையில் ஒரு சைவ சமயவாதியாகத்தான் ஆன்மீகப் பயணத்தைத் தொடங்கினார். அவரே பின்னாளில் இதனை ஒப்புக் கொண்டுள்ளார். ஆரம்பத்தில், சிறு பிராயத்தில் முருகபக்தராகவும், சிவனை முழுமுதற் கடவுளாகக் கொண்ட சைவசமயவாதியாகவும் இராமலிங்கர் இயற்றிய தோத்திரப் பாடல்கள் ஏற்கனவே சைவ அடியார்களும், முருக பக்தர்களும் இயற்றிய பாடல்களை அடியொற்றி அமைந்துள்ளன. இன்னும் சொல்லப் போனால் மரபான தோத்திரப் பாடல்களின் வார்ப்பில் சம்பிரதாயமாக இப்பாடல்கள் உள்ளன. இவற்றில், தனிமனிதனின் உள்ளக் கிளர்ச்சி, ஆத்ம விசாரம், உணர்ச்சித் தகிப்பு ஆகியவை பெரிதும் காணப்படவில்லை. இராமலிங்கரின் பரிணாம வளர்ச்சியின் தொடக்க நிலைகளை அறிவதற்கு இந்தப் பாடல்கள் உதவுகின்றன.

சென்னை கந்தகோட்டத்து முருகனையே தொடக்கத்தில் இராமலிங்கர் தமது முழுமுதற் கடவுளாகத் தொழுது பாடியுள்ளார். இப்படி இவருக்கு முன் பாடியவர்கள் அருணகிரிநாதரும், குமர குருபரரும்தான்.

சமயவாதிகளும் சரி, முதிர்ந்த ஞானிகளும் சரி, மனித வாழ்வை முரண்பட்ட இரண்டாகப் பிரித்து, ஒன்றைப் புலன்கள் மறுக்கும் சமய வாழ்வாகவும், மற்றதைப் புலன்களில் அழுந்திக் களிக்கின்ற போக வாழ்வாகவும் விவரிப்பார்கள். இந்த மரபைப் பின்பற்றிய இராமலிங்கர், சமய வாழ்வினை, பரம், வினை, பயன், பதி, பசு, பாசம், பத்தி, முத்தி, அருள், பாவம், புண்ணியம், வரம், தவம், விரதம் முதலிய அம்சங்கள் கொண்டதாகவும் போக வாழ்வினை, சுவையான உணவு நல்ல வத்திரம் (ஆடை), மாதரைக் கூடிக் களித்தல் ஆகிய சுகங்களைக் கொண்டதாகவும் விளக்கம் தந்துள்ளார் (2). இவற்றில் சமய வாழ்வினைத் தாம் கூடுமாறு முருகனை வேண்டுகிறார். முருகனிடம் அவர் கேட்கும் வரங்களிலும், அவனை வழிபடுவோர் பெறுகின்ற சிறப்புக்களிலும் சமயச் சார்பான விசயங்களோடு அறம் சார்ந்த சமயச்சார்பு இல்லாதவையும் இருக்கக் காணலாம். அவர் கேட்கும் வரங்களில் 'உள்ளொன்று வைத்துப்

புறம்பொன்று பேசுவார் உறவு கலவாமை...', பொய் பேசாமை, மதமான பேய் பிடியாமை, மதி, கருணை, நோயற்ற வாழ்க்கை அமைதல் ஆகியவை அடங்குகின்றன (8). உள்ளும் புறமும் ஒத்திசைவோடு இயங்க வேண்டுவதை இராமலிங்கர் இறுதிவரை வலியுறுத்தி வந்துள்ளார். 'பின் ஒன்று, முன் ஒன்றுமாக மொழியாமை...' 'சிந்தை ஒன்று, வாக்கு ஒன்று செய்கை ஒன்றாகப் போகாமை...' (1962) பற்றி மீண்டும் மீண்டும் வலியுறுத்தியுள்ளார். இந்த வலியுறுத்தல் முக்கியமானது; அதிகம் விபரம் தெரியாத காலத்தில் ஒரு சமயவாதியாகச் சம்பிரதாயமாக இயங்கி வந்த தொடக்க காலத்திலேயே சிந்தை - வாக்கு - செயல், உள் - புறம் ஆகியவற்றுக்கிடையில் சமச்சீரான, வெளிப்படையான உறவு இருக்க வேண்டும் என்பதை உணர்ந்திருந்தார். இந்த உணர்வு அவரைச் சமயவாதி என்ற நிலையிலுருந்து விடுவிப்பதற்கு அனுகூலமாக இருந்துள்ளது. மேலும், பிறரிடம் போய் ஒன்றை யாசிக்காமை, பிறர் கேட்கும்போது இல்லை என்னாமல் இடுவது, பிறர்க்குத் தீங்கு புரியாமை, வாய்மை, தூய்மை ஆகியவை வாய்க்க வேண்டும் என முருகனிடம் இராமலிங்கர் கேட்பது (9) சமயவாதம் என்பதைவிட அறம் சார்ந்த நிலை என்றுதான் கருத வேண்டும்.

அருணகிரியார் போலவே இராமலிங்கரும் முருகனை முழுமுதற் கடவுளாகப் போற்றுகிறார். முருகனைத் தவிர பிற கடவுள்களைக் கனவிலும் மதிப்பதில்லை என்றும் (4), 'நின்னையன்றி வேறு சிறு தேவரைச் சிந்தை செய்வோர்...' செங்கனியை விடுத்து வேப்பங்கனியை உண்ணும் காக்கைகளைப் போன்றவர்கள் என்றும் (26) விடலைப் பருவத்துக்குரிய 'நிச்சயத்' தன்மையோடு குறிப்பிடுகிறார். சிவனும், கண்ணனும், பிரமனும் 'குறிக்கரும் பெருவாழ்வே' என்று போற்றி விட்டு (7), இவர்களும், பிற தேவர்கள், இந்திரன் ஆகியோரும் முருகனின் பாதங்களை வாழ்த்தி மகிழ்கிறார்கள் என்று எழுதுகிறார் (102). தமது தாய், தந்தை, குரு, தெய்வம் எல்லாமே முருகன் என்கிறார் (111). 'சைவ நாதனே!' என்று சைவ சமயத்தின் தலைமை தெய்வமாகவே முருகனை விளிக்கிறார் (173). முருகனின் 'சரவணபவ' என்னும் ஆறெழுத்தின் மகிமையைப் பாராட்டுகிறார் (211).

இராமலிங்கர் முருகனை முழுமுதற் கடவுளாய்ப் பாடியதால், இப்படி ஏற்கனவே பாடிய அருணகிரியாரின் 'திருப்புகழ்' பாடல்களின் தாக்கம் தெரியத்தான் செய்கிறது. 'அருணகிரி பாடும் நின்னருள் தோய் புகழைப் படியேன் பதைத்து உருகேன் பணியேன்' என்று வருத்தப் படுகிறபோது (62), அருணகிரியின் 'திருப்புகழை'க் குறிப்பிடுகிறார். திருப்புகழில் உள்ள சந்தநயமிக்க பாடல்களின் சாயலை, இராமலிங்கரின் 'தெய்வ மணிமாலை'யில் காணலாம்.

முருகனைப் போற்றும் அருணகிரியின் பாடல்களில் பெரும்பாலும் முதற்பகுதி விலைமாதர்களைப் பற்றியும், பிற்பகுதி முருகக் கடவுளின் பௌராணிகத்தனமான வீர தீர காமச்செயல்கள் பற்றியும் வருணனைகள் இடம் பெற்றிருக்கும். இப்படிப்பட்ட பெண்களின் உறுப்புக்களைப் பற்றிய வசைகளும் அதிகம் இருக்கும். பெண்கள் என்றால் என்ன என்று புரியாத பருவத்தில், அவர்களோடு உறவாடித் தெரியாத பருவத்தில் இராமலிங்கர் அவர்களை இழித்தும் பழித்தும் வசை பாடியதற்குக் காரணம் அருணகிரியின் பாடல்களே! விலைமாதரை அருணகிரி 'மெய்த்தன முண்டைகள்' (84), 'வறுமை தந்திடு பாழ் மூதேவிகள்', 'பொல்லா மாபாவிகள்' (1024) என்று திட்டியதைப் போல, இராமலிங்கரும், 'முலையைக் காட்டி மயக்கி என் ஆருயிர் முற்றும் வாங்குறும் முண்டைகள்' (253) என்றும், 'பாவம் ஓர் உருவாகிய பாவையர்' (255) என்றும் திட்டுகிறார். இராமலிங்கரின் பாடல்களின் முதல் தொகுப்பிலுள்ள 18-வது தலைப்பிலுள்ள பாடல்கள் அனைத்தும் அருணகிரியாரும் பட்டினத்தாரும் வேசையைப் பழித்துப் பாடிய பாடல்களை ஒத்தவையே. (இராமலிங்கரின் 2-ஆம் திருமுறை : 21, 32, 35 தலைப்புகள், 3-ஆம் திருமுறை : 3 தலைப்பில் உள்ள 316 - 393 பாடல்கள்.)

பட்டினத்தாரைப்போல இராமலிங்கரும் பெண்ணைப் பழிக்கும் முகமாக, அவளது குறியிடத்தை 'உவர்ப்புக் கேணி' (437), 'படுகுழி', 'பாவம் யாவும் பழகுறும் பாழ்ங்குழி', 'நாற்றக் குழி', 'சிறுநீர் தரும் கொடிய ஊற்றுக் குழி', 'புழுக்கொள் குழி', 'கடிமலக் குழி', 'கருக்குழி'(260) என்று திட்டுகிறார்.

பெண்ணின் உடல் உறுப்புக்களுக்குப் பொருத்தமான உவமைகள் கூறுவது தமிழ்ச் செய்யுள் மரபாகும். இராமலிங்கர், பெண் அனுபவம் இல்லாத நிலையில், துடி இடை, பிடி நடை, முகில் அளகம், சூது முலை, சுழி உந்தி, மாவடு விழி, மதிவதனம் என்றெல்லாம் உவமிக்கிறார் (3). இப்படிப்பட்ட பாடல்களை இயற்றுவதற்குத் தனிப்பட்ட அனுபவம் தேவைப்படவில்லை; இப்படிப் பாடப்பட்ட பாடல்களே போதும்.

இராமலிங்கர் முருகனைப் போற்றிப் பாடிய தோத்திரப் பாடல்களிலுள்ள துதிகள் எல்லாமே, பின்னர் அவர் ஒற்றியூர்ச் சிவனைப் பாடிய பாடல்களிலும் அவ்வாறே இடம் பெற்றுள்ளதைக் காண வியலும். கடவுள்களின் பெயர்கள் மட்டும் மாறுகின்றன. துதிகள் அல்ல. உதாரணத்துக்கு : இராமலிங்கரின் முதல் தொகுப்பில் உள்ள 'பிரார்த்தனை மாலை' (3) என்ற திருத்தணிகைப் பதிகப் பாடல்களில் வரும் கடவுள் பெயர், உருவம், பௌராணிகச் செயல்கள் யாவும் முருகனுக்குரியவை. இவற்றை அப்படியே சிவனுக்குரியவையாக

இடம்பெயர்க்க முடியும்! தோத்திரப் பதங்களோ, விளிகளோ, வருணனைகளோ மாறா!

'கற்பகமே உனைக் கண்டு கொண்டேன்' (66), 'அமுதே பெருங்கருணைக் கடலே, கனியே , கரும்பே' (83), 'அருட்கடலே' (93), 'இன்பவான் சோதியே, அருள் தோற்றமே சுக சொரூப வள்ளலே' (136), 'சைவநாதனே'(173), 'உலகம் பரவும் பரஞ்சோதி உருவாம் குருவே' (460) என்பவை முருகனுக்கு மட்டுமின்றிச் சிவனுக்கும் பொருந்தக் கூடியவையே. முருகனை விட்டுவிட்டுப் பிறகு சிவனை முழுமுதற் கடவுளாக இராமலிங்கர் பாடல்கள் இயற்றிய போது இதேமாதிரி விளிகளும், வாழ்த்துக்களும் இடம் பெற்றுள்ளன. 'சீவசாட்சிமாலை' (7) என்ற தலைப்பில் முருகனைப் பற்றி வரும் ஒரு பாடல் (104), பின்னர் சிவனுக்கும் உரிய தோரணையில் அமைந்துள்ளது.

'பண்டு மனதுவந்து குணம் சிறிதுமில்லாப் பாவியேன் தனை ஆண்டாய் பரிவால். இன்று கொண்டு குலம் பேசுதல்போல் எளியேன் குற்றம் குறித்துவிடின் என் செய்கேன். கொடியேன் எனைக் கண்டு திருத்தொண்டர் நகை செய்வார், எந்தாய் கைவிடேல் உன் ஆணை!' இதேபோலச் சிவனிடமும் பிரார்த்தனை செய்து ஆணையிட்டுள்ளார் இராமலிங்கர் (2664).

எனவே, முருகனைப் பற்றிய தொடக்க நிலையிலுள்ள சமய வகையான தோத்திரப் பாடல்கள் பெரிதும் இராமலிங்கரின் பக்தி அனுபவத்தில் வெளிப்பட்டவை அல்ல என்று கூறுவதில் பிழை இல்லை. இந்த மாதிரி பாடல்கள் சூத்திரத் தன்மை வாய்ந்தவை. போலச் செய்வதன்மூலம் இப்படி எத்தனை பாடல்களையும் இட்டுக் கட்டலாம். பத்தொன்பதாம் நூற்றாண்டில் இப்படி எளிமையான பாடல்களைச் சந்தர்ப்பத்துக்கு ஏற்றமாதிரி சிறு சிறு மாற்றங்களைச் செய்து இயற்றுவது சாதாரண புலவர்கள் பலருக்குத் தொழிலாக இருந்தது. இராமலிங்கருக்கு இது தொழிலாக இல்லை, முதிர்ச்சிக்கு முன் செய்த பயிற்சியாக இருந்தது. இதுவரை பார்த்த இராமலிங்கரின் முதலாவது தொகுதிப் பாடல்கள் அவரை முருகனை வழிபட்ட சைவ சமயவாதியாக அடையாளம் காட்டுகின்றன.

இரண்டாம் தொகுப்பிலுள்ள பாடல்களில் பெரும்பகுதி அவரைச் சிவனை வழிபடுகின்ற சைவ சமயவாதியாக இனங்காட்டுகின்றன. இவையும் தொடக்கநிலை தோத்திரப் பாடல்களே. சொந்த அனுபவ வெளிப்பாடுகள் வெகு அரிதாகக் காணக் கிடக்கின்றன. பெரிதும் சம்பிரதாயமான பாடல்களே. இன்னும் இவற்றில் சைவ சித்தாந்த, யோக வகைப்பட்ட கலைச் சொற்கள் பெரிதும் பயின்று வரவில்லை.

சைவ சமயவாதியான இராமலிங்கர் தேவாரம் பாடிய மூவரையும், ஏனைய நாயன்மார்களையும், அவர்கட்கு நிகழ்ந்த பௌராணிக அருள் பாலிப்புக்களையும், சிவனது புராணீக உருவம், செயல்கள் ஆகியவற்றையும் போற்றிக் கொண்டாடியுள்ளார். சென்னையில் அவர் தனியாகவும், தமது தமையனாரோடும் நிகழ்த்திய புராணப் பிரசங்கங்கள் சைவ சமயச் சார்பான பாடல்களை இயற்றுவதற்குத் துணை புரிந்தன என ஊகிக்க இடமுண்டு. தேவாரப் பாடல்களின் தாக்கம் இராமலிங்கரின் தொடக்கநிலைப் பாடல்களில் இல்லாமல் இல்லை. **'ஊர் சொல்வேன் பேர் சொல்வேன் உத்தமனே நின்திருத்தாள் சீர் சொல்வேன்'** (743) என்ற பாடல் வரியில் இதனைக் காணவியலும். முருகனைப் பாடியபோது அருணகிரி, பட்டினத்தார் பாணியில் பெண்ணைப் பழித்தது போலச் சிவனைப் பாடிய போதும் பழித்தார். 316 முதல் 393 பாடல்கள் வரை, பட்டினத்தாரைப் போலவே இராமலிங்கர், பெண்ணின் உடல், பெண் உறவு பற்றி இழித்துரைத்து விலகியிருக்கச் சொல்லியுள்ளார். 'அருள்நாம விளக்கம்' (21) தலைப்பிலுள்ள ஒவ்வொரு பாட்டிலும் அருணகிரியைப் போல, முன்பாதியில் விலைமகளிர் வசப்படுவது பற்றி எச்சரித்து விட்டுப் பின்பாதியில் சிவபெருமானைத் துதித்துள்ளார். சிவபிரான், தமது அடியார்களின் மிக முக்கியமானவர்களை அவர்களுடைய அறியாப்பருவத்திலேயே ஆட்கொண்டு விடுவதாகச் சைவசமய மரபு கூறி வந்துள்ளது. இந்த மரபை ஒட்டி, இராமலிங்கரும் ஆண்டவன் தம்மை 'அறியாப் பருவத்து அடியேனை ஆட்கொண்ட'தாக எழுதியுள்ளார் (691). 'திருவருள் வழக்க விளக்கம்' (24) தலைப்பில், நாற்பெருங்குரவர்கள், திருவிளையாடற் புராணம் குறித்த புராணத் தகவல்களை ஏராளமாகத் தந்துள்ளார். தேவார ஆசிரியர்கள் தங்கள் காலத்தில் பகை மதங்களாக இருந்த சமண - பௌத்த மதங்களையும், வைணவத்தையும் கடுமையாகத் திட்டிப் பாடினார்கள். அவர்களைப் பின்பற்றிய இராமலிங்கர் பத்தொன்பதாம் நூற்றாண்டில், 'சமண ஆதரைத் தேரவறியரை (பௌத்தர்)', 'வைணவ நத்தரை... கண்டால் நடுங்குவ நடுங்குவ மனமே' (907), என்றும் 'வஞ்சச் சமண வல்லிருள்' (474) என்றும், பாடல்களை இயற்றியுள்ளார்.

இராமலிங்கர் அடிக்கடி நாவரசர், சுந்தரர், சம்பந்தர் ஆகிய தேவார ஆசிரியர்களுக்குப் பசித்தபோது சிவன் உணவளித்த அற்புதச் செயலை விதந்து பாடியதற்கும், பால்யத்தில் அவர் பசியால் வாடி இளைத்ததற்கும் சம்பந்தம் இருக்கக் கூடும். தமது பசியைச் சிவன் தீர்க்க வருவான் என்று ஏங்கியிருக்கிறார். **'எங்கள் அப்பருக்கா(க) அன்று கட்டுச் சோறெடுத்துச் சென்ற துணையே!'** (953) எனப் பாடிய இராமலிங்கர், **'எம்மை வாட்டும்**

இப்பசியினுக்கு எவர்பால் ஏகுவோம் என எண்ணலை நெஞ்சே... அன்று சுந்தரர்க்காய்ச் சோறு இரந்து அளித்தருள் செய்தோன் நம்மை ஆளுடை நாதன்' *(990) எனப் பாடியதில் அந்த எதிர்பார்ப்பு தெரிகிறது. ஒரு சில பாடல்களில் இராமலிங்கர், சிவபிரான் ஒரு நாள் தமக்குச் சோறு தந்து பசியாற்றியதாகவே குறிப்பிடுகிறார்! (1965 : 176). புராணச் செய்திகளை எதார்த்த விசயங்களாகவே உள்வாங்கிக் கொண்டவர் இராமலிங்கர்.*

சமயவாதியாக வாழ்ந்தபோது இராமலிங்கர், நாற்பெருங்குரவர் களைத் தமது முன்மாதிரிகையாகக் கொண்டார். அவர்களைப்போல வாழவேண்டும், அவர்களுக்குச் செய்தது போல தனக்கும் சிவன் அற்புதங்களைச் செய்ய வேண்டும், தன்னை ஆட்கொள்ள வேண்டும் என்ற எண்ணங்கள் இராமலிங்கர் மனதில் ஆழமாகப் பதிந்து விட்டது என்றே சொல்ல வேண்டும. கி.பி. 7, 8-ஆம் நூற்றாண்டு புராணமயமான வாழ்க்கையைப் பத்தொன்பதாம் நூற்றாண்டுக்கு இழுத்து வருகிறார்! சுந்தரமூர்த்திநாயனாரின் திருமணத்தில் வழக்கிட்டுச் சிவன் ஓலைகாட்டி அவரைத் தமது அடிமை என்றதைக் குறிப்பிட்டு, தமக்கு அம்மாதிரி 'ஓலை ஒன்று நீர் காட்டுதல் வேண்டாம், உவந்து தொண்டன் என்று உரைப்பிரேல்' தாம் உவப்போடு அவருக்கு ஊழியம் செய்யத் தயாராக இருப்பதாகப் பாடல் புனைந்துள்ளார் இராமலிங்கர் (1182). 'முன் மணத்தில் சுந்தரரை முன் வலுவில் கொண்டதுபோல் என்மனத்தில் நீ வந்திடாவிடினும், நின் கணத்திலொன்றும் ஒரு கணம் வந்து அழைக்கில், செய்ததன்றி இன்றும் ஒரு மணஞ்செய்வேன்' (2019) என்று சிவன் வழக்காடித் திருமணத்தைத் தடுக்கச் சம்மதம் என்றால் இன்னும் ஒரு கலியாணஞ் செய்துகொள்ளத் தயார் என்கிறார் இராமலிங்கர்! (அடிகளுக்குச் சென்னையில் கலியாணம் நடந்ததற்கு இது அகச்சான்றா?)

நாவரசரின் 'சொற்றுணை வேதியன்' எனத் தொடங்கும் தேவாரப் பாடல் அடியைக் குறிப்பிட்ட இராமலிங்கர் (2302), மேற்படி அடி தொடங்கும் பதிகத்தைப் பாடிய நாவரசர் கல்லைத் தெப்பமாய்க் கொண்டு (மிதப்பு), கடலைக் கடந்து கரை சேர்ந்த அற்புதச் செயலை வியந்து பாடியுள்ளார், நாவரசரின் அந்தப் பாடல் பின்வருமாறு:

'சொற்றுணை வேதியன் சோதி வானவன்
பொற்றுணை திருந்தடி பொருந்தக் கைதொழக்
கற்றுணை பூட்டியோர் கடலில் பாய்ச்சினும்
நற்றுணை யாவது நமசி வாயமே'

இதன் பொருள்: கல்லில் கட்டிக் கடலில் போட்டாலும் சிவபிரானின் பாதங்களைக் கையால் தொழுதால், அவனது நமசிவாய

மந்திரம் துணையாக வந்து கரை சேர்த்துக் காப்பாற்றிவிடும். சிவனின் அருட்செயலை நாவரசர் உயர்வு நவிற்சி அணிதோன்ற மிகையாக வலியுறுத்தியது தெரிகிறது. மணிவாசகரும் கூட 'அஞ்செழுத்தின் புணை பிடித்துக் கிடக்கின்றேனை... கரைகாட்டி ஆட்கொண்டாய்' (திருச்சதகம், 3 : 25) என்று, 'நமசிவாய' எனும் ஐந்தெழுத்தைப் பிறவிக் கடலைக் கடந்து கரை சேர்க்க உதவும் மிதவையாக உவமித்துள்ளார். இந்த உவமையும், உயர்வு நவிற்சியும் காலந்தோறும் வளர்ந்து, நாவரசர் வாழ்வில் நிஜமாக நடந்ததொரு அற்புதச் செயலாக வடிவெடுத்தன. சேக்கிழாரின் 'பெரிய புராணத்தில், இந்த அற்புதச் செயல் நாவரசர் சரிதத்தில் இடம்பெற்று விட்டது! இலக்கியக் கற்பனை சமயப் பண்பாட்டில் காலப்போக்கில் அற்புதச் செயலாகப் 'பரிணாம வளர்ச்சி' அடைந்துள்ளது.!

இராமலிங்கர் ஒரு பாடலில் (1247) 'நீர் சொரிந்து ஒளிவிளக்கெரிப்பவன் போல்' என்ற உவமையைக் கையாளுகிறார். பின்னாளில், அதாவது 1856-க்குப் பிறகு, கருங்குழியில் வாழ்ந்த காலத்தில் ஒருநாள், அவர் தண்ணீரால் அகல்விளக்கெரித்த அற்புதச் செயலைத் தமது சென்னை வாழ் அன்பர்கட்குக் கடிதத்தில் பாடல் வடிவில் எழுதியுள்ளார் (3028). சென்னையில், வீண்வேலை என்பதற்கு உவமையாகக் கையாண்ட ஒன்று, கருங்குழியில் அற்புதச் செயலாக மாறிவிட்டது! ஆனால், இப்படி நீரால் விளக்கெரித்த முதல் பக்தர் இராமலிங்கர் இல்லை; சுந்தரரும், சேக்கிழாரும், நீரால் விளக்கெரித்துச் சிவனை வழிபட்ட நமிநந்தி என்ற சைவ நாயன்மார் ஒருவரைப் பற்றிக் குறிப்பிட்டுள்ளனர். ஆயிரத்து முந்நூறு வருடங்களுக்குப் பிறகு, இராமலிங்கர் இந்த அற்புதச் செயலைச் செய்திருக்கிறார்! புராண மாந்தரோடும், புராணச் செயல்களோடும் எந்த அளவிற்கு இராமலிங்கர் தம்மை இழந்திருக்கிறார் என்பதைப் புரிந்துகொள்ளலாம்.

சைவசமயவாதியாக இருந்த காலந்தொட்டே இராமலிங்கருக்கு முருகனையும், சிவனையும் நேரில் தரிசனம் செய்ய வேண்டும் என்கிற தீராத மனக்கிலேசம் இருந்து வந்துள்ளது.. இந்த விசேச மனநிலை அவரிடம் போகப் போக உக்கிரமடைந்துள்ளது. கானல்நீரை நீராகவே பார்த்தும் பருகும் மனநிலை அழுத்தமாக உருவாகியது தெரிகிறது. அவர் கண்டதாகக் குறிப்பிடுகிற தெய்வ தரிசனங்களும், செய்ததாகக் குறிப்பிடுகிற அற்புதச் செயல்களும் உளவியல் விசயங்களாகும். இத்தகு உளவியல் நிலைமையில், தில்லைக் கோயிலில் சிவனைக் கண்ணால் பார்த்ததாகக் குறிப்பிடுகிறார் (தரிசனப் பகுதி - 70). 'வள்ளல் அவர்தம் திரு அழகைக் கோயிற்கருகே... மனங்குளிரக் கண்டேன்' (1342) என்றும், 'தியாகப் பெருமான் திருமுகத்தைக் கள்ளம் தவிர்க்கும் ஒற்றியில்

போய்க் கண்டேன்' (1363) என்றும் சொல்லுகிறார்! முருகன், சிவன் ஆகிய தெய்வங்களின் சம்பிரதாயமான படிமங்கள், விளக்கங்கள், வருணிப்புக்கள், விக்கிரகங்கள், அவருடைய ஆழ்மனதின் உக்கிரமான அழுத்தத்திற்கு ஏற்றவாறு புறக்காட்சிப் படிமங்களாக அவை அவருக்கு 'தரிசனம்' தந்துள்ளன எனத் தோன்றுகிறது.

'விண்ணப்பக் கலிவெண்பா' என்ற தலைப்பிலுள்ள மிக நீண்ட பாடலில் (1962), இராமலிங்கர் தேவாரம் பாடப்பட்ட சுமார் 278 தலங்களைப் பற்றிப் பாடியுள்ளார். இந்தத் தலங்களுக்கு அவர் நேரில் சென்றதாகப் பொருள் கொள்ளக்கூடாது. பத்தொன்பதாம் நூற்றாண்டில் தலங்களுக்குப் பதிகங்கள் பாடுவது பெரு வழக்கமாக இல்லை. இராமலிங்கரே குறிப்பிடுவதைப் போல அவர் காலத்தில் சிவனைத் துதிக்கும் தோத்திரப் பாடல்களாக, அருட்பாடல்களாக, மூவர் தேவாரத்தையும், திருவாசகத்தையும், திருவிசைப்பாவையும் போற்றியது ஒரு மரபாக ஆகியிருந்தது (1965 : 664 - 666). ஆறுமுக நாவலரும் இதைக் குறிப்பிட்டுள்ளார். எனவே, அவர் காலத்தில் சைவ மடங்கள், பிரபுக்கள், கனவான்கள், செல்வர்கள் ஆகியோரின் ஆதரவில் வித்துவான்கள் தலங்களுக்குப் புராணங்களும், பிரபந்தங்களும், இயற்றுவது பிரபல மாகியிருந்தது. இராமலிங்கரின் சமகால வித்துவானான மீனாட்சிசுந்தரம் பிள்ளை இப்படி இயற்றுவதில் அன்று முதலிடம் பெற்றிருந்தார். இந்நிலையில், இராமலிங்கர், பழைய தேவாரமரபைப் பின்பற்றிப் பதிகங்களை இயற்றும் பணியை மேற்கொண்டார். இந்தப் பதிகங்களைத் தொகுத்து அவர் காலத்திலேயே அருட்பாக்களாக அன்பர்கள் வெளியிட்டார்கள். இந்த விதத்தில் அவர் சமகால வித்துவான்களிலிருந்து வேறுபட்டவராக இருந்தார்.

அதே வேளையில், சைவ சமயியாக இருந்த காலத்தில் இராமலிங்கர், ஏனைய வித்துவான்களிலிருந்து முற்றிலுமாக வேறுபடவில்லை. அக்காலத்தில் ஒரு வித்துவானின் திறமையை அவரது சாமர்த்தியமான சொல் விளையாட்டு, குயுக்தியான தனிப்பாடல்கள், சிலேடைகள், சிருங்கார ரசப் பாடல்கள், சக வித்துவான்களோடு அவர் நடத்திய விவாதப் போர்கள் தீர்மானித்தன. சென்னையில் வாழ்ந்த வரைக்கும் இராமலிங்கர் மேற்படி வித்துவான் விளையாட்டுக்களை விளையாடத் தவறியதில்லை. ஒரு சமயவாதியாக அவர் பிறரோடு விவாதங்களில் ஈடுபட்டார். 'வாதமே புரிவேன் கொடும்புலி அனையேன்' (642) என்று வருந்திய இராமலிங்கர், இப்படி விவாதம் என்ற பெயரில் வீண் கதை பேசி, கிழக்காக்கைகளைப் போலக் கத்தி, கள்ளின் துர்நாற்றமும், ஊத்தையும் காத தூரம் நாற, பொய் கூறித் தர்க்கமிடுவாரோடு உறவு வேண்டாம் என்று பாடியுள்ளார் (10).

எந்த அளவிற்கு அவர் சைவ சமயத்தீவிரம் கொண்டிருந்தார் என்பதற்கு, சைவர் அல்லாதார்மீது அவர் காட்டிய வெறுப்பு ஒரு சான்றாகும். 'நீறு இடாப் புலையரைக் கண்டால் நிற்க! நிற்க அந்நி மலரைக் காண்க!' (998) என்று பாடினார். அவர் காலத்தில் வாழ்ந்த யாழ்ப்பாணம் ஆறுமுகம் பிள்ளை (நாவலர்) பாடக் கூடிய அடிகள் இவை!

வித்துவான்களின் திறமையைப் பறைசாற்றுவது அவர்களது சொல் விளையாட்டு. இருபொருள்படும்படியாக அலங்காரமாக அமைத்துப் பாடுவது அன்றைய பாணி. குறிப்பாகக் காமக் கூட்டம் பற்றிய சல்லாபப் பேச்சுக்கள் கொண்ட பாடல்கள் அன்று வித்துவான் களுக்கு ஜமீன்தார்களிடமிருந்து கிடைக்கும் சன்மானங்கட்கு உத்திரவாத மாயின. இராமலிங்கர் இப்படிப்பட்ட பாடல்களை இயற்றியுள்ளார். ஜமீன்தார்களைப் பற்றி அல்லாமல் வளையல் விற்ற சிவனைப் பற்றி மேற்படிப் பாடல்களை அமைத்துள்ளார். 'சல்லாப இயன் மொழி' (81), 'இங்கித மாலை' (98) ஆகிய தலைப்புக்களிலுள்ள பாடல்கள் இத்தகையவை. அன்பர்களின் விருப்பத்திற்கு ஏற்ப இராமலிங்கர் இந்த மாதிரி பாடல்களை இயற்றியதாகச் சொல்வார்கள். தமது வித்துவத்தைப் புலப்படுத்த இதை ஒரு வாய்ப்பாக எடுத்துக் கொண்டார். 1770 முதல் 1936 வரையுள்ள பாடல்களில், தாருகவனத்து முனிவர்களின் பெண்களிடம் சிவன் காபாலியாக வேடமணிந்து வந்து, பிச்சைகேட்டு இருபொருள்பட அவர்களிடம் சல்லாபித்த திருவிளையாடற் புராணத்தின் வளையல் விற்ற படலச் செய்திகள் இடம் பெற்றுள்ளன. 'பிட்சாடனர் சம்வாதம்' என இதனைச் சைவர்கள் குறிப்பிடுவார்கள். இதிலிருந்து ஒரு உதாரணம்:

> 'பிச்சைத் தேவர் இவர்தமை நான்தட்டின்மலர்
> கையிடத்து எதுவோ தனத்தைப் பிடியும்
> என்றுரைத்தேன்... எட்டி முலையைப் பிடிக்கின்றார்'

(1774) என்ற பாடலில், ஓதனம் - தனம் என்ற சொற்களை வைத்து இருபொருள்படப் பேசுகிறார் இராமலிங்கர் (ஓதனம் = சோறு, தனம் = முலை).

பெரும்பாலான பாடல்கள் இந்த ரகத்தைச் சேர்ந்தவை. இவ்வாறு பெண்ணின் மார்பு, குறி, கலவி, மார்பில் ஆணின் நகக்குறி, தொடை முதலியவற்றை இருபொருள்படப் பாடுவது அன்றைய ஜமீன்தார்கள் தர்பாரில் சகஜமாக இருந்தது. இராமலிங்கர், ஜமீன்தாருக்குப்பதில், சிவனை வைத்து ஒரு கை பார்த்தவரே!

அக்கால வித்துவான்கள் தாங்கள் இயற்றும் பாடல் வகை, தருகின்ற விளக்கம் ஆகியவற்றில் பிரமிப்பை ஏற்படுத்துவதை வித்தியா மேதைமையாகக் கருதினார்கள். ஒரு சொல்லை எடுத்துக் கொண்டு நீளமாக விளக்குவது, யாரும் இதுவரை யாப்பில் செய்திராத புதுமையைச் செய்வது ஆகியவை அன்றைய வித்துவத்தின் வெளிப்பாடாக மதிக்கப்பட்டன. தமிழில், பொதுவாக விருத்தப்பா என்ற யாப்பில் அதிகபட்சம் பத்துப் பனிரெண்டு சீர்கள் ஓரடியில் இடம்பெறுவது வழக்கம். நம்முடைய வித்துவான் இராமலிங்கரோ ஓரடிக்கு 192 சீர்களைக் கொண்ட மிக நீண்டதொரு ஆசிரிய விருத்தப்பாவை யாத்துச் சாதனை படைத்துள்ளார் (3-ஆம் திருமுறை 'திருவடிப் புகழ்ச்சி'). இந்த மோகம் அவரை இறுதிவரை விடவில்லை. மேட்டுக் குப்பத்தில் வாழ்ந்த காலத்தில் 1598 அடிகளைக் கொண்ட 'அருட்பெருஞ் ஜோதி அகவல்' என்ற மிக நீண்ட ஆசிரியப்பாவை ஒரே இரவில் எழுதி முடித்தார் (6ஆம் திருமுறை). ஆசிரியப்பாவுக்கு அதிகபட்சம் 1000 அடிகளாகத் தொல்காப்பியர் செய்த வரையறையை உடைத்த முதல் வித்துவான் இராமலிங்கரே! 'தமிழ்' என்ற சொல்லுக்கு வசனத்தில் பக்கம் பக்கமாக வியாக்கியானம் எழுதியவரும் இராமலிங்கரே! மேற்படி ஆசிரியவிருத்தப்பாவின் (1960) தொடக்கத்தில் வரும் 32 அடிகள் முழுக்க முழுக்க சமஸ்கிருத சுலோகங்களாகவே உள்ளன. அதன் பிறகு படிப்படியாகத் தமிழ்ச் சொற்கள் இடையிடையே வந்து பிறகு முற்றிலும் தமிழ்ப் பாடலாக மாறுகிறது. வித்தையால் பிறரைப் பிரமிக்கச் செய்யும் ஆர்வம் இராமலிங்கருக்கு உண்டு.

அவரது பாடல்களின் 4வது தொகுதியில் சைவசமயி என்ற நிலையிலிருந்து இராமலிங்கர் மாறிய தடயங்கள் காணப்பட்டாலும், பழைய வித்துவான்தனம் தொடரவே செய்தது. 'தனிவிருத்தம்' (15), 'பொதுத் தனிவிருத்தம்' (14) ஆகிய தலைப்புக்கள் இதற்குச் சான்று. ஒரு பாடலில், அவர் பகுதி - தகுதி - விகுதி என்ற மூன்று சொற்களை வைத்து வித்தை காட்டுகிறார். இச்சொற்களின் நடுவிலுள்ள 'கு' என்ற எழுத்தை இரட்டித்தால் 'அறுகு' (ஆறு 'கு') என்ற சொல் கிடைக்கும். இந்த அறுகு (அறுகம்புல்) கொண்டு அருச்சித்தால், அந்த மூன்று சொற்களின் முதல் எழுத்துக்களாலாகிய 'பதவி'யும் , இறுதி எழுத்துக்களாலாகிய 'முத்தி' (மூன்று 'தி')யும் சித்திக்கும் என்கிறார் (2724). இதேபோல 'தா' என்ற எழுத்தைக் கொண்டு சமத்காரம் புரிகிறார்.

மரபான தோத்திரப் பாடல்களில் கடவுளின் உருவத்தைப் பற்றிப் பற்பல அலங்காரங்கள் மிளிருமாறு உயர்வு நவிற்சி பண்ணுவது வழக்கம். இராமலிங்கர் வஞ்சப்புகழ்ச்சி என்ற அலங்காரத்தைக் கையாண்டு சிவனைக் கேலி செய்துள்ளார். அவர், சிவபிரானைப்

பார்த்து, 'சடையிலே கங்கை கொண்டாய், இடப்பாகத்தில் ஒரு மங்கை கொண்டாய், மற்றொரு நங்கை கொண்டால் உடலில் எங்கே கொண்டருள்வாய் என்பது அன்பர்களின் சங்கை (சந்தேகம்)' என்று விகடமாகக் கேட்கிறார் (2308). முன்னர் பலரும் பாடியபடி, இவரும் சிவனை வணங்காத தலை, காணாத கண்கள், அவன் புகழ் கேளாத செவி, அவனை வாழ்த்தாத வாய், எண்ணாத நெஞ்சம் முறையே தலை, கண், செவி, வாய், நெஞ்சம் அல்ல என்று பாடியுள்ளார் (2310 - 14). சிவனைப் பற்றிப் பாடாத பாட்டு பாட்டல்ல (2330), அப்படிப்பட்ட பாட்டு துப்பற்ற பாட்டு (2331) என்று ஏசுகிறார்.

இராமலிங்கர் 'பெரிய புராணத்தில்' இடம்பெற்ற நாயன்மார் பலரைப் பற்றிக் குறிப்பிட்டுள்ளார். சில நாயன்மார் வாழ்க்கைச் சம்பவங்களோடு தம்மையும் பிணித்துப் பார்க்கவும் செய்துள்ளார். அவர் குறிப்பிடும் நாயன்மாரில், 'திருநாளைப் போவார்' என்னும் நந்தனார் மட்டும் இடம்பெறாதது வியப்பாகவும் சற்று நெருடலாகவும் இருக்கிறது! (63 நாயன்மார்களையுமா கொண்டுவர முடியும் என்று எளிதாக இதனை மறுத்துவிடலாம். ஆனாலும் இறுதியில் நெருடத்தான் செய்கிறது).

பத்தொன்பதாம் நூற்றாண்டில் வாழ்ந்த சைவமதவாதி, வித்துவான், புராணப்பிரசங்கி என்று இராமலிங்கரை ஒட்டு மொத்தமாக முத்திரையிட்டு விடவும் முடியாது. இப்படிப்பட்டவராக அவர் வாழ்ந்து வந்தாலும் அவருடைய மனதில் போதும் என்ற சுயதிருப்தி வந்தபாடில்லை. ஏதோ ஒருவித சஞ்சலமும், வியாகூலமும் அவரை நிம்மதியாக இருக்கவிடவில்லை. அடிப்படையில் அவர் மனம் துறவை நாடியது. சிறுவனாக இருந்தபோதே அவர் மற்றொரு சிறுவனைக் கிளப்பி சந்நியாசியாக ஊரைவிட்டுப் போயுள்ளார். அப்புறம் ஓரிரு நாட்களில் ஒத்துவராததால் வீடு திரும்பினார்! தந்தை தாய் மனை மக்கள் என்ற பந்தங்களிலிருந்து விடுபட வேண்டும் என்ற எண்ணம் அவரிடம் வலுவாக இருந்தது. கடவுளின் 'மலரடிக்குத் தொண்டு கொண்டார் தம் சுகத்துக்கும், வாழ்க்கைச் சுழலில் தள்ளும் பெண்டு கொண்டார் துயருக்கும்' இடையே ஒப்பீடு செய்ய இடமில்லை என்பதை அடிகள் புரிந்திருந்தார் (2349). ஆற்றிலும் காற்றிலும் விட்ட அரிசிமாவைக்கூட மீட்டிடலாம்; ஆனால் குடும்பச் சேற்றில் விட்ட காலை எவராலும் மீட்டு எடுக்க முடியாது என்ற தீர்மானத்துக்கு அடிகள் தொடக்கத்திலேயே வந்துவிட்டதாகத் தெரிகிறது (2360). இதனால்தான் இறைவனிடம் 'இயங்கா (அலையாத) மனமும், கயங்கா (கலங்காத) நிலையும், இகபரத்தே மயங்கா அறிவும், தியங்கா (கலங்காத) நெறியும் மகிழ்ந் தருள்வாய்' (2373) என்று கேட்கிறார். தொடக்கத்தில்

முருகனிடம் கேட்ட வரங்களுக்கும், இங்கே சிவனிடம் (?) கேட்கும் வரங்களுக்கும் இடையிலுள்ள வேறுபாடு தெளிவாகிறது. இங்கே இராமலிங்கர் தம்மைத் தனிமனிதனாய்த் தகவமைத்துக் கொண்டு, துறவு மார்க்கத்தில் நின்று இந்த வாழ்க்கையை எவ்வாறு அணுகி வாழ்வது என்கிற ஓர் இலக்கினை நோக்கிச் செல்லுவதை உய்த்துணரலாம். சைவமதவாதி என்ற நிலையிலிருந்து கடந்து செல்லுகின்ற திருப்பு நிலையாக இதனைக் கருதலாம். அடிப்படையில் இராமலிங்கரின் துறவு மனப்பான்மைதான் அவரைப் புதிய மார்க்கத்திற்கு உந்தியது எனலாம்.

இராமலிங்கர், தொடக்கத்தில் தமது காலச் சூழலின் தாக்கத்தாலும், முன்னோர் பாடிய பதிகங்களின் பாதிப்பாலும், ஒருவிதத்தில் சுய ஓர்மையின்றித் தம்மைச் சைவ சமயவாதியாக ஆக்கிய போதிலும், இறைவனை 'எந்தக் கொள்கை கொண்டு அறிகுவதையா?' (704) என்ற கேள்வி அவரைப் படுத்தியிருப்பது தெரிகிறது. காலத்தால், இடத்தால் அடித்துச் செல்லப்படுவதை அவரால் ஏற்றுக் கொள்ள முடியவில்லை. அவர் சமயவாதியாக வாழ்ந்த போதே 'சிவயோகம்', 'பெருவாழ்வு' 'இறப்பிலாது' வாழ்தல் பற்றிய எண்ணங்கள் இலேசாக உருப்பெறத் தொடங்கின (884). சாகாத நிலை என்றால், இனி வேறு உடல் எடுத்துப் பிறவாதநிலை என்றுதான் வழக்கமாக அடியவர்கள் கொள்ளுவது போலப் பொருள் கொண்டார். 'இவ்வுடம்பு ஒழிந்திடுமேல் மீண்டு மீண்டு எந்த உடம்பு கொண்டு உழல்வனோ?' (1095) என்று இராமலிங்கர் கேட்பதிலிருந்து இது தெரிகிறது. பிற்காலத்தில் அவர் வேண்டிய ஒளி உடம்பு, சாகாநிலை, சாகாக்கல்வி முதலிய விசயங்களிலிருந்து இது வேறுபட்டதாகவே இருந்தது. 'சந்தோடமாப் பிறர் எல்லாம் இருக்கவும், சஞ்சலத்தால் அந்தோ ஒரு தமியேன் மட்டும் வாடல் அருட்கழகோ' (1454) என்று அவர் தம்மை மட்டும் வாட்டிக்கொண்டிருந்த சஞ்சலத்தைப் பற்றிக் குறிப்பிட்டுள்ளார்.

இராமலிங்கர் பாடல்களின் 4-ஆம் தொகுப்பு அவர் ஒரு சைவ சமயவாதியாக இருந்து யோக நிலைக்குக் கடந்து செல்லும் ஒரு மாறுதலைப் பற்றிக் குறிப்பதாகத் தெரிகிறது. இதிலுள்ள பாடல்களில் பெரும்பகுதி அவர் சென்னையை விட்டு விலகிக் கருங்குழி என்ற கிராமத்தில் வாழ்ந்தபோது இயற்றியவையாகத் தெரிகிறது. இச்சமயத்தில் அவர் அருகிலிருந்த சிதம்பரம் சென்று நடராஜ பெருமானை வழிபட்டு வந்தார். சைவவாதத்திலிருந்து சன்மார்க்கத்துக்கு மாறிய படிநிலைகளைக் காண முடிந்த போதிலும், வித்துவானுடைய சேட்டைகள் அவரை விட்டு முற்றாக இன்னமும் விலகவில்லை என்பது தெரிகிறது. மரபான தோத்திரப் பாடல்களை அவர் கைவிடவும் இல்லை. 'குஞ்சித பாதப்

பதிகம்'(1) என்பதில் 'வண்ணம்' என்ற சொல்லை வைத்து மடக்கி மடக்கி விளையாடுகிறார் (2571). சிவன் - தந்தை, உமா - தாய், சிவனடியார் - தமர், சாந்தம் - நண்பன், நிராசை - மனைவி, அறிவு - புதல்வன், இரவு பகலற்ற வெளி - இடம், அருள் - பொருள், ஆனந்தம் - போக போக்கியம், நீறு - கவசம், உருத்திராக்கம், ஐந்தெழுத்து மந்திரம் - படை, சிவகதி - பெருவாழ்வு என இராமலிங்கர் வெகு சமத்காரமாகத் தம்மை ஒரு சம்சாரியாக உருவகம் செய்துள்ளார் (2579). (முதல் தொகுப்பில் 7-வது பாடலிலும் இதே மாதிரி உருவகம் உள்ளது).

'நீறணிந்து ஒளிர் அக்கமணி (உருத்திராக்கம்) தரித்து, உயர் சைவ நெறி நின்று... நின்னடிப் பூசை செய்து' வாழுகின்ற 'ஓர் மெய்ச் செல்வ வாழ்க்கையில் விருப்பமுடையேன்' (2600) என்று ஒரு சைவ சமயவாதியின் வழக்கமான இலட்சியத்தையே போற்றுகிறார்.

'பொய்யான வாழ்க்கையினை மெய்யாக நம்பி
வீண்போக்கி நன்னாளை மடவார் போகமே
பெரிதெனக் கொண்டு அறிவழிந்து நின்
பொன்னடிக்கான பணியைச் செய்யாத பாவியேன்,
என்னை நீ கைவிடில் செய்வதறினே ஏழையேன்' - (2604)

என்ற பாடல் நாற்பெருங்குரவர் வரை வாழையடி வாழையாக வரும் திருக்கூட்டத்தார் பாடிய வகைமாதிரி தோத்திரப் பாடலைப் போன்றதே. இராமலிங்கருக்கு முன்மாதிரிகை மூவர் தேவாரப் பாடல்களே. தமது பாடல்களை அவற்றோடு ஒப்பிட்டு, தமது பாடல்கள் பண்படாதவை என்று ஒப்புக்கொண்டு, அவற்றையும் ஏற்குமாறு இறைவனை வேண்டுகிறார் (2606). பாடல்களால் சம்பிரதாயம் பிசகாமல் சிவனைப் போற்றி வழிபடுவதோடு எல்லாம் முடிந்து விட்டதாக நினைத்தாரோ என்னவோ?

ஆனாலும் இடையிடையே சற்று வித்தியாசமாகவும் சிந்தித்துள்ளார். போகிற போக்கில் ஒரு பாடலில் 'மேலான சுத்த சன்மார்க்க அனுபவ சாந்த மேதையர் பரவி வாழ்த்தும் தெய்வமே'' (2604) என்று 'சுத்த சன்மார்க்க அனுபவம்' பற்றிக் குறிப்பிடுகிறார். அப்படி என்றால் என்ன என்பதைக் கூறவில்லை. தொடர்ந்து அவர் சிவனின் பௌராணிகச் செயல்களையும், உருவப் பொலிவையும் பற்றி வழக்கம்போலப் போற்றுகிறார் (2610, 2613 - 14, 2616 - 2620).

'புறமொழிக்கு இரங்கல்' (6) என்ற தலைப்பிலுள்ள பத்துப் பாடல்களிலும் சிவன் அருளைப் பெறுவதற்காகத் தினமும் ஒருவேளை உணவை விட்டிருப்பதாகவும், தமக்கு அருளாவிட்டால் உலகோர் தமது விரதத்தைப் பொய் என இகழ்வார்கள் என்றும், இராமலிங்கர் எழுதும்

போது சம்பிரதாயமான சூழல் விலகிச் சொந்த அனுபவம் மிகுந்த சாமான்யப் பண்போடு வெளிப்படக் காணலாம். இப்படிப்பட்ட விரதங்களால் தமது தேகம் மெலிந்ததைப் பற்றி எழுதுகிறார் (2631). வெறுமனே திருநீறு பூசி,பூசை செய்து, ஐந்தெழுத்தை ஓதி, தோத்திரப் பாடல்களால் போற்றி அமைகின்ற சைவ சமய வாழ்வினில், குறிப்பிட்ட அருளை நாடி தனிமனிதன் சில பிரத்தியேகமான விரதங்களை, சுயவதைகளை மேற்கொள்ளுவது என்பது முக்கியமானது. அருளை அடைவதற்கு வழக்கமான தோத்திரப் பாடல்களும், பூசைகளும், குறிகளும் போதாது என்கிற ஓர்மை ஏற்பட்டதால் இப்படி உடலை வருத்துகின்ற முறைகளை இராமலிங்கர் மேற்கொண்டிருக்கலாம்.

‘அபராத விண்ணப்பம்’ (10) தலைப்பில் அவர் எழுதிய பாடல்கள் வித்தியாசப்படுகின்றன. இறைவனை வாழ்த்தும் தொனி மாறுகிறது. தமது குற்றங்களை இறைவன் பொறுத்துக் கொள்ளாவிட்டால் தற்கொலை செய்து அதனால் இறைவனுக்கு உலகில் மாறாப் பழியை ஏற்படுத்தப் போவதாக இராமலிங்கர் ஆணையிடுகிறார். இதனால் சம்பிரதாயத்திலிருந்து சற்று விலகி, அவர் இறைவனிடம் சற்று நெருக்கம், உரிமை, தாராளம் பாராட்டத் துணிவது புரியும். அவனை நெருங்கிவிட்டதாக ஒரு தீர்மானம் அவரிடம் தெரிகிறது. ஊசலாட்டம் இல்லை. ஆனாலும் ஐயம், சுயவெறுப்பு, மனப்பதட்டம் எல்லாம் அவ்வப்போது எழாமல் இல்லை.

தேவார ஆசிரியர்களைப் பின்பற்றி அறியாப்பருவத்தே தம்மை ஆட்கொண்டதாக ஒப்பித்து வந்த இராமலிங்கர், இப்போது ‘பேதைப் பருவத்து எனை வலியப் பிடித்தாட் கொண்ட பெருமானே’ (2666) என்றும் ‘ஒன்றுந் தெரிந்திடமாட்டாப் பருவத்து உணர்வு தந்தாய் இன்றுந் தருதற்கு இறைவா நின் உள்ளம் இயைதி கொலோ’ (2692) என்றும், ‘என் ஆண்டாறு மூன்றாண்டில் ஆண்டுகொண்ட அருட்கடலே’ (2697) என்றும் நிஜமாகவே தம்மை இறைவன் ஆட்கொண்டு விட்டதாகப் பாடியுள்ளார். ஆட்கொள்ளப்பட்ட போது தமது வயது என்ன என்று கூடக் குறிப்பிடுகிறார். (3 x 6 = 18 வயது என்றும், 6 + 3 = 9 என்றும் உரைகள் குறிக்கின்றன). இறைவனது கருணை இன்னமும் தமக்குக் கிடைக்காமலிருக்க, தமக்கு முறைப்படி பாடத் தெரியாதது காரணமோ என்று ஐயப்படுகிறார் (2695). அறியாப் பருவத்தில் வலியவந்து ஆட்கொண்ட ஆண்டவன், இப்போது வாலிப வயதில் தம்மைக் கைவிட்டு விட்டானோ என்று பதறுகிறார் (2699). இப்பாடல்களில் குறிப்பிடத்தக்க அம்சம், சம்பிராதயப் புகைமூட்டம் கலைந்து, சொந்த விவகாரம், முறையீடு, அனுபவம், தவிப்பு ஆகியவை தூக்கலாகத் தெரிகின்றன.

இறவாதநிலை பற்றிய சிந்தனைகள் இப்போது இராமலிங்கரிடம் கொஞ்சங் கொஞ்சமாக முளைவிடத் தொடங்குகின்றன. 'மறவாது உனை வாழ்த்து(ம்) மெய்அன்பரை மாநிலத்தே இறவாவகை ஆட்கொண்டருளிய ஈசனே!' (2709) என அவர் பாடுவது சிந்தனைக்குரியது. தேவார - திருவாசக ஆசிரியர்களையும், பிற நாயன்மார் சிலரையும் சிவபெருமான், அவரவர் உடல்களோடு ஏற்றுக்கொண்டதாகப் 'பெரிய புராணம்' குறித்துள்ளது. சைவ சமயவாதியான இராமலிங்கரிடம் இந்த விசயம், அவர் பின்னர் யோக நெறியில் ஆழ்ந்து சென்றபோது உணர்ந்த சாகாக்கல்வி, இறவாத நிலை, செத்தாரை உயிர்ப்பித்தல் முதலிய சித்தர் கருத்தாக்கங்களுக்குத் தொடக்கநிலை ஊக்கமாக இருந்திருக்கலாம்! செத்தாரை உயிர்ப்பித்தல் என்ற எண்ணம்கூட, அப்பர் அப்பூதி மகனை உயிர்ப்பித்தது, சம்பந்தர் பூம்பாவையை உயிர்ப்பித்தது, சுந்தரர் முதலை விழுங்கிய சிறுவனை உயிர்ப்பித்தது என்ற புராண விசயங்களிலிருந்து தொடக்கத்தில் இராமலிங்கருக்கு உதித்திருக்க வாய்ப்பு உண்டு. அவர் பின்னாளில் யோகத்திலும், சித்தர் நெறியிலும் ஆழ்ந்தபோதிலும் தொடக்கத்தில் அவர் சைவ சமயவாதியாக இருந்தபோது அந்தச் சைவசமய மரபிலிருந்து தமக்குத் தேவையான விசயங்களை உள்வாங்கிச் செரித்திருப்பார் எனக் கூறத் தோன்றுகிறது.

'பேரன்புக் கண்ணி' (30) என்ற தலைப்பில் இராமலிங்கர் மிக வெளிப்படையாகச் சாகாத கல்வி, சாகாவரம் பற்றி ஆண்டவனிடம் கேட்கிறார். 'கற்றது என்றும் சாகாத கல்வி' (2950), 'வாடலறச் சாகாவரங் கொடுக்கும் என்று அன்பு வைத்தேன் ஐயாவே' (2953)என்று கேட்கிறார். பொதுவாக சைவசித்தாந்தத்தில் உயிர்கள் மீண்டும் உலகில் உடலெடுத்துப் பிறவாத இலட்சிய நிலையைச் சாகாத நிலை என்று கூறுவார்கள். இதனை வளர்த்து எடுத்த இராமலிங்கர் சித்தயோக மார்க்கத்தின்படி 'உயிரோடு செத்தார் எழுவார் என்று கைத்தாளம் போடு' (5263) என்று பின்னாளில் உறுதிபட எழுதியுள்ளார். இதனைச் சைவ சித்தாந்த நோக்கில் விளக்கிய குங்கிலியம் பழ. சண்முகனார், உயிரோடு இருக்கும் போதே பலரும் செத்தவர்களாகவே நடமாடுகிறார்கள் என்றும், இராமலிங்கர் செத்தார் உயிர் பெறுவதாக உரைத்தது விழிப்புணர்வு பெறுதலையே குறிக்கும் என்றும் எழுதியுள்ளார் (பக் .120). இந்த விளக்கம் பகுத்தறிவு சார்ந்தது என்பதில் ஐயமில்லை. ஆனால், சைவசமயவாதி என்ற நிலையிலிருந்து இராமலிங்கரின் கருத்து வளர்ச்சிப் போக்கின் பிரகாரம் கவனித்துப் பார்த்தால், இந்தப் பகுத்தறிவு சார்ந்த விளக்கம் பொருந்துமா என்பது தெரியவில்லை. அறிவுஇகந்த நம்பிக்கையும் உள்உணர்வும் சார்ந்த வெளியில் சஞ்சரித்த இராமலிங்கரின் கருத்தாக்கத்துக்கு, நவீன பகுத்தறிவுசார் விளக்கம்

போதுமானதாக இல்லை என்றுதான் கூறவேண்டும். அவர் சாகாத கல்வி, சாகா வரம் என்று பேசும்போது இந்த உடம்பு அழியாதவாறே சிவனைச் சென்று அடைவதைப் பற்றியே பேசுவது தெரியும். அவரே இறுதியில் ஒரு நாளையும், நேரத்தையும் குறிப்பிட்டுச் சிவத்தோடு கலந்துவிடும் முயற்சியை மேற்கொண்டார். அதில் அவர் வென்றாரா அல்லது சிலர் கூறுவதுபோல சாதிசமய வெறியர் அவரைக் கொன்றாரா என்பது விடை கிடைக்காத பல வரலாற்றுப் புதிர்களுள் ஒன்றாகும்.

புதிய இலக்குகளை நோக்கிய உந்துதல்களை இராமலிங்கரின் 4-ஆம் தொகுப்புப் பாடல்களில் அவதானிக்க முடிந்தாலும், மரபான தோத்திரப் பாடல்களை இயற்றும் அவரது ஆர்வம் இன்னமும் குறைந்தபாடில்லை என்பதையும் காண முடிகிறது. குறிப்பாகப் பெண்களைப் பற்றிய பார்வை இராமலிங்கரின் சுயமான அனுபவம் சார்ந்த பார்வையா என்பது சந்தேகத்திற்குரியது. அருணகிரி, பட்டினத்தார் முதலானவர்கள் அடியொற்றி இப்படிப் பாடினார் என்றுதான் நினைக்கத் தோன்றுகிறது. அவரது 2739-வது பாடலை எடுத்துக் கொள்ளலாம். அதில் இராமலிங்கர், மின்னலைப்போல் இடையுடைய விடம்போன்ற பெண்களைப் பொன்னைப்போல் பாராட்டி, அவர்களது இடைநடுவிலுள்ள புழையில் (உரையில் இது கொப்பூழ் எனக் கூறப்படுகிறது. பெண்குறியாகவும் கொள்ள இடமுண்டு) விரலை விட்டுச் சுரண்டி, ஆங்கே முடைநாறும் சலத்தைச் சந்தனம் எனக் கொள்ளும் என்னைப்போல ஒருவனை நாய்க் கூட்டத்திலும் பார்க்க முடியாது என்று எழுதுகிறார்! கொப்பூழ்க் குழியில் விரலை விட்டுச் சுரண்டினால் பெண்ணுக்குக் காம இச்சை பெருகும் என்பது காமசூத்திர விளக்கமாம். இப்படி எழுதுவதை இராமலிங்கரின் சொந்த அனுபவம் எனக் கொள்ள இயலுமா?

விலைமாதரிடம் செல்பவர்களைப் பற்றியும் (2777), பெண்ணை மணந்து சம்சார வாழ்வில் ஈடுபடுபவர்களைப் பற்றியும் (2778) இராமலிங்கர் வசை பாடியுள்ளார். விலை மாதரிடம் போவோர்க்கு மேகவெட்டை எனப்படும் பால்வினை நோய் வரும் என்றும், பெண்குறி என்னும் புண்மேல் ஒரு புடவையைக் கட்டிப் புதுமைகள் காட்டும் பெண்களை மணப்பவர்கள் பிழைக்க முடியாது என்று ஏசுகிறார். சைவ சமயவாதிகளான ஆண்கள், துறவிகள் இயற்றிய 'பக்தி' பாடல்களில் பெண்களை இவ்வாறு தரக்குறைவாகத் தூற்றுவது கறாராகப் பின்பற்றப்பட்டு வந்த மரபாகும். இந்தச் சைவ ஆண் அடியார்கள் தங்களது துறவறம் நிலைத்து நிற்பதற்காகப் பெண்களைத் தூற்றுவது எந்த அறத்தில் சேர்த்தி எனத் தெரியவில்லை. வேண்டாம் என்று பிடிவாதம் பிடித்த இராமலிங்கரைக் கட்டாயப்படுத்தி அவரது அக்காள் மகளைத் திருமணம் செய்விக்க, அவரோ அவளோடு

வாழாமல் கையைக் கட்டிக்கொண்டு கருங்குழி சென்றுவிட்டார். ஜீவகாருண்யக் கொள்கையை மக்களுக்கு எடுத்துரைக்கப் போனவர் ஒரு பெண் ஜீவனைத் தவிக்க விட்டுத்தான் போனார் என்று சொல்ல வேண்டும். ஆணின் ஈடேற்றத்தைத் தடுக்கும் பாவத்தின் முகவர்களில் பெண்களை முதன்மையாகக் கருதியதால் வந்த கொடுமை இது என்று கூறலாம்.

இராமலிங்கர் இப்படி எழுதினாலும், படிப்படியானதொரு மாற்றத்தை அவரது பாடல்களில் காண முடியும். ஒரு பாடலில் 'இளம் பருவந்தனிலே என் புருவ நடு இருந்தான். பின்பு கண்டேனில்லை. அனித்தமிலா (நித்திய) இச்சரிதம் யார்க்குரைப்பேன் அந்தோ! அவன் அறிவான் நான் அறிவேன், அயலறிவார் உளரோ?' (3029) என்று கேட்கிறார். இளம்பருவத்திலேயே யோகத்தின் அறுதிச் சாதனையான ஆறாம் ஆதாரத்தில் சிவசக்தியைத் தரிசித்ததாக இராமலிங்கர் கூறுகிறார். யோக அப்பியாசம் பற்றி அறிந்திருக்கிறார். இதைப் பயிற்சித்துப் பார்த்தாரா என்பது தெரியவில்லை. ஆனால் சித்தர் நெறியில் மனதைத் திருப்பியிருக்கிறார் என்பது உறுதியாகத் தெரிகிறது.

அவர் சைவசமயவாதியாக, மரபையொட்டித் தோத்திரப் பாடல்களை இயற்றி வந்தாலும், சில அம்சங்களில் வித்தியாசப்படுகிறார். அவற்றில் ஒன்று மேலே குறிப்பிட்ட இறைதரிசனம். வேறெந்த அடியார்களை விடவும் இராமலிங்கர் அடிக்கடி தமக்குக் கிட்டிய சிவ தரிசனங்களை ஆணையிட்டுச் சொல்லியுள்ளார். 6 மாதக் குழந்தைப் பருவத்திலிருந்து 9 வயது, 12 வயது மற்றும் வாலிப வயது என்று தொடர்ந்து பல வடிவங்களில் பல்வேறு சந்தர்ப்பங்களில் அவருக்கு தெய்வம் தரிசனம் தந்துகொண்டே வந்துள்ளது. இதற்கு அவரது பாடல்களே சான்று, 'காணாத காட்சியை நான் கண்டேன் சிற்றம்பலத்தின் கண்ணே பன்னாள். ஆணாகப் பிறந்து அடியேன் அருந்தவம் என்(ன) புரிந்தேனோ அறிகிலேன்' (2771) என்று கருங்குழியில் வாழ்ந்தபோது எழுதியுள்ளார். சிற்றம்பலத்தில் ஓரிடத்தில் ஒரு நாளில் பரஒளியைத் தமது இரு கண்களாலும் கண்டதாகப் பரவசப் பட்டுள்ளார் (2770). அதே தில்லை அம்பலத்தில், இராமலிங்கருக்குச் சிவன் தமது அருள் வடிவம் காட்டி, முகத்தில் புன்னகை காட்டி, தன் கையால் அவரது தலையைத் தடவித் திருவாய் மலர்ந்தருளி, அருகிலிருந்து ஓதி, அவருள்ளே புகுந்ததாகக் குறிப்பிடுகிறார் (2772). சிவன் தமக்குள்ளிருந்து பேசுவதாகவும் (2775), அதுவரை புரியாதிருந்த ஞானசம்பந்தரின் தேவாரத்தை அவரது உள்ளத்திலிருந்து சிவன் உணர வைத்ததாகவும் (2802) எழுதுகிறார். அவர் இப்படி எழுதுவது உண்மையா இல்லையா என்ற ஆராய்ச்சியைவிட ஏன் இப்படித் தொடர்ந்து எழுதுகிறார் என்று அறிவது இன்றியமையாதது. பக்தி, யோகம் முதலிய சாதனங்கள் மூலமாக ஒரு குறிப்பிட்ட

குவிமையத்தில் நிலை நிறுத்தப்பட்ட அவரது மனதில் உளவியல் சக்தியின் வீச்சில் தோன்றும் மாயத் தோற்றங்கள் (hallucination) நிஜமான தரிசனங்களாகக் கூட அவருக்குப் பட்டிருக்கலாம். ஒன்றில் சதாகாலமும் மனதைக் குவித்துப் பேரரும் ஆற்றல்களைப் பெற வேண்டும் என்கிற தவிப்பும் வேட்கையும் வேகமும் இராமலிங்கரிடம் காணப்படுகின்றன. மற்ற அடியார்களைப் போல இவரிடம் கைலாயப் பதவி, மோட்சம் பற்றிய ஆர்வங்கள் இருப்பதாகத் தெரியவில்லை.

இராமலிங்கர் பாடல்களில் 5, 6-வது தொகுப்புக்கள் மிகவும் முக்கியமானவை. ஒரு சைவசமயவாதி என்ற நிலையிலிருந்து தெய்வதரிசனம் பெற்றவர், சித்திகள் பெற்ற ஒரு சமூகப் புரட்சியாளர், ஆண்டவனின் தகுதிகளை அடைந்தவர், அற்புதங்கள் ஆற்றவல்லவர், உருவ வழிபாட்டைக் கடந்து ஒளி வழிபாட்டை அடைந்தவர் என்கிற புதிய புதிய பரிமாணங்களை இராமலிங்கர் பெற்று விட்டதை இத்தொகுப்புக்கள் வழியே அறிந்திடலாம். பத்தொன்பதாம் நூற்றாண்டில் சைவசமயப்பின்னணியிலிருந்து உருவான சமய - சமூக சீர்திருத்தக் காரர்களிலிருந்து இராமலிங்கரின் இடத்தை வேறுபடுத்திக் காட்டக் கூடியவை இத்தொகுப்புக்களிலுள்ள பாடல்களாகும்.

5-வது தொகுப்பிலுள்ள 'அன்புமாலை' (1) என்ற தலைப்பிலுள்ள பாடல்கள் வித்தியாசமானவை. இராமலிங்கர் தமக்குக் கிடைத்த இறை அருளால் பரவசப்பட்டுப் பாடியவையாக இவை அமைந்துள்ளன. பல பாடல்களில் அவர் கனவு - நனவு நிலைகளுக்கு இடையிலுள்ள ஒரு வெளியில் சஞ்சரிக்கிறாரோ என்ற சந்தேகம் எழுவது இயற்கை. 'இறைவா! நினதருளாலே எனைக் கண்டுகொண்டேன். எனக்குள் உனைக் கண்டேன், பின் இ இராமலிங்கர் கூறுவது உண்மையில் அதிசயமாகத்தான் இருக்கிறது. இதுவரை தமக்கு வெளியில் நிற்கும் இறைவனைத் தரிசனம் செய்ததாகவே அவர் சொல்லி வந்தார். ஆனால், இங்கே தமக்குள்ளேயே இறைவனின் இருப்பை அவரால் உணர முடிவது தெரிகிறது. புறவழிபாட்டை விட்டு அகவழிபாட்டுக்கு மாறியதை இது உணர்த்துகிறதா என்பது தெரியவில்லை. ஆயின் அவர் இந்தத் திசைநோக்கிச் செல்லத் தொடங்கி விட்டதாகக் கருத இடமுண்டு.

> 'ஓதுமறை முதல் கலைகள் (வரை) ஓதாமல் உணர
> உணர்விலிருந்து உணர்த்தி, அருள் உண்மைநிலை
> காட்டித் தீது செறி சமய நெறி செலுத்துதலைத்
> தவிர்த்து... மெய்ப் பொது நெறியில் செலுத்தி...
> எனக்குள்ளிருந்த புனித பரம் பொருளே' (3053)

என்று இராமலிங்கர் நமது சந்தேகத்தைத் தீர்த்து வைக்கிறார். அகவழிபாட்டிற்கு வந்துவிட்டார். அதுவரை அவர் சென்ற நெறியைத் 'தீது செறி சமய நெறி' என்று உணர்ந்து கைவிட்டு விட்டார். 'மெய்ப் பொது நெறி' என்கிற தமது இறுதி இலட்சியத்தைக் கண்டடைந்து விட்டார். இப்போது நாம் காண்பது வேறுபட்ட இராமலிங்கரை.

'எனக்குப் புத்தியொடு சித்தியும் நல்லறிவும் அளித்து' (3052) என்று எழுதுகிறார். புத்தி, சித்தி, அறிவு என்கிற நுட்பமான வேறுபாடுகளை உணர்த்தும் கலைச் சொற்களைப் பயன்படுத்துகிறார். புத்தி எனில் ஐம்புலன்கள் தரும் அறிவு, சித்தி எனில் சிந்தித்தது சிந்தித்தவாறே கைவரப் பெறுவது, நல்லறிவு எனில் நலம் தருவதை நாடிக் காண்பது என்று ஔவை சு.துரைசாமிபிள்ளை உரை கூறியுள்ளார். 'மெய்ப் பொது நெறி' என்று உணர்ந்து புதிய மார்க்கத்தை உணர்ந்து அதில் முன்னேறும் போது இராமலிங்கர் இயற்றிய பாடல்கள் வித்தியாசப் படுகின்றன. அவருக்குள்ளே இருந்து வேறொரு சக்தி அவரை இப்படியெல்லாம் பேச வைப்பதாக ஒரு பிரமை ஏற்படுகிறது. அவரேகூட இதனை அவ்வப்போது குறிப்பிடுகிறார். அவர் பாட்டு இயற்றுவது பாட்டைத் திருத்துவது எல்லாம் அவரல்லர்; வேறொன்று என்பதை உணர்ந்துள்ளார். 'அருட்பிரசாதமாலை' (2) என்ற தலைப்பிலுள்ள நூறு பாடல்களும், இராமலிங்கரின் வித்தியாசமான மன உலகத்தைப் படம் பிடிக்கின்றன. இப்பாடல்கள் அவர் ஓரிரவில் பெற்ற அபூர்வமான ஓர் அனுபவத்தைப் பகிர்ந்து கொள்ளுகின்றன. இவற்றில் பதிவானவை கனவா அன்றி நனவா அன்றி நனவுப்பாங்கான குறியீடா என்பதை உறுதியாகச் சொல்ல முடியவில்லை. ஆனால் ஒன்று மட்டும் உறுதியாகிறது. முன்போலன்றி, இப்போது இராமலிங்கரின் பாடல்களில் வரும் சொற்கள் நேரடிப் பொருளையன்றி சங்கேதப் பண்பு பெற்று வேறொரு விசயத்தைச் சொல்லுவதாக அமைகின்றன. சித்தர் பாடல்களில் இந்தப் பண்பைப் பரவலாகப் பார்க்கலாம். சரி, இப்போது அந்தப் பாடல்களைப் பார்க்கலாம்.

'ஒருநாள் நள்ளிரவில் இராமலிங்கர் வசித்த வீடுதேடிச் சித்தர் உருவில் நடந்து வந்த சிவபிரான், ஓசையில்லாமல் கதவைத்திறந்து ஒரு காலை வாசற்படிக்கு வெளியிலும், ஒரு காலை உள்ளேயும் வைத்து, தமது திருமேனி எழிலை அவர்க்குக் காட்டி,

'மகனே! வருந்தாதே'
'உலகில் சிறிதும் நெஞ்சயர்ந்து இளைத்துக்
கலங்காதே' 'உலகில் நீ விளையாடி வாழ்க,
அஞ்சாதே!' 'காலநிலை கருதி மனம் கலங்கு
கின்ற மகனே கலங்காதே', 'வாழ்க, மரணமற்று

**வாழ்க', 'நீ நினைத்த வண்ணமெலாம் கைகூடும்,
நீ எண்ணியவாறு நடத்துக', 'நாளும் உயிர்க்கு
இதம் புரிந்து நடத்திவா', 'பேறருஞ் செய்க, இன்னும்
நெடுங்காலம் புலவர் தொழ வாழ்க!'**

எனப் பலபடியாக வாழ்த்தி ஆறுதல் கூறி, இராமலிங்கர் வாங்க மறுத்தாலும், வலிந்து அவர் கையில் 'வண்ணக் கொழுந்து ஒன்று', திருநீறு, செஞ்சுடர்ப்பூ ஆகியன தந்து சென்றார் (3060 - 3162) என்ற தகவல்கள் இந்த நூறுபாடல்களில் திரும்பத்திரும்பச் சொல்லப் படுகின்றன. இராமலிங்கருக்கு, நள்ளிரவில் சிவன் தேடிவந்து திருநீறு, பூ ஆகியவற்றைக் கொடுத்தது என்பது சித்தர் பரிபாஷை என்று கூறுகிறார்கள். குங்கிலியம் பழ. சண்முகனார் இவை பற்றிக் கூறுகையில், சிவன் தந்த பூ, திருநீறு, பொங்கல் (?) முதலியவை முத்தேக சித்திகள் என்றும், அவை சுத்த, பிரணவ, ஞான தேகங்கள் என்றும் விளக்குகிறார் (பக் : 154) திருநீறென்பது சுத்த தேக வடிவினைக் குறிக்கும் ; இவ்விதத்தேகம் இராமலிங்கருக்குக் கருவிலேயே இறைவனால் வழங்கப்பட்டுவிட்டதாகச் சண்முகனார் முடிவு செய்கிறார். செஞ்சுடர்ப்பூ என்பது அழியாத உடலைக் குறிக்கும் என்றும், இறைவன் இராமலிங்கருக்கு அழியாத உடலை, சாகாத மருந்தை வழங்கிவிட்டார் என்றும் எழுதுகிறார். பக்தி நம்பிக்கை சார்ந்த இந்த விளக்கத்தை விமர்சிப்பது இங்கே உத்தேசம் இல்லை. இப்படிச் சிவன் 'குருவடிவம்காட்டி' (3136) வலிந்து இராமலிங்கரை ஆட்கொண்டு அழியாத முத்தேக சித்தியை வழங்கியதாக அவரே பாடியது இங்கே கவனத்திற்குரியது. இப்படிச் சிவன் வந்து வலியத் தமது கரங்களில் வழங்கியதாக 'பத்திமாலை' (5) (3180 - 81, 3185), 'அதிசயமாலை' (7) (3204, 08 ,09) முதலிய பாடல்களிலும், 6 -வது தொகுப்பில் நள்ளிரவில் வந்து 'பெரும் பொருள்' (3626), 'அருட்கருணை அமுதம்' (3629), 'அருட்சோதி' (3630) அளித்துக் கலந்ததாகவும் இராமலிங்கர் பாடியுள்ளார். இவருக்கு முன்னும் சரி பின்னும் சரி இப்படி யாரும் சொன்னதாகத் தெரியவில்லை.

இராமலிங்கரை இப்போது சைவமதவாதி என்று அழைக்கவியலாது. அவரது அனுபவம் வேறு விதங்களில் மிகவும் தீவிரத் தன்மை அடைந்து கொண்டிருப்பதை அவதானிக்கலாம். அவரிடம் கருத்தியல் மற்றும் உளவியல்மாற்றங்கள் அசாதாரணத் தன்மையோடு நடந்து கொண்டிருப்பதை உணரலாம். மும்மூர்த்திகளுக்கும், மறை ஓதும் அந்தணர்களுக்கும் தராமல், ஆண்டவன், தமக்கு மட்டும் வீடுதேடி வந்து 'சித்தி' ஒன்று தந்தான், 'சாவாத வரம் கொடுத்தான்', 'வெண்மதி அமுதம் உ(ண்)ண ஒன்று கொடுத்தான்' என்று யோக பரிபாஷையில்

பேசுகிறார் (3209). தமது தலைமீது பாதம் வைத்துச் சித்தியைச் சிவன் அருளியதாக இராமலிங்கர் பாடும்போது (3221), முன்னர் தேவாரம் பாடியவர்களுக்குக் கிடைத்த இந்தச் சன்மானம் இராமலிங்கருக்கும் கிடைத்துவிட்டது போல் தெரிகிறது!

'ஆளுடைய பிள்ளையார் அருள்மாலை' (9) என்ற சம்பந்தர் துதியில் இராமலிங்கரின் அக அனுபவம் விசாலமடைந்து வந்திருப்பதைக் காணவியலும்.

'உயிர் அனுபவம் உற்றிடில் அதனிடத்தே ஓங்கு
அருள் அனுபவம் உறும்; அச்செயிரில் நல்
அனுபவத்திலே சுத்த சிவ அனுபவம் உறும்' (3227)

என்று பாடியுள்ளார். இதன்படி, உயிர்களின் துன்பத்தை உணர்ந்து கொண்டால் அவைமீது அருள் அனுபவம் உண்டாகும், அந்த அருள் அனுபவத்தில் இறை அனுபவம் உண்டாகும் என்று பொருள்படும். சைவ சித்தாந்தத்தின்படி உரைத்தால், மூலமலமான ஆணவ மலத்தைத் தவிர்ப்பது அருள் அனுபவம்; அந்த அருள் அனுபவத்துக்குப் பத்திய மாவது உயிர் அனுபவம்; அதாவது உயிர்களின் துன்பத்தை உணர்ந்து அவற்றுக்கு இரங்கும் அனுபவம் (3231). சைவ சித்தாந்தப் பொருளை இராமலிங்கர் தாம் உணர்ந்த உயிர் அனுபவம் என்ற கருணையைச் சார்ந்ததாக பாவிப்பது தெரியும். **உயிர்களின் துன்பத்தைத் தீர்க்கும் ஜீவகாருண்யச் செயலில் ஈடுபடாமல், இறை அனுபவத்துக்குத் தடையாக இருக்கிற ஆணவம் என்ற மலத்தினை அகற்றி, இறை அனுபவத்துக்குத் துணையாக உள்ள அருள் அனுபவத்தைப் பெற முடியாது என்பது இராமலிங்கர் கண்டடைந்த முடிவாகும். இந்த முடிவுக்கு அவர் வழங்கிய பெயர் சமரச சுத்த சன்மார்க்கமாகும்.** வேதம் - ஆகமம், வேதாந்தம் - சித்தாந்தம் முதலானவற்றின் மயிர்பிளக்கும் வாதங்களையும், கருத்தியல் ஜாலங்களையும், தத்துவ விகற்பங்களையும் 'உயிர் அனுபவம்' என்கிற ஜீவகாருண்யச் செயல்பாட்டை முன்வைத்து மரண அடி அடித்துள்ளார் இராமலிங்கர். மக்களின் பசியைப் போக்குதல், உயிர்களைக் கொல்லாமை, புலால் உண்ணாமை ஆகியவற்றை உள்ளடக்கிய ஜீவகாருண்ய ஒழுக்கம் என்பது மேலே இராமலிங்கர் முன்மொழிந்த உயிர் அனுபவம் என்பதிலிருந்து முளைத்தெழுந்ததே. உயிர் அனுபவம், அருள் அனுபவம், சிவ அனுபவம் ஆகிய அனுபவங்களை அடைந்த மாணிக்கவாசகரை 'அன்புருவம் பெற்றபின் அருளுருவம் அடைந்து பின்னர் இன்புருவம் ஆயினை நீ..' (3259) என்று இராமலிங்கர் போற்றுவதை இச்சந்தர்ப்பத்தில் வைத்துப் புரிந்து கொள்ளலாம்.

இவ்வாறு சைவசமயவாதத்திலிருந்து தொடங்கிய இராமலிங்கர் சமரச சுத்த சன்மார்க்கத்தில் நிலைகொண்ட பரிணாம வளர்ச்சி என்பது 19-ஆம் நூற்றாண்டுச் சூழலில் வியக்கத்தக்க ஒன்றாக இருக்கிறது. இராமலிங்கர், தமக்கு ஆதர்சமாக இருந்த தேவார திருவாசக ஆசிரியர்களின் பக்தி மேலிட்ட **பௌராணிக மரபிலும்**, திருமூலர், தாயுமானவர் முதலான சித்தர்களின் **யோக மரபிலும்**, நன்கு கால் பதித்துக்கொண்டார். இந்த இரு மரபுகளும் அவரது சமரச சுத்த சன்மார்க்க சிந்தனைக்கு ஆதாரமாகத் திகழ்ந்தன என்பதில் ஐயமில்லை. **பக்தியும் சித்துவும் இணைந்த மார்க்கம்தான் சமரச சுத்த சன்மார்க்கம்.**

5

சி.இராமலிங்கரின் ஆன்மீகப் பயணம் - II

'எல்லாம் பிள்ளை விளையாட்டு'

- *இராமலிங்கர் (4172)*

'நான் முதலில் சைவசமயத்தில் லக்ஷியம் வைத்துக்கொண்டிருந்தது இவ்வளவென்று அளவு சொல்ல முடியாது. அது பட்டணத்துச் சாமிகளுக்கும் வேலாயுத முதலியாருக்கும் இன்னும் சிலர்க்கும் தெரியும். அந்த லக்ஷியம் இப்போது எப்படிப் போய்விட்டது பார்த்தீர்களா! அப்படி லக்ஷியம் வைத்ததற்குச் சாக்ஷி வேறே வேண்டியதில்லை. நான் சொல்லியிருக்கிற திருவருட்பாவில் அடங்கியிருக்கிற ஸ்தோத்திரங்களே போதும்... அப்போது எனக்கு அவ்வளவு கொஞ்சம் அற்ப அறிவாக இருந்தது. இப்போது ஆண்டவர் என்னை ஏறாத நிலை மேலேற்றிருக்கிறார்."

என்று 22-10-1873-இல் சித்தி வளாகத்தில் இராமலிங்கர் சன்மார்க்கக் கொடியை ஏற்றிய பிறகு நிகழ்த்திய மஹா உபதேசத்தில் பேசியுள்ளார். வைசமதவாதத்திலிருந்து மகாயோகியாக அவர் மாறியதற்கு அவரே தந்துள்ள அத்தாட்சிப் பத்திரமாக இதனைக் கருதலாம். இந்த மாற்றங்களின் தொடக்க நிலைகளைக் கடந்த அதிகாரத்தில் ஓரளவு காண முடிந்தது. இவற்றை அவரது 4 மற்றும் 5-ஆம் தொகுப்புக்களில் சிறப்பாகக் காணவியலும். கருங்குழியை விட்டு 1868 - 69-இல் வடலூர் மற்றும் மேட்டுக்குப்பம் சென்று அவர் வாழ்ந்த போதுதான் சன்மார்க்க சங்கம், சபை, சாலை என்ற அமைப்புக்களை நிறுவி புதிய மார்க்கத்தை உலகறியச் செய்தார். அக்காலகட்டத்தில் அவர் இயற்றிய புதுமையும், ஆவேசமும் நிரம்பிய பாடல்கள் அவர் காலத்திற்குப் பிறகு 6-ஆம் தொகுப்பாக வெளியிடப்பட்டன (1880). இப்பாடல்கள் நமக்குக் காட்டும் இராமலிங்கர், பத்தொன்பதாம் நூற்றாண்டில் தமிழகத்தில் வாழ்ந்த ஓர் ஆன்மீகப் புரட்சியாளராகக் காட்சி தருகிறார். ***சைவ சித்தாந்த மற்றும் சித்தர் மற்றும் பக்தர் மரபில் இதுவரை யாரும் வலியுறுத்தாத, சமுதாயத்தின் கடைகோடி மக்கள் கூட்டத்தின் பசியைப் போக்கும் ஜீவகாருண்யத்தையும், உயிர்களின் சமத்துவத்தை வலியுறுத்தும் ஆன்மநேய ஒருமைப் பாட்டுரிமையையும் இராமலிங்கர் தமது இயக்கத்தின் ஒப்பற்ற கொள்கைகளாக முன்மொழிந்தார்.*** மேற்படி பாடல்களின் வழியாகப் பத்தியும் சித்தியும்

கலந்த தனிமனிதனின் நேரடி அனுபவத்தையும், சாதிமத சமய சாத்திர ஆசாரங்களை முழு முற்றாக நிராகரிக்கின்ற புரட்சிகர வேகத்தையும், சைவ மரபில் இதுவரை கூறப்படாத நூதனமான, 19-ஆம் நூற்றாண்டின் மிஷனரிப் பண்பு கொண்ட கருத்துக்களையும் விளக்கமாக அறிந்து கொள்ள முடியும்.

சுத்த சிவ சன்மார்க்கத் திருப்பொது என்று இராமலிங்கர் தமது புதிய மார்க்கத்தை அறிமுகப்படுத்துகிறார். இதில் அடிப்படையான சிவயோக சித்தி, சிவஞான நிலை, சிவானுபவம் ஆகியவை பற்றி விரிவாக எழுதியுள்ளார். **சிவயோகத்தின் பயன் மரணமிலாப் பெருவாழ்வு என்பதை முதன் முதலில் குறிப்பிட்டவர் திருமூலர்.** இவர் தமது 'திருமந்திரத்தில் விவரித்த சிவயோகம், சைவ சித்தாந்தம் ஆகியவற்றை ஆதாரமாகக் கொண்டு இராமலிங்கர் தமது சன்மார்க்கக் கொள்கையை உருவாக்கியதாகக் கூறுவார்கள். வைதீக சைவ நெறியில் பிராமணரின் யாகம் முக்கியத்துவம் வாய்ந்தது; அதேபோல அவர்கள் ஓதும் வேதம், வைதீகச் சடங்குகள், கோயில் வழிபாட்டு ஆசாரங்கள் ஆகியவையும் உயர்ந்த இடத்தைப் பெற்றிருந்தன. இராமலிங்கர், வைதீக சைவ வழிபாட்டு நெறியில் ஆழ்ந்து போனவர் அல்லர். வைதீக சைவத்தின் புனிதங்கள்மீது அவருக்கு மரியாதை இருந்ததேயொழிய அவற்றைத் தமது இலட்சியமாக அவர் கருதவில்லை. சைவ சமயக் குரவர்களின் வரிசையில் தம்மை நிறுத்தித் தொடக்கத்தில் பக்தராகத் தோத்திரப் பாடல்களைப் பாடியவர், பின்னர் வடலூர், மேட்டுக்குப்பம் பகுதிகளில் சபை, சங்கம், சாலை அமைத்து வாழ்ந்த காலத்தில் தம்மைச் சித்தர் வரிசையில் இருப்பதாக நம்பினார். இது குறித்து தயானந்தன் பிரான்சிஸ் எழுதியது கவனத்திற்குரியது. அவர் கருத்துப்படி, இராமலிங்கர் ஒரு சித்தர் மட்டுமல்ல, ஒரு பக்தரும்கூட, பக்திக்கும் சித்திக்கும் இடையில் நெருக்கமான தொடர்பையும், சமனிலையையும் கொண்டுவர முயன்றவர். சித்தி இலட்சியங்களைப் பக்திப் பாடல்களில் வைத்தவர். அவரது சில பாடல்களில் *(3780, 3781)* முதல்பாதியில் சித்தர்களின் யோகானுபவமும், பின்பாதியில் பக்தனின் ஆவேசமும் வெளிப்படுகின்றன *(பக். 40)*.

இராமலிங்கரின் பக்திக் கனிவுக்கு மாணிக்கவாசகரே முன்னோடி. 'கல்லாய மனத்தையும் ஓர் கணத்தினிலே கனிவித்துக் கருணையாலே பக்குவம் தந்து அருட்பதமும் பாலிக்கின்றோய்' *(3373)* என்ற அடிகளின் பக்திப் பரவசமானது.

> **'கல்லா மனத்துக் கடைப்பட்ட நாயேனைப்பிச்சேற்றிக்**
> **கல்லைப் பிசைந்து கனியாக்கித் தன் கருணை**
> **வெள்ளத் தழுத்தி வினை கடிந்த வேதியன்'**

என்ற மணிவாசகரின் பாடலின் எதிரொலிபோலத் தெரிகிறது.

இதேபோல இராமலிங்கரின் சிவயோக சித்திக்கு முன்னோடியாகத் திருமூலரைக் கருதலாம். அவரது 'சுத்த சிவ சன்மார்க்கத் திருப்பொது' பற்றிய மூலச் சிந்தனைகள் திருமூலரிடம் உள்ளன. திருமூலரே வைதீக சைவத்தின் வேள்வியான புறவழிபாட்டுக்கு மாற்றாக முதன்முதலாக யோகம் என்னும் அகவழிபாட்டை எடுத்துரைத்தார். வைதீக சைவத்தின் கோயிலை இடம் பெயர்த்து அவ்விடத்தில் மனித உடலை வைத்தார். மனித உடல், உள்ளம், உயிர் ஆகியவற்றில்தான் இறைவன் குடியிருக்கிறான். எனவே வழிபாடு அகத்தை நோக்கிச் செயல்பட வேண்டும்; அதற்குரிய சாதனம்தான் யோகம் என்று சித்தர் மரபை நிலைநாட்டினார் திருமூலர். வடலூரில் 1871-ல் இராமலிங்கர் உருவாக்கிய சத்திய ஞானசபை, சித்தர் மரபில் வந்த அகவழிபாட்டுச் சபையாகும். 'சத்திய ஞானப் பொது' என்ற தொடர் 'சத்திய ஞான சபை' என்ற இராமலிங்கரின் தொட ருக்கு முந்தியது. திருமூலர் சொன்னது (2508). திருமூலர்கூட யாகத்தை மேற்கொண்ட பிராமணர்களைச் சற்றுக் கடிந்து எழுதியுள்ளார். ஆனால், இராமலிங்கர் 19-ஆம் நூற்றாண்டில் பிராமணர்களை ஓரிடத்திலும் பழித்து எழுதவில்லை. அவரது சங்கம், சபை, சாலை இயக்கங்கள் பிராமணர் களுக்கு எதிராக, போட்டியாக ஏற்பட்டதல்ல. ஆனால், வேடிக்கை என்னவென்றால் பிராமணர்கள் இவரது சங்கம், சபை, சாலைகளில் ஆர்வம் காட்டவில்லை. அவர்கள் புனிதமாகப் போற்றிய கோயில் வழிபாடு, உருவ வழிபாடு, சமஸ்கிருத வேதம், சாதிமத சமய ஆசாரங்கள், சாத்திரங்கள் ஆகியவற்றை இராமலிங்கர் ஒரு பொருட்டாக மதிக்காததோடு அவற்றை எந்தப் பிராமணனும் மனதுள் வன்மம் கொள்ளும் அளவுக்குக் கண்டித்து ஒதுக்கிவிட்டார். இதனால்தான் பிராமணர்கள் அவர் பின் செல்லவில்லை; மாறாக பிராமணர் அல்லாத உயர்சாதியினரான முதலியார், பிள்ளைமார், செட்டிமார், ரெட்டிமார், நாயக்கர் முதலியவர்கள் அவர்பின் திரண்டார்கள். இருபதாம் நூற்றாண்டின் தொடக்க காலத்தில் தமிழகத்தில் தோன்றிய பிராமணரல்லாதாரின் சுயமரியாதை இயக்கம் இராமலிங்கரிடம் தனது வேரைத் தேடியதில் வியப்பில்லை! ஆனால், இராமலிங்கரின் சன்மார்க்கத்தில் சாதிமத சமயங்களுக்கு இடமில்லை என்பது பத்தொன்பதாம் நூற்றாண்டில் நிகழ்ந்த மௌனமான புரட்சியாகும். வைதீக - சனாதன சைவர்களுக்குக் கொஞ்சங்கூட ஜீரணிக்க முடியாத புரட்சி அது.

சற்றுமுன் பார்த்தபடி இராமலிங்கர் தமது இறைக் கொள்கையில், பக்தியையும் சித்தியையும் இணைத்துக் கொண்டார். 6-வது தொகுப்பில் இராமலிங்கர் குறிப்பிடுகிற முத்தி, சித்தி, மரணமிலாப் பெருவாழ்வு, அழியா உடல், யோகம், அமுதம், உள்ஒளி, வெளி, இறையுடன் ஞானக் கலப்பு, யோகப் புணர்ப்பு மற்றும் சாதி, மத, சமய சாத்திரக்

குளறுபடிகள் ஆகியவை பற்றி அவருக்கு முன்பே திருமூலர் முதல் பின்வந்த சித்தர்கள் பலரும் கூடுதலாகவோ குறைவாகவோ பேசி வந்துள்ளார்கள். மூலாதாரத்திலிருந்து குண்டலினி கனலை ஆறு ஆதாரங்களுக்கு எழுப்பி அமுதுண்பது பற்றித் திரும்பத் திரும்பப் பாடியுள்ளார்கள். இவர்கள் வழியில் இராமலிங்கர் தமது இலட்சியத்தைத் தேர்ந்தெடுத்தார். கருங்குழிக்கு வந்த பிறகு சிதம்பரம் கோயிலுக்கு அடிக்கடி தரிசனம் செய்து வந்தவர், ஒரு கட்டத்திற்குப் பிறகு அங்குப் போவதை முற்றிலும் நிறுத்திவிட்டார். கோயில்வழிபாடு அத்துடன் முடிவுற்றது. அதன்பிறகு வடலூரிலிருந்த போது ஏற்கெனவே அவர் செய்து வந்த சித்த வைத்தியம், ரசவாதம், யோகம் ஆகியவற்றைத் தீவிரமாக மேற்கொண்டார். பல நாட்களாகத் தனிமையில் பயிற்சிகளைச் செய்து வந்தார். தோப்புக்களிலும், களங்களிலும் ஏகாந்தவாசத்தை விரும்பி ஏற்றார். அவர் என்ன செய்து வந்தார் என்பதை அவர் யாரிடமும் சொன்னதாகத் தகவல் இல்லை. ஒரு கட்டத்துக்குமேல் அவரைச் சூழ்ந்து புதிர்கள் கிளம்பின. அவருக்கு எட்டுவகைச் சித்துக்களும் கைவந்த போதிலும் மக்கள் முன் சித்தாடல் புரிந்தாரா என்பது பற்றி உறுதியான தகவல் இல்லை. ஆனால், சித்த வைத்தியம் பார்த்தார்; மருந்துகள் தயாரித்தார். அதை ஒரு தொழிலாகவன்றி, பசித்தார், நோயுற்றார், ஏழைகள்மீது கொண்ட கருணையால் ஜீவகாருண்யச் செயலாக மேற்கொண்டார்.

இராமலிங்கரின் ஆசை இனிய உணவு, பெண், காசு பணம், மண் ஆகியவற்றில் எப்போதுமில்லை; தற்போது அவரிடம் உள்ள ஒரே இச்சை ***'உலகத்து உயிர்க்கெல்லாம் இன்பம் செய்வது'*** (3401) என்று குறிப்பிடுகிறார். இறைவன்மீது பக்தி; உயிர்கள்மீது கருணை ஆகிய இரண்டை ஒன்றாக இணைக்கிறார். ஒன்றில்லையெனில் மற்றது இல்லை என்பது புரியும்.

இராமலிங்கர், சிவயோக நெறியில் ஊன்றிய பிறகு அதனால் ஆன்மலாபம் அடைந்தார். அதன் விளைவாகச் சாதி, மத, சமய பேதங்களையும், வேத - ஆகம, வேதாந்த சித்தாத்தங்களையும் சமரசத்திற்கு இடமின்றி, பின்னர் வந்த சுயமரியாதைக்கார நாத்திகர்கள் பாராட்டும் அளவிற்குச் சாடினார். அவருடைய இந்தப் போக்கிற்கு இவருக்கு முன் வாழ்ந்து போதித்த சித்தர்களும் ஒரு காரணம். அதோடு மட்டுமின்றி, அன்பு, கருணை, தயை, அருள், ஒளி, இரக்கம் என்ற பண்புகளின் அடிப்படையில் இறைத் தன்மையை உணர்ந்த இராமலிங்கருக்கு சக ஜீவன்கள் மீது இரக்கமும் கருணையும் இயல்பாகவே ஏற்பட்டிருக்கும். யாருக்கும் இது சாத்தியமாகும். உயிர்கள்மீது கொண்ட இரக்கத்திற்குப் பெரும் தடைகளாக வாய்த்ததன் காரணமாகவே சாதி

மத சமய சாத்திர விகற்பங்களை அடியோடு அகற்றும் கோரிக்கையை முன் வைத்தார். சித்தர் மரபிற்குள் பொதிந்திருந்த இத்தகைய தீவிரமான உயிர் இரக்கக் கருத்தினை மலர வைத்தவர் இராமலிங்கரே!

இராமலிங்கரின் சாதி மதங் கடந்த உயிர் இரக்கக் கொள்கையை அவர் காலத்தில் இருந்த சைவ மடங்களும், கிறிஸ்தவ மதப் பிரச்சாரத்தை எதிர்த்து முழங்கிய யாழ்ப்பாணம் ஆறுமுக நாவலரும், *அவரை ஒத்த சைவர்களும் ஏற்கவில்லை. சிவதூஷணையாகவும், சாதி மத ஆசாரங்களைக் கெடுக்க வந்ததாகவும் கருதினார்கள். இராமலிங்கர் மீது அவதூறுகளைக் கொட்டினார்கள்; அவரது இயக்கத்துக்கு ஐரோப்பிய மிஷனரிகளும் அவதூறு கற்பித்து எழுதினார்கள். அன்றைய சைவ மடங்களின் செயல்பாடுகளைப் பற்றிப் பொத்தம் பொதுவாகக் குறிப்பிட்ட எஸ்.பி. அண்ணாமலை (1988), அவை, 'தாழ்த்தப்பட்ட மக்களின் சமூகத் தகுதியை மேம்படுத்த முயன்றதில்லை. சாதி அமைப்பானது, சரியான ஆன்மீக வளர்ச்சிக்குத் தடையாக இருந்ததை அவை உணரவே இல்லை. அன்று மதவாதமும் சாதியவாதமும் மேலோங்கியிருந்தன. ஆன்மீகம் பற்றிச் சாமான்யர்க்கு எதுவும் கூறப்படவே இல்லை' என்ற பொருளில் விமர்சித்துள்ளார்.*

1867 - 1874 காலகட்டத்தில் இராமலிங்கர் மிகத் தீவிரமாக யோகப் பயிற்சிகளிலும், சமாதி நிலைகளிலும், சங்கம், சபை, சாலை அமைப்பதிலும் ஈடுபட்டார். இக்காலகட்டத்தில் அதே தீவிரத்தோடு மதத்தையும் சமயத்தையும் அவர் கண்டித்தார். நிராகரித்தார். இப்படி நிராகரிப்பதற்கு அவர் வேறு எங்கும் போய் நாத்திகம் கற்று வரவில்லை. சித்தர் தத்துவத்திலும், உயிர்இரக்கத்திலும், ஆன்மநேய ஒருமைப்பாட்டிலும் இதற்கான பலத்தைப் பெற்றார்.

சித்தர்களின் மரபு அடிப்படையில் பகுத்தறிவு - அறிவியல் நோக்கினை உடையது. இதனை நவீன பகுத்தறிவுக்கும், அறிவியலுக்கும் முந்தியது என்றும் கூறலாம். இராமலிங்கரின் உபதேசங்களைப் படித்துப் பார்த்தால், பழகிய பார்வையிலிருந்து விலகி, குறிப்பாக அறிவு சார்ந்த பார்வையில் ஒரு விசயத்தைப் பார்க்க வேண்டும் என்கிற தெளிவு அவருக்கு இருந்திருப்பது தெரிகிறது. கிறிஸ்தவரின் பைபிளில் பழைய ஏற்பாட்டில் கர்த்தர் உலகினை ஏழு நாட்களில் படைத்ததாக விளக்கம் உள்ளது. இதனை இராமலிங்கர் சித்தர்களின் அறிவுசார் பார்வையில் மறுவிளக்கம் செய்கிறார்! ஏழு என்பது நாட்களைக் குறிக்காது; அது பெண்பாகம் நான்கு கலைகளையும், ஆண்பாகம் மூன்று கலைகளையும் குறிக்கும் என்றார். ஆணின் ஆகாயம், பிரகிருதி, ஆன்ம உணர்ச்சி

எனும் மூன்று தாதுக்களும் (கலைகள்) ஒருமித்த சுக்கிலமும் (Spermatozoa), பெண்ணின் பிருதுவி, அப்பு, தேயு, இயமானன் என்ற வாயு ஆகிய நான்கு தாதுக்களும் ஒருமித்த சுரோணிதத்தோடு (Ovum) சம்பந்தப்பட்டு, தோல், அஸ்தி, தசை, மூளை, சுக்கிலம், இரத்தம், இரசம் என்னும் சப்த (7) தாதுக்கள் கொண்ட பிண்டமாக (Zygote) ஆகிறது என்று சித்தர்களின் கரு உருவாகும் விஞ்ஞானத்தின்படி பொருள் கொண்டுள்ளார். **(‘சன்மார்க்க சங்க விவகாரத் திருவார்த்தைக் குறிப்புகள்’).**

இராமலிங்கர் சிவயோகத்தின் ஆற்றலை அடைந்த பின்னர், எதையும் விசாரம் செய்து பார்க்க வேண்டும் என்று சங்கத்தாரைக் கேட்டுக் கொள்ளுகிறார். **விசாரம் என்றால் ஆராய்ச்சி, திறனாய்வு, பகுத்தறிதல் என்று பொருள்**. நமது உடலில் சில இடங்களில் உரோமம் வளர்கிறது. ஆனால், சில இடங்களில் (குறிப்பாக நெற்றி) வளர்வதில்லை. இதற்கு என்ன காரணம் என்று இடைவிடாது விசாரம் செய்ய வேண்டும் என்கிறார். இப்படி விசாரம் செய்தால் பிறர் ஏளனம் செய்வார்கள்; அதைப் பொருட்படுத்தக் கூடாது என்கிறார். மேலும், காதுகளில் பொத்தலிட்டு அவற்றில் கடுக்கன் மற்றும் பிற வஸ்துக்களை அணிவது கடவுளுக்குச் சம்மதமெனில் காது, மூக்குகளில் பொத்தலிட்டே ஆண்டவர் நம்மைப் பிறப்பித்திருக்க மாட்டாரா என விசாரிக்கச் சொல்லுகிறார்! இப்படி விசாரிப்பதால் பிரபஞ்ச போகத்தின்மீது அலட்சியம் வரும் என்கிறார்! அந்த அலட்சியம் ஏற்படுவதற்குக் காரணம் கேள்விகளால் நமக்கு உண்டாகும் தெளிவுதான். ‘கேட்டறியாத கேள்விகளைக் கேட்கும்படி ஆண்டவர் செய்தது இத்தருணமே’ என்று இராமலிங்கர் புதிய கேள்விகளுக்கு இடமளிக்கிறார். இப்படி இருபதாம் நூற்றாண்டில் தமிழகத்தில் பேசியவர் பெரியார்தான். முன்னர் கிரேக்கத்தில் பேசியவர் சாக்ரடீஸ்!

இராமலிங்கர் யோக சமாதிநிலையில் இருந்து சித்துக்கள் கைவரப் பெற்றவர்; உயிர் இரக்கம், கருணை கொண்டவர், இதோடு மட்டுமின்றி, அவர் செம்பைப் பொன்னாக்கும் ரசவாதமும் அறிந்தவர். அதற்கான மூலிகைகள், வேதிக்கும் முறை, வேதியல் பற்றிய தொடக்கநிலை அறிவு பற்றித் தெரிந்தவர்; மூலிகைகளைக் கொண்டு சித்த வைத்தியம் பார்த்தவர்; இராமலிங்கரை அறிந்துகொள்ள இவை துணைபுரிகின்றன. யோகம், ரசவாதம், சித்த வைத்தியம் ஆகிய மூன்றிலும் அவர் வல்லவர். (இதில் ரசவாதம் வேறுபட்டது. தனி ஆய்வுக்குரியது.) இவை மூன்றுமே கட்டுப்பாடான சில விதிகள், முறைகள், பயிற்சிகள் மூலமாக அனுசரிக்கப்படுபவை. இவற்றுக்கு அறிவியல் அடிப்படை இல்லை என்று கூற முடியாது. யோகத்திற்கு அடிப்படை உடற்கூற்றியல்

(Anatomy), குறிப்பாக மனித நரம்பு மண்டலம், சுவாச மண்டலம் பற்றி விஞ்ஞானம், ரசவாதத்திற்கு அடிப்படை கனிம - உலோகங்கள் (Metellargy) பற்றிய விஞ்ஞானம், சித்த வைத்தியத்திற்கு அடிப்படை தாவரவியல் (Botany), மருந்தியல் பற்றிய விஞ்ஞானம், இராமலிங்கர் பெரிதும் உடம்பைப் பற்றிக் கவலைப்படுகிறார். உடலின் நரம்பு, பிராண வாயு, உணவு, கல்வி, உயிர் உற்பத்தி, நோய், பசி, தூக்கம் ஆகியவற்றை மிகுந்த கவனத்துடன் கண்காணிக்கச் சொன்னார். அவர் சங்கத்தார்க்குச் செய்த உபதேசத்தில் (2-வது உபதேசம்) அன்றாடம், விடிந்தது முதல் இரவில் தூங்கும்வரை ஒவ்வொருவரும் செய்யத்தக்க நித்திய கர்மங்கள் பற்றியும், காய்கறி உணவு, உணவில் சேர்க்க அல்லது விலக்க வேண்டியவை, கீரை வகைகள், குடிநீர், தாம்பூலம் தரிக்கும் முறை, உடை, சிவ தியானம், தூக்கத்திலும், உணவிலும், கலவியிலும் கடைப்பிடிக்கத்தக்க கட்டுப்பாடுகள் ஆகியவை பற்றி விரிவாகப் பேசியுள்ளார். அவர் பின்பற்றிய சித்தர் மரபில் யோகத்தையும், சித்த மருத்துவத்தையும், ரசவாதத்தையும் தனித்தனியாகப் பிரிக்க முடியுமா என்பது சந்தேகமே.

சைவமதவாதி என்ற நிலையிலிருந்து கடந்து அடுத்த நிலைக்கு வந்த இராமலிங்கர் எல்லா மதங்களும் இறைவனின் அருள்நிலையில் இலங்குவதாக உணர்ந்து, எல்லா மதங்களும் சம்மதமே என்ற முடிவுக்கு வந்தார் (3639). ஆனால், இந்த முடிவில் அவர் திருப்தி காணவில்லை. தமது முடிவை மாற்றி ‘உலகிலுறு சமயமத நெறியெலாம் பேய்ப்பிடிப்புற்ற பிச்சுப் பிள்ளை விளையாட்டு’ (3677) என்று பிரகடனம் செய்தார். இந்தப் பேய்பிடித்த பைத்தியக்காரப் பிள்ளை விளையாட்டில் உயிர்கள் தமக்கிடையில் பேதமுற்று வீணே இறந்து ஒழிகின்றன என்றும், இதனைத் தடுத்துக் காப்பதற்கே சுத்த சன்மார்க்க நெறியைக் கண்டதாகக் குறிப்பிட்டார் (3677). சமயமத நெறியைப் பாவநெறி என்றும், தமது சுத்த சன்மார்க்க நெறியைப் ‘பொது நெறி’ என்றும் அழைத்தார் (3696). சாதியும் சமயமும் தவிர்த்தவர்களோடு உறவு வேண்டும் என்றார் (3704). சமயங்களும் மதங்களும் காட்டும் பாதை அழிவுப்பாதை, அதில் பயணம் செய்வது வீண் என்று எச்சரித்தார் (3766).

இராமலிங்கர் இப்படி, குரவர்கள், அடியார்கள், தொண்டர்கள், ஞானிகள், புராணிகர்கள் முதலானவர்கள் வாழையடி வாழையாகப் போற்றி வந்த சாதி மத சமயங்களை ஒரேயடியாகத் தூக்கி எறிந்தது சாதாரண விசயமன்று. ஒரு சைவமதவாதியாகத் தாம் வாழ்ந்தபோது எவற்றையெல்லாம் தூக்கிக் கொண்டாடினாரோ அவற்றையெல்லாம், சிவயோகியான பிறகு தூக்கி எறிந்துள்ளார். மென்மையும், அச்சமும், ஒதுங்கிய சுபாவமும் கொண்ட இராமலிங்கரைப் போன்ற ஒருவர் சாதி

மத சமய வெறி தலைதூக்கியிருந்த 19-ஆம் நூற்றாண்டில் அவற்றை எவ்வித சமரசமும் இன்றி பாவநெறியாகப் பிரகடனம் செய்திருப்பதை நம்ப முடியவில்லை. ஆனால், நிஜவாழ்வில் அவர் இதைச் செய்திருக்கிறார்!

இதுமட்டுமா? அவர் காலத்தில் அந்நாள் வரை கலைஞர்கள் உரைத்த கற்பனைகள் (இலக்கியம்) யாவும் நிலையானவை என்று கொண்டாடியதைக் 'கண்மூடி வழக்கம்' என்றார் (3768). சன்மார்க்கமே நிலைத்தது என்றார். சன்மார்க்க சங்கம், சபை தோன்றுவதற்கு முன் தோன்றிய சாத்திரங்கள், சமயம், மதம், வேதம், ஆகமம் ஆகிய அனைத்தையும் அடியோடு மறுத்தார். 1871-ல் வடலூரில் தமது சத்திய ஞான சபையை நிர்மாணித்த பிறகு சிதம்பரம் கோயிலை அவர் திரும்பிப் பார்க்கவில்லை என்று தெரிகிறது. தமது வழிபாட்டுத் தலமான ஞானசபையை 'உத்தர ஞான சிதம்பரம்' என்றார் (4050). (அதாவது பழைய சிதம்பரம் கோயில் தட்சிண சிதம்பரமாயிற்று). வடலூரில் அவர் எழுப்பிய ஞானசபை சிதம்பரத்துக்குப் போட்டியாக அமைந்தது என்று ஒரு விமர்சனம் உண்டு. யோகத்தில் சமாதி நிலையிலிருக்கும் ஒரு யோகியின் தோற்றத்தை ஒத்ததாக ஞானசபையின் எண்கோண வடிவமைப்பு உள்ளதாக அவரது பக்தர்கள் குறிப்பிடுவார்கள். இறந்தவர்களை உயிர்ப்பிக்கவல்லது இந்த ஞானசபை என்றும் இங்கே சிவன் ஒளிவடிவாய் உறைகிறான் என்றும் இராமலிங்கர் குறிப்பிட்டார். ஞான சபையில் விக்கிரக வழிபாடு கிடையாது. பெரிய நிலைக் கண்ணாடியில் பிரதிபலிக்கப்படும் ஜோதி வழிபாடுதான் உண்டு. ஏழு திரைகளுக்கு அப்பால் இது வைக்கப் பட்டுள்ளது. இராமலிங்கர் சிறுவனாக முருக பக்தனாக இருந்த காலத்தில் சென்னையில் வீட்டு மாடியிலுள்ள அறையில் கண்ணாடியை வைத்து முருகனை வழிபட்டதாக அவரைப் பற்றிய வரலாறு தெரிவிக்கிறது. இந்த ஞாபகத்தில் 1871-ல் இராமலிங்கர் ஞானசபையில் நிலைக்கண்ணாடியை வைத்தாரா அல்லது 'கண்ணாடியில் தெரியும் ஒளிபோல் இறைவன் காட்சியளிப்பான்' (திருமந்திரம் - 596) என்று திருமூலர் சொன்னபடி வைத்தாரா என்பது சரியாகத் தெரியவில்லை. இதுபற்றிய ஆராய்ச்சி இங்குத் தேவையும் இல்லை. 'ஒத்தாரும் உயர்ந்தாரும் தாழ்ந்தாரும் எவரும் ஒருமை உளர் ஆகி உலகியல் நடத்தல் வேண்டும்' (4082) என்று இராமலிங்கர், உலகியல் வாழ்க்கை எவ்வாறு இருக்க வேண்டும் என்பது பற்றித் தமது கொள்கையை அறிவித்தார். 'எவ்வுலகமும் ஓர் ஒழுக்கமுறல் வேண்டும்' என்றார் (4083). இப்படிப்பட்ட சமத்துவ ஒழுங்கு உலகில் மாந்தருக்குள் வரவேண்டு மென்றால் 'ஒன்று எனக் காணும் உணர்ச்சி' வர வேண்டும் என்றார். இந்தச் சமத்துவ உணர்ச்சியைத் தமிழகத்தில், இந்திய உபகண்டத்தில் எந்தச் சமயமும் மதமும் சாத்திரமும் சொன்னதில்லை.

(இவற்றை எதிர்த்த புத்தர் போன்றவர்கள் சொன்னார்கள்.) சாதிய சமுதாயத்தின் இந்து மதம் உயர்வு தாழ்வு கற்பித்து வந்துள்ளது. அதன் இயக்கத்திற்கு இந்த ஏற்றத்தாழ்வு வரிசை அவசியப்பட்டு வந்துள்ளது. தமிழ் நாட்டுச் சித்தர் தத்துவ மரபில்தான் ஒன்று என்ற உணர்ச்சியும், பொதுமை நிலையும், சமத்துவ சிந்தனையும் புரட்சிகரமாக முன்வைக்கப் பட்டன. இராமலிங்கர் இந்த சாராம்சமான கொள்கையை வரவேற்று ஆரத்தழுவிக்கொண்டார். இந்தச் சமத்துவக் கொள்கையைப் பத்தொன்பதாம் நூற்றாண்டில் வாழ்ந்த இந்திய உத்தியோக நிர்வாக அறிவாளி வர்க்கம் மேற்கத்திய பண்பாட்டிலிருந்து படித்து அறிந்து கொண்டதற்கு மாறாக, இராமலிங்கர், கோயில் பண்பாட்டையும் சாதிமத ஆசாரங்களையும் போற்றிய சைவ மதத்திற்கு எதிராக இவற்றைப் புறக்கணித்த இயக்கமான சித்தர் நெறியிலிருந்து பெற்றுக்கொண்டார். சுதந்திரம் சமத்துவம் சகோதரத்துவம் பேசும் இந்திய பூர்ஷுவாக்களுக்கும், சோசலிசம், பொதுவுடைமை பேசும் இந்திய கம்யூனிஸ்டுகளுக்கும் இது வியப்பை உண்டாக்கலாம். தொடர்ந்து இராமலிங்கர் சாதி, மதம், சமயம், சாத்திரம், வருணம், ஆகமம், வேதம், புராணம், இதிகாசம், மும்மூர்த்திகள், தேவர்கள் ஆகிய அனைத்தையும் பற்றிச் செய்துள்ள விமர்சனங்கள் சைவ சமயவாதி களுக்கும், சனாதனிகளுக்கும் எரிச்சலையும், வெறியையும் ஊட்டக் கூடியவையாக உள்ளன. அவர் எதற்காகச் சமத்துவத்தை விரும்பினார் என்று பார்த்தால், 'உயிர்க்கு இதம் புரிதல்' (4086) 'ஆருயிர்கட்கெல்லாம் நான் அன்பு செயல் வேண்டும்' (4079) என்ற இலட்சியத்துக்கு அது தோதாக இருந்தது என்பதுதான். உயிர்களுக்கு இடையில் மனிதர்கள் செயற்கையாகச் சாதி மதம் சமயம் கொள்கை தத்துவம் காரணமாக ஏற்படுத்திய விகற்பங்கள் (வித்தியாசங்கள், ஏற்றத்தாழ்வுகள்) தடையற்ற அன்பு இயக்கத்திற்குக் குந்தகமாக இருந்ததால்தான் இராமலிங்கர் இந்தக் குந்தகங்களை வேண்டாம் என்றார். இப்படி, பல்வேறு சமயங்களும், அவை கூவுகின்ற சாத்திரங்களும், பொய்யான அந்தச் சாத்திரங்கள் காட்டிய பல்வேறு கதிகளும், காட்சிகளும், அக்காட்சி தருகிற கடவுள்களும் - எல்லாமே வெறும் 'பிள்ளை விளையாட்டு' (4172) என்று ஒதுக்கியுள்ளார். சாதி மத சமய சாத்திர வரலாறு எல்லாமே சிறுபிள்ளைகளின் விளையாட்டு என்று சொல்ல ஒருவருக்கு எத்தகைய தெளிவும் உறுதியும் வேண்டும் என்பதைச் சொல்ல வேண்டியதில்லை (பெரியாரின் பாஷை வேறுமாதிரி இருக்கும்!)

இதேபோல நான்கு வருணங்களும், நால்வகை ஆசிரமங்களும் (பிரமச்சரியம், கிருகஸ்தம், வானப்பிரஸ்தம், சந்நியாசம்) ஆசாரங்களும்

(சாதி, மத, குல, ஒழுக்கங்கள்) சொன்ன சாத்திர சரிதங்கள் எல்லாமே பிள்ளை விளையாட்டு என்றும், மேல் வருணம், தோல் வருணம் கண்டு அறிவார் இல்லை என்றும் 1870-களின் தொடக்கத்தில் துணிந்து எழுதியவர் இராமலிங்கர் (4173). இதோடு அவர் விடவில்லை. இதுவரை வந்த நூல்களில் 'இந்திரசாலம்' என்ற நூலை மட்டும் ஜாலம் என்று கூறுவார்கள்; ஆனால், வேதம், ஆகமம், புராணம், இதிகாசம் முதலான அனைத்து நூல்களுமே ஜாலம்தான் என்று மறுத்தார் (4176). இவை எல்லாம் பொய் (4177) என்றார்! இப்படிச் சொல்லுகிற இராமலிங்கர், ஆண்டவரிடத்திலிருந்து மூவித சித்திகள், மூவித தேகங்கள் ஆகிய எல்லாம் பெற்றுவிட்டதாக அறிவித்தார். நான்முகன், உருத்திரர், நாராயணர், இந்திரர், அருகர், புத்தர் முதலான சமயத்தலைவர்களைச் சிறிது அருள்ஒளி பெற்ற 'சிறுபிள்ளைக் கூட்டம்' என்றே குறிப்பிட்டார் (4178). இந்த மாதிரி பேசிய ஆத்திகர் இராமலிங்கருக்கு முன்னரும் இல்லை; பின்னரும் இல்லை. 'எச்சமயங்களும் பொய்ச் சமயம்' (4421) என்று உறுதிபடச் சொன்ன இராமலிங்கர், தம்மை இவ்வாறு சொல்ல வைத்தது அருட்பெருஞ்சோதி என்றார்! சமய மத வழக்கு, வருணா சிரமம், யோக ஆசாரம் ஆகியவை மயக்கம், கொதிப்பு என்று சொல்லி, அவை எல்லாமே ஒழிந்தன என்றார் (4503). சாதியும், மதமும், சமயமும் பொய் என்பதை ஆதியிலேயே இறை அருளால் தாம் உணர்ந்து கொண்டதாகச் சொன்னார் (அருட்பெருஞ்ஜோதி அகவல்). அவரவர் கை அளவுப்படி மனிதர் எல்லோரும் எட்டுச் சாண் அதாவது 96 அங்குலம் உயரமுள்ளவர்களாக இருக்கையில், 'எம் குலம், எம் இனம்' என்று குல, இனப் பேதம் பாராட்டுவது கூடாது என்று 'அனாடமி'யை வைத்துச் சமத்துவம் பேசினார் (அகவல்). அவருடைய கடவுள் சமயம், சாதி சார்ந்த கடவுள் இல்லை. 'சமயம் கடந்த தனிப் பொருள் வெளி', 'இயற்கை உண்மை', 'ஜோதி' என்று தமது கடவுளை விளக்கினார் (அகவல்). இங்கே சாதிமத சமய சாத்திர விகற்பங்களுக்கு இடமே இல்லை என்பது அவரது துணிபு! சாதி, தத்துவ, சாத்திரக் குப்பைகளை எருவாக்கி, மக்களை மயக்குகின்ற சாதி சமய மதங்கள் ஆசிரம ஆசாரங்களைக் குழியில் கொட்டி மண்மூடிப் போடச் சொன்னார்! (4654). ஆதிக்க நிலை வகித்த சைவ மடங்களும், வைதீகமும், சனாதன சக்திகளும், மதவாதிகளும் சும்மா விட்டு வைத்திருக்குமா?

இப்படிப் பல்வேறு தெய்வங்களைச் சிந்திப்பவர்கள், முடிவில் நாம் அடைகின்ற கதிகள் பற்றிப் பேசுபவர்கள், பொய்யான நூல்களை ஓதுபவர்கள், பொய்யான சமயம் முதலியவற்றை மெச்சுகிறவர்கள் யாவரும் மெய்யான இறைவனின் அருள்விளக்கம் இல்லாதவர்களே

என்றார் (4726). சாதி மதம் சமயம் பாராட்டுகிறவர்களுக்கும் மெய்யான இறையருள் விளக்கத்துக்கும் சம்பந்தமில்லை என்பது இராமலிங்கர் கருத்து. இப்படி அவர் புரட்சிகரமாகப் பாடிய பாடல்கள் எல்லாம் அவர் மறைந்த பிறகே தொகுக்கப்பட்டு வெளிவந்தன. அவர் வாழும்போது இவற்றை வெளியிட அவர் அனுமதிக்கவில்லை. அனுமதித்திருந்தால்?

நரகக்குழிக்கு இணையாகச் சாதிக்குழி, சமயக்குழி இருப்பதாக எழுதினார் (4729). இப்படிச் சாதி மத சமயங்களை நிராகரிப்பதற்கு ஒருவர் ஆத்திகராகவோ அல்லது நாத்திகராகவோ இருக்க வேண்டிய அவசியமில்லை - என்பதை இராமலிங்கர் பாடல்களால் உணரலாம். **இந்திய சாதிய சமூக அமைப்பில் ஒருவர் கடவுள், சமயம், மதம் ஆகியவற்றை நிராகரித்துக் கொண்டே சாதிவெறியராக இருக்கச் சாத்தியமுண்டு. கடவுள், சமயம், மதம் ஆகியவற்றை ஏற்றுக்கொண்ட ஒரு ஆத்திகர் சாதியை மறுப்பவராக இருக்கச் சாத்தியமுண்டு.** ஆனால் இராமலிங்கரைப் போல இருக்க முடியுமா என்பது தெரியவில்லை. அவர் அருள், அன்பு, கருணை, இரக்கம், ஒளிமயமான ஒரு ஆண்டவரை ஏற்றுச் சக ஜீவன்களிடம் அருள் அன்பு கருணை இரக்கம் ஒளி காட்டுகின்ற சித்தராக, சுத்த சன்மார்க்கியாக வாழ்ந்தார் என்று கூறலாம். சாதி மத சமயப் பண்பாட்டில் பிறந்த இராமலிங்கரை இவற்றையும், இவை கூறிய ஆத்திகம், நாத்திகம் ஆகியவற்றையும் கடந்து சென்றவர் என்று தயக்கமின்றிக் கூறலாம்.

சாதி மத சமய வித்தியாசங்களை விலக்கிய இராமலிங்கர், அவர் காலத்தில் செயல்பட்ட கொடுமையான பொருளாதார ஏற்றத் தாழ்வான அமைப்பைக் காணாமல் இல்லை. சென்னையில் சீமான்களின் ஆடம்பரத்தையும், கிராமப்புறங்களில் சாமான்ய மக்களின் பட்டினியையும் நேரடியாகக் கண்டவர். பெரும்பாலான மக்கள், உணவு, உடை, பணம், வசதி ஆகியவற்றை அடைவதற்கு அலைந்த அலைச்சலைக் கண்டவர்தான். 'வட்டியே பெருக்கிக் கொட்டியே ஏழை'களின் வீடுகளைக் கொள்ளையிட்ட நபர்களைப் பற்றி சொல்லியுள்ளார் (3351). 'வட்டிமேல் வட்டி கொள் மார்க்கத்தில் நின்றீர்!', 'பெட்டிமேல் பெட்டி வைத்தாள்கின்றீர்... பட்டினி கிடப்பாரை பார்க்கவும் நேரீர், பழங்கஞ்சி ஆயினும் வழங்கவும் நினையீர்' (5561) என்றும், 'கைகட்டி வாய்பொத்தி நிற்பாரைக் கண்டே கை கொட்டிச் சிரிக்கின்றீர் கருணை ஒன்றில்லீர்' (5564) என்றும் உள்ளவர்களைப் பார்த்து உரக்கக் கூவுகிறார் இராமலிங்கர்! பொருளாதார ஏற்றத்தாழ்விற்கும் இங்கே கருணையின்மை என்ற பண்பையே அடிப்படைக் காரணமாகச் சொல்லுகிறார். 19-ஆம் நூற்றாண்டில் ஐரோப்பாவில் தோன்றிய கார்ல்

மார்க்சும் இப்படிப்பட்ட அகவயமான சோசலிசவாதிகளைப் பற்றிக் குறிப்பிட்டுள்ளார்! இராமலிங்கர் காலத்தில் வாழ்ந்த செல்வர்கள் ஏழையர்க்கு உணவளிக்காமல் விழாக்களுக்கும், புலால் விருந்து உணவுக்கும், மருந்துக்கும், இழவுக்கும், கொடுங்கோல் அரசாங்கத்தின் வரிக்கும் தங்கள் செல்வத்தைக் கொடுத்து இழந்த மதியீனத்தைச் சுட்டிக்காட்டி ஆதங்கப்படுகிறார் (5331).

பொருளாதார ஏற்றத்தாழ்வான அமைப்பு இராமலிங்கரை நிம்மதியிழக்கச் செய்தது. மனிதர்கள் இப்படி ஏன் வாழ வேண்டும் என்று தமக்குள்ளே கேட்டுக்கொண்டார். 'உடையவர்கள் உண்ணுவதும், வறியவர்கள் பசியால் உழந்து துயரால் நெஞ்சம் வருந்துவதும் சரிதானா? இந்த ஏற்றத்தாழ்வைப் பற்றி நினைக்கும் போதெல்லாம் உடையவர் களைக் கண்டு நான் இகழ்வதில்லை. மாறாக என் உள்ளமும் உடலும் எரிகின்றன. என்ன செய்வேன்? அந்தோ! என்னால் உண்ண முடியவில்லை. இப்படிப்பட்ட குறையை என் தந்தையே போக்கியருள்வாய்!' (5382) என்று கதறினார்! பொருளாதார ஏற்றத் தாழ்வைக் கண்டு, அதற்குக் காரணமானவர்களை உணர்ந்து கொண்டாலும், இராமலிங்கரால் பாதிக்கப்பட்ட மக்களின் துயரத்தால் தாக்கப்பட்டு அவர்களின் துயரத்தில் பங்கு பெற்று, இறைவனிடம் இதற்குப் பரிகாரம் கேட்கத்தான் முடிகிறது. அவரது அன்புக் கொள்கையின் வரையறை இவ்வளவுதான். மனிதர்கள் இதற்கெல்லாம் மசிகிற ஆட்கள் இல்லை என்பது அவருக்குத் தெரிய வாய்ப்பில்லை. உலகத்தை அழிக்கத் தயாராக இருப்பார்களேயன்றி இலாபத்தில் ஒரு சல்லியைக் கூட இழக்கச் சம்மதியார்கள் என்பது பிரபஞ்ச உண்மையாகிவிட்டதை 1874-ல் மறைந்த இராமலிங்கர் அறியமாட்டார். இறைவனது அருளை மனிதர்கள் உயிர்கள்மீது காட்டும் கருணையால் பெறலாம் என்பதை உறுதியாக நம்பிய இராமலிங்கர், ஏற்றத்தாழ்வைப் போக்க உள்ளவர்களின் கருணையை நம்பினார். பசித்தாரின் பசிப்பிணி போக்குவதுதான் அவர் கண்ட தீர்வு. இந்தியாவில் பஞ்சங்கள் நிறைந்த நூற்றாண்டு என வருணிக்கப்பட்ட பத்தொன்பதாம் நூற்றாண்டில் வாழ்ந்த ஒருவருக்கு இப்படிப்பட்ட தீர்வுதான் தோன்றியிருக்க முடியும்! உடையவர்களை, ஏழைகளின் பசிக்குக் காரணமாகக் காட்டி இகழ முடியாத இராமலிங்கர் கருணையால் பெறக் கூடிய அருளைப்பற்றி அவர்களுக்கு உபதேசம் செய்தார். பொருள் பெற்றார். தரும சாலையை நிறுவினார் (1869). அன்றாடம் பசித்துவந்த பஞ்சைகளின் பசி போக்க வழி செய்தார். அது ஒரு தருமம், புண்ணியம் என்று அவர் சொன்னதில்லை. அதனால் மோட்சகதி கிட்டும் என ஆசை காட்டியதில்லை. எப்படியெல்லாமோ

முட்டி மோதி முக்கி முயன்று பார்த்தும் கிடைக்காத இறையருள், இந்தக் கருணைச் செயலால் கிடைக்கும் என்று கூறினார். அவர் கூறிய தீர்வு புதுமையான ஒன்றல்ல; மரபாக ஓதப்பட்டு வந்ததுதான். மூவேந்தர்கள் காலம் - வள்ளுவர் காலம் தொட்டே உடையவர்களின் ஈகை, கொடை, ஒப்புரவு, தானம், தருமம் ஆகிய புகழ் தரும் அறச் செயல்கள் மூலமாகத்தான் பசித்தவர்களின் வயிறு நிரப்பப்பட்டு வந்தது. அப்படி நிரப்பப்படுவதை உடையவர்கள் காலங்காலமாகக் கருத்தோடு பராமரித்து வந்தார்கள். கூலி தருவதைவிடத் தானம் தருவதில்தான் ஆர்வம் காட்டி வந்தார்கள். இன்றைய சோசலிச - சனநாயக அரசும்கூட வரிவிலக்கு, இலவசம், சலுகை, குறைந்த வட்டிக்குக் கடன், கடன் ரத்து, வட்டி ரத்து, மானியம், சகாய விலை என்று விதவிதமான பெயர்களில் 'தானங்களை'ச் செய்வதில் ஆர்வம் காட்டுகிறதேயன்றி, அவரவர்க்கென்று உடைமை, உழைப்பு, ஊதியம் என்று சுய கௌரவத்தோடு அனைவரும் வாழ்வதற்கான அக்கறை ஏதும் காட்டுவது கிடையாது! இதில் இராமலிங்கர் என்ற தனிமனிதரைக் குற்றம் சொல்லி என்ன?

இராமலிங்கரின் இலட்சியம் அற்புதமானது. இந்த உலகமானது குலத்திலும் (சாதி), சமயக் குழியிலும் விழுந்து நாசமாகதிருக்கவே, நாட்டில் சுத்த சன்மார்க்க நெறியை நாட்டியதாக இராமலிங்கர் கூறினார் (5484). மற்ற நெறிகள் யாவும் அழியும். தமது சுத்த சன்மார்க்க நெறி அழியாதது (5586), அதுவே பிணி, மூப்பு, மரணம் ஆகியவற்றைத் தடுப்பது என்று இராமலிங்கர் நம்பினார். பத்தொன்பதாம் நூற்றாண்டில் இராமலிங்கருக்கு இவ்வாறு சங்கம் (1869), சபை (1871), சாலை (1865) ஆகிய அமைப்புக்களை நிறுவும் யோசனை எப்படி உதித்தது என்ற கேள்வி எழலாம். பிரிட்டிஷ் கிழக்கிந்திய கம்பெனி ஆட்சி மற்றும் பிரிட்டிஷ் நேரடி ஆட்சி நடைபெற்ற 19-ஆம் நூற்றாண்டில் மேற்கத்திய மதம், பண்பாடு ஆகியவற்றின் தாக்கத்தினால் இந்தியாவில் உள் விவகாரங்களில் மாற்றங்கள் உண்டாயின. சமாஜங்கள், சங்கங்கள், சபைகள் முதலிய அமைப்புக்களை நவீன விசயங்களைக் கற்றறிந்தவர்கள் ஏற்படுத்திச் சீர்திருத்த வேலைகளில் ஈடுபட்டார்கள். ஏற்கெனவே பழைய காலத்தின் தொடர்ச்சியாக சைவ மடங்கள் தங்கள் பாணியில் செயல்பட்டன. இப்படிப் பழையதும் புதியதுமான அமைப்புக்கள் பத்தொன்பதாம் நூற்றாண்டில் பரவலாகி அந்தந்த அமைப்புக்களின் கொள்கைகளைப் பிரச்சாரம் செய்தன. இந்தப் பண்பாட்டின் தாக்கத்தால் இராமலிங்கரும், சாதி மதம் சமயம் கடந்த சன்மார்க்கிகளை உருவாக்கச் சங்கமும், ஒளி வழிபாட்டிற்காகச் சபையும், பட்டினியை அகற்ற தருமச்சாலையும் அமைக்கும்

எண்ணத்தைப் பெற்றார் என்று கூறுவதில் தவறு இருக்காது. வடநாட்டில், மேற்கத்திய மிஷனரிகளின் மாதிரிகையில் ராஜாராம் மோகன்ராயின் (1747 - 1832) ‘பிரம்ம சமாஜ’மும், ஆரிய, வேத மேன்மையை முன்வைத்த சுவாமி தயானந்த சரஸ்வதியின் (1824 - 1883) ‘ஆரிய சமாஜ’மும், இராமகிருஷ்ணரின் (1836 - 1886) சீடர் விவேகானந்தரின் இராமகிருஷ்ணா மிஷனும் தோன்றின. இராமலிங்கர் கூட ஒருமுறை கருங்குழியில் வாழ்ந்தபோது ஒரு சத்திரத்தில், உருவவழிபாடு சம்பந்தமாக ஒரு பிரம்ம சமாஜியோடு விவாதப் போரிட்டதாகத் தகவல் உண்டு. இராமலிங்கர் தமது சம காலத்தில் நடந்து கொண்டிருந்த சீர்திருத்த விசயங்களைப் பற்றி அறியாதவர் அல்லர். ஒரு சிலரோடு மோதல்கூட ஏற்பட்டதுண்டு. எடுத்துக்காட்டு : யாழ்ப்பாணம் ஆறுமுக நாவலர்.

இறுதிக் கட்டத்தில் இராமலிங்கர் தமது சுத்த சன்மார்க்கம் தவிர மற்ற விசயங்கள் அனைத்தையும் அடியோடு நிராகரிக்கும் தீவிர நிலைபாடெடுத்தார். வேத ஆகமங்கள் எல்லாம் உண்மை வெளியே தோன்றுமாறு உரைக்கவில்லை. அவை சூதாகச் சொல்லியுள்ளன. அவற்றால் ஒரு பயனுமில்லை (5516). சாத்திரங்கள் எல்லாம், கண்களைப்போல நேராகத் தடுமாற்றமின்றி எதையும் காட்டவில்லை; சொல்லவும் இல்லை (5515) என்றார்.

இராமலிங்கர் இவ்வாறு சாதி, குலம், வருணம், ஆசிரமம், வேதம், சாத்திரம் ஆகியவற்றை முற்றிலும் பொய் என்று மறுத்ததை வைத்துக்கொண்டு அவர் பிராமணர்களைச் சாடியதாக ஒரு பிரிவினர் குதூகலித்து வரவேற்றார்கள். ஒரு சந்தர்ப்பத்தில் சம்ஸ்கிருதத்தைவிடத் தமிழ்மொழி இறை அனுபவத்தை வெளியிட உகந்தது என்றும், மற்றொரு சந்தர்ப்பத்தில் சம்ஸ்கிருதம்தான் எல்லா மொழிகட்கும் தாய்மொழி எனில் தமிழ்மொழி தந்தைமொழி என்றும் இராமலிங்கர் வெளியிட்ட கருத்துக்களைக்கொண்டு அவரை வடமொழி எதிர்ப்பாள ராகவும், பிராமண மறுப்பாளராகவும் அரசியல் பண்ணினார்கள். ஆனால் இராமலிங்கர் இந்த அரசியலுக்குள் சிக்கிக் கொள்ளாதவர். சமஸ்கிருத சுலோகங்கள் பல இயற்றியுள்ளார். அதனை மதித்துப் போற்றினார். அவரது பாடல்களிலும், வசனத்திலும் சமஸ்கிருதச் சொற்கலப்பு கொஞ்சம் அதிகம்தான். அவர் வாழ்ந்த காலம், சம்ஸ்கிருதத்தையும், பிராமணர்களையும் எதிர்த்து அரசியல் தோன்றாத காலம். இராமலிங்கரின் அழைப்பை ஏற்றுத் தமது 21 வது வயதில் (1869) வடலூர் வந்து இறுதிவரை அங்கேயே தங்கிவிட்ட சபாபதி சிவாச்சாரியார் என்ற ‘பிராமணோத்தமரை’, தமது சத்தியஞான சபையின் பூசகராக நியமித்தார். அவரது பரம்பரையினர்

ஒருவரே இன்றும் அங்கே பூசகராகப் பணியாற்றி வருவதாக ஊரனடிகள் குறிப்பிடுகிறார்.

இராமலிங்கரின் ஆன்மீகப் பயணத்தின் இரண்டாம் கட்டம் கருங்குழி, வடலூர், மேட்டுக்குப்பம் சித்தி வளாகம் ஆகிய கிராமியப் பகுதிகளில் நிகழ்ந்தது. சித்தர் மரபில் இராமலிங்கர் தம்மை ஆழமாக ஈடுபடுத்தத் தொடங்கிய போது இந்தக் கட்டம் தோன்றியது எனக் கூறலாம். அதுமட்டுமின்றி, பத்தொன்பதாம் நூற்றாண்டில் நடுப்பகுதி யிலிருந்து தமிழகத்தில் உருவான சிறுசிறு அமைப்புக்களின் செயல்பாடுகளும் அவரிடம் சில மாற்றங்களை ஏற்படுத்தாமல் இல்லை. 1858 முதல் 1874 சனவரி வரையில் அவர் உருவாக்கிய சுத்த சன்மார்க்க நெறியின் நூதனமான சிலகருத்துக்களைக்காண வேண்டும். அப்போதுதான் அவரது தனித்தன்மைகள் என்னவென்பது புலனாகும்.

6
சி. இராமலிங்கரின் சுத்த சன்மார்க்கம்: தோற்றமும் மறைவும்

'சாதி சமயச் சழக்கைவிட்டேன்; அருட்சோதியைக் கண்டேனடி'

- இராமலிங்கர் (4949)

'சன்மார்க்கம்' என்ற தொடர் தமிழகத்தில் சைவசமயச் சொல்லாடலில் அடிக்கடி பயன்படுத்தப்பட்டு வந்துள்ளது. இது சூழல்களுக்கு ஏற்றபடி வெவ்வேறு பொருள் தரும்படி புழங்கி வந்துள்ளது. சைவ சித்தாந்தத்தின் நான்கு வகை மார்க்கங்களில் இறுதி மார்க்கமாகச் சன்மார்க்கம் கூறப்படுகிறது. இதனை அறிவுநெறி என்று கூறுகிறார்கள். முந்தைய மூன்றும் தாசமார்க்கம், சத்புத்திர மார்க்கம், சகமார்க்கம் என்று வழங்கப்படுகின்றன. இந்த மூன்றிலும் பார்க்க, அறிவு நெறியான சன்மார்க்கம் உயர்ந்ததாகவும், இறைவனோடு உயிர்கள் கலந்திடும் மார்க்கமாகவும் இது போற்றப்படுகிறது. நாயகனோடு நாயகி உடலும் உள்ளமும் உயிரும் கலந்து இணைவது போன்று இந்த மார்க்கத்தில் இறை - உயிர் இணைப்பு நிகழ்வதாக சித்தாந்தம் முடிந்த முடிபாகக் கூறுகிறது.

சைவ சித்தாந்தம், நான்கு சாதனங்களாக, சரியை, கிரியை, யோகம், ஞானம் என்பவற்றையும் நான்கு மார்க்கங்களாக முறையே தாச, சற்புத்திர, சக மற்றும் சன்மார்க்கங்களையும், நான்கு பயன்களாக (முக்திகள்) முறையே சாலோகம் (அரும்பு), சாமீபம் (மலர்), சாரூபம் (காய்) மற்றும் சாயுச்சியம் (கனி) ஆகியவற்றையும் வகுத்துரைத்துள்ளது. சாதனங்கள் நான்கில் ஒவ்வொன்றிலும் நான்கு இருப்பதாகக் கூறி மொத்தம் 16 படிகள் என்று உரைத்துள்ளது.

சைவ சித்தாந்தம் உரைத்த நான்கு மார்க்கங்களைப் பற்றி இராமலிங்கர் தமது நோக்கில் புதிய விளக்கம் தந்துள்ளதாக ஊரனடிகள் எழுதியுள்ளார். இதன் பிரகாரம்,

எல்லா உயிர்களையும் தனதடிமையாக பாவித்தல் தாசமார்க்கம்;
எல்லா உயிர்களையும் தனது மகனாக பாவித்தல் சற்புத்திரமார்க்கம்;
எல்லா உயிர்களையும் தனது நண்பனாக பாவித்தல் சகமார்க்கம்;
எல்லா உயிர்களையும் தன்னைப்போல் பாவித்தல் சன்மார்க்கம்

என்ற விளக்கம் கிடைக்கிறது. இதன்படி, ஜீவ நியாயம் பற்றியது இராமலிங்கரின் சமரச சுத்த சன்மார்க்கம் என்றும், பழைய விளக்கத்தின்படி தெய்வ நியாயம் பற்றியது சமய சன்மார்க்கம் என்றும் ஊரனடிகள் எழுதுகிறார். சமய சன்மார்க்க விளக்கத்திலிருந்து ஜீவ நியாயத்துக்கு அடிப்படையில் இராமலிங்கர் விலகுவது தெளிவாகத் தெரிகிறது. அவர் முதலில் தாம் ஏற்படுத்திய சன்மார்க்கத்தை 'ஷடாந்த சமரச சுத்த சன்மார்க்க சங்கம்' என்றே அழைத்தார். ஷடாந்தம் என்றால் ஆறு அந்தங்கள். அவற்றை இராமலிங்கர் தமது அருட்பெருஞ்சோதி அகவலில் (33 - 44) 1. கலாந்தம் 2. நாதாந்தம் 3. யோகாந்தம் 4. போதாந்தம் 5. வேதாந்தம் 6. சித்தாந்தம் என்று கூறி விளக்கியுள்ளார். இந்த 6 அந்தங்களில் வேதாந்தம் சித்தாந்தம் இரண்டுமே வழக்கில் பயிற்சியில் உள்ளன. ஏனைய நான்கு அந்தங்களும் இந்த இரண்டு அந்தங்களில் அடங்கியுள்ளதாக இராமலிங்கர் கருதினார். தம்முடைய சமரச சுத்த சன்மார்க்கமானது வேதாந்த சித்தாந்த சமரசம் கொண்டது என உரிமை பாராட்டினார். எனவே, தமது சமரச (வேத) சன்மார்க்க சங்கம் என்பது எல்லாச் சமயங்களுக்கும் பொதுவான அறிவுநூல் முடிபாகி சன்மார்க்கத்தை அனுஷ்டிக்கும் கூட்டம் என்று விளக்கினார்.

எனவே, இராமலிங்கர் கருதிய சன்மார்க்கம், மரபான சமய சன்மார்க்கத்திலிருந்து வேறுபடுவதை முதலில் ஒப்புக்கொள்ள வேண்டும். இவ்விதச் சன்மார்க்கத்துக்கென்று வடலூரில் 1865-ல் சங்கம் ஒன்றை அமைத்தார். இச்சங்கத்தாரின் ஒழுக்கங்களாகப் புலன் ஒழுக்கம், மன ஒழுக்கம் பற்றிக் குறிப்பிட்ட இராமலிங்கர், 'ஜீவ ஒழுக்கம்', 'ஆன்ம ஒழுக்கம்' என்ற இரண்டைச் சிகரமாக முன் வைத்தார். 'ஜீவ ஒழுக்கம்' என்பது ஆண் - பெண், சாதி, சமயம், மதம், ஆசிரமம், சூத்திரம், கோத்திரம், குலம், சாஸ்திர சம்பந்தம், தேச மார்க்கம் ஆகியவற்றில் உயர்வு தாழ்வு பேதம் நீங்கி யாவரிடமும் சமமாய் நடந்து கொள்வது என்றும், 'ஆன்ம ஒழுக்கம்' என்பது யானை முதல் எறும்பு வரையுள்ள சகல ஜீவர்களின் சூக்குமம் தனித்தலைவன் (இறைவன்) ஆதலால், அவற்றுக்கிடையில் பேதமற்று எல்லாம் தானாக நிற்பது என்றும் விளக்கம் தந்துள்ளார் ('சன்மார்க்க சங்க விவாகாரத் திருவார்த்தைக் குறிப்பு' - திருவருட்பா - உபதேசப் பகுதி : ஆ. பாலகிருஷ்ணன் பதிப்பு, சென்னை, இரண்டாம் பதிப்பு : 23.4.1959). சுருக்கமாகச் சொன்னால் சகமனிதர்களிடமும், சகஉயிர்களிடமும்

சமமாக, பேதமின்றி வாழ்வதுதான் இராமலிங்கர் கண்ட சன்மார்க்கம். 'சுத்தம்' என்றால் சமயக் கலப்பற்றது என்பது பொருள். இந்தச் சன்மார்க்கம் தழைத்திட வடலூரில் ஒரு சங்கத்தையும் (1865), வடலூர் பார்வதிபுரத்தில் ஏழைகள் பசிபோக்க சத்திய தருமச்சாலையையும் (1867), சங்கத்தாரின் ஜோதி வழிபாட்டிற்காக சத்தியஞான சபையையும் (1871) இராமலிங்கர் ஏற்படுத்தினார். இந்த மூன்று நிறுவனங் களுக்குமான கோட்பாட்டு அடிப்படையாக அவரது சுத்த (சாதி மத சமயமற்ற) சமரச சன்மார்க்கம் திகழ்ந்தது. அவர் இயற்றிய பாடல்களின் 6ஆம் தொகுப்பிலும், வசனமாக அவர் ஆற்றிய உபதேசங்களிலும் அவரது சன்மார்க்கக் கொள்கைகள் விளக்கப்பட்டுள்ளன. அவற்றை முதலில் தொகுத்தறிவது அவசியம்.

இராமலிங்கர் கருங்குழியில் வாழத் தொடங்கிய காலந்தொட்டே (1858 - 67) தமது பாடல்களில் தம்மிடம் கருக்கொண்ட சன்மார்க்கக் கருத்துக்களை ஆங்காங்கே குறிப்பிட்டுள்ளார். 'சுத்த சிவ சன்மார்க்கத் திருப்பொது' (3321), என்று 4-ஆம் தொகுப்பில் குறிப்பிடுகிறார். 'மரண பயம் தவிர்த்திடுஞ் (சுத்த) சன்மார்க்கமதை அறியேன்' (3322) என்று இன்னமும் தமது ஐயப்பாட்டைத் தெரிவிக்கிறார். அதுபற்றிய தெளிவு அவரிடம் ஏற்படவில்லை என்பது தெரிகிறது. ஆயினும் தமது சன்மார்க்கக் கொள்கையானது, மரண பயத்தை அகற்றிச் சாகாத நிலையைத் தரும் என அவர் நம்பியது வெளிப்படுகிறது. சன்மார்க்கத்தின் இலட்சியமாக, 'மரணமெலாம் தவிர்த்துச் சிவமயமாகி நிறைதல்' (3377) என்பதைக் கண்டுகொண்டார். தில்லைச் சிதம்பர நடராஜனைப் பாடிய காலகட்டத்தில் (1858 - 67) அவரிடம் 'சமரச சுத்த சன்மார்க்க சங்கம்' கண்டு, 'சங்கம்சார் திருக்கோயில்' (சபை) கண்டு ஆண்டவரைப் பாடி ஆடும் இச்சை தோன்றி உறுதிப்பட்டுவிட்டது (3406). (இராமலிங்கருக்குத் தெரியுமோ தெரியாதோ, இந்தக் காலகட்டத்தில்தான் சென்னையில் ஆங்கிலம் படித்த இந்து வர்த்தகர்கள், அறிவாளிகள் ஆகியோர் சபை, சங்கம், பத்திரிகை ஏற்படுத்திச் சீர்திருத்த நடவடிக்கையில் இறங்கினார்கள்).

இக்காலகட்டத்தில் இராமலிங்கர், பிறர்க்கு ஏற்படும் கடுந்துயரம், அச்சம் முதலியவற்றைக் கருணையே வடிவாய் ஆகி, இறைவன் அருளால் தீர்த்து, அவர்களுக்கு இன்பம் தரவும், கொலை, புலை (புலால்) ஆகிய இரண்டு குற்றங்களையும் விலக்கிய நெறியில் உலகமாந்தரை நடப்பிக்கவும் ஆசைகொண்டார் (3407). இங்கே அவர், பிற உயிர்களின் துயரம் தீர்க்கும் தனிப்பெருங்கருணைச் செயலையும் (ஜீவ ஒழுக்கம்), கொலை, புலால் மறுக்கும் ஜீவகாருண்யத்தையும் (ஆன்ம ஒழுக்கம்) இனம் கண்டிருப்பதாகக் கருதலாம்.

'பிள்ளைப் பெருவிண்ணப்பம்' தலைப்பில் இராமலிங்கர் தமது சொந்த விண்ணப்பங்களாக ஆண்டவரிடம் வைத்துள்ளவை அவரது சன்மார்க்கக் கொள்கையின் விளக்கங்களாக உள்ளன. சகமனிதரின் பசி, பிணி, இளைப்பு, வறுமை, முதுமை, மரணம், அழுகை, கொலை, பட்டினி, புலால் உண்ணல் மற்றும் வாடிய பயிர், சிறு தெய்வங்களுக்கு இடும் உயிர்ப்பலி ஆகியவற்றால் இராமலிங்கர் மனம் பெரிதும் பாதிக்கப்பட்டது. 'உலக உயிர்கள் பொது' என்ற கண்ணோட்ட முடைய அவருக்கு இவை பெரும் கலக்கத்தை உண்டு பண்ணின. கருணையும், உயிர் இரக்கமும் மனிதரிடம் ததும்புகிறபட்சத்தில் மேலே தொகுத்துக் கூறிய இம்சைகள் மறைந்து போகும். அப்போது மரணமிலாப் பெருவாழ்வும், ஆன்மநேய ஒருமைப்பாடும் சாத்தியமாகும் என்பதை அவர் நன்றாக உணர்ந்திருந்தார். இந்த உணர்வுதான் அவரது சன்மார்க்க கொள்கைக்கு ஆதாரம் எனலாம். இதற்கு இறை அருளை முக்கிய நிபந்தனையாகக் கருதியுள்ளார் (3538).

தமக்கு ஆண்டவன் பெரும் பொருளான அருட்கருணை அமுதத்தையும், அருட்சோதியையும் அளித்துவிட்டதாக ஒரு கட்டத்தில் பரவச நிலையில் பாடுகிறார்! ஆண்டவர் தமது தகுதியை உலகோர், தேவர் முதலான அனைவருக்கும் மேலாக உயர்த்திவிட்டதாக நம்புகிறார். இப்படி ஒரு மேலான நிலையில் அவர் சாதி மத சமய சாத்திர விகற்பங்களைக் கடந்து செல்லுகிறார். யோக முறைகளாலும் மற்றும் பிற சாதனங்களாலும் (அவை என்னவென்று தெரியவில்லை) சிவயோக போகத்தையும், சித்திகளையும் இராமலிங்கர் பெற்றுத் தாமுண்டு தம்பாடுண்டு என்று சமூகத்திலிருந்து ஒதுங்கிப் பிறர் அறியாதவாறு இருந்தார். அப்படி இருந்த தம்மை இப்போது இறைவன் வெளியே சமூகத்துக்குள், நாலுபேர் புறம்பேசுமாறு இழுத்துவிட்டதாக அங்கலாய்த்தார்! ('தற்போத இழப்பு' -24). தமக்கு ஒளிவிடுகின்ற தேகம், சாகாவரம், மூவகைச் சித்திகள் எல்லாம் கிடைத்துவிட்ட ('சித்தி எலாம் பெற்றேன்' - 3821) தன்னம்பிக்கையில், தாம் உணர்ந்தறிந்த சன்மார்க்கக் கொள்கைக்குச் செயல் வடிவம் கொடுக்க முன்வந்தார். 'இனித்த வாழ்வருள் எனல்' (26) என்ற தலைப்பில், அவர் தமது சங்கத்தையும், சத்தியஞான சபையையும் ஏற்படுத்திவிட்டதாகப் பாடினார். இவை நிலைபெற்ற வடலூரைச் சித்திமாபுரம் என்றும், சபையை உத்தர சிதம்பரம் என்றும் புதுப்பெயரிட்டு அழைத்தார். இதுவரை யாரும் செய்திராத புதுமையைச் செய்வதாக அவர் திடமாக நம்பினார். மக்கள் தமது சன்மார்க்கக் கொள்கையை எளிதில் அறிந்து கொள்ளுவதற்காக 'சுத்த சன்மார்க்க வேண்டுகோள்' (56) என்ற தலைப்பில், தமது தனிப்பட்ட விருப்பங்களைக் கூறுவதுபோலத் தொகுத்துக் கூறியுள்ளார். அவை பின்வருமாறு:

- ★ உயிர்களுக்கெல்லாம் அன்பு செய்தல்.
- ★ பொய் கலவாத வாய்மை பேசுதல்.
- ★ பேசுதல் போல் செயல்படுதல்.
- ★ இறந்த உயிர்களை மீட்டும் எழுப்புதல் (4079 - 80)
- ★ உயர்வு தாழ்வின்றி அனைவரும் சமத்துவ நிலையில் கூடி உலகியல் நடைபெறுதல்.
- ★ அழியாத உடலோடு சிவத்துடன் கலத்தல்.
- ★ உலகமெலாம் ஒரே ஒழுக்கம் உறுதல்.
- ★ கொலை, புலை சிறிதுமின்றி எல்லா உயிர்களும் உவந்திருத்தல் (4082 - 83).
- ★ யாவரும் இம்மையிலும் தேவர் உலகிலும் சுத்த சிவ சன்மார்க்கம் பெறுதல்.
- ★ விருப்பு வெறுப்பு நீங்குதல் (4084 - 85).
- ★ ஆறு அந்தங்கள் எல்லாம் அறிந்து அடைதல்.
- ★ உயிர்களுக்கு இதம் புரிதல்.
- ★ சாதி சமய விகற்பங்கள் நீங்கிச் சகலரும் சன்மார்க்கப் பொதுநிலையை அடைதல்
- ★ சித்தாந்த வேதாந்தப் பொதுமைநிலை சிறத்தல்
- ★ எல்லா உயிர்களும் இன்பமடைதல் (4087 - 88)

இராமலிங்கரின் 'அருள் விளக்கம்' (57) தலைப்பிலும் இதே போன்ற கருத்துக்களைக் காணலாம். தமது சன்மார்க்க நெறிக்குத் தகுதியுள்ளவர்களாக தயை உடையவர்கள் மற்றும் அருள் உடையவர் களைக் குறிப்பிடுகிறார். (4163 - 64). தயை இருந்தால் அருள் பிறக்கும்; கொலை நிகழாது. ஔவையார் தானத்தை வைத்து, இட்டார் - இடாதார் என்கிற புதிய ஏற்றத்தாழ்வைக் குறிப்பிட்டதைப் போல, இராமலிங்கர் கொலை - புலால் என்பவற்றை வைத்துப் 'புறவினத்தார்' (கொலை, புலால் சம்பந்தப்பட்டவர்கள்) 'அகவினத்தார்' (சம்பந்தப் படாதவர்கள்) என்று இருவேறு இனங்களாக மனித இனத்தைப் பிரிக்கிறார். கொலை புலாலோடு சம்பந்தமுள்ளவர்கள்மீதும் தயை வேண்டும் என்று இராமலிங்கர் வலியுறுத்துகிறார் (இயேசு கிறிஸ்துவைப்போல!). அந்தப் புறவினத்தார்க்கு ஓர் ஆபத்து என்றால்

அதைப்பார்த்து அகவினத்தார் மகிழக் கூடாது. அவர்களுடைய துயரம் போக்க வேண்டியது கடன். அப்படித் துயரம் தீர்க்கும்போது சில வரையறைகளை இராமலிங்கர் குறிப்பிடுகிறார். புற இனத்தார் பசி என்று வந்தால் அவர்களது பசியை மட்டும் தீர்க்கலாமே தவிர, அவர்களுக்குப் பண்பு உரைத்தல், அவர்களோடு நட்புக் கொள்ளுதல் ஆகியவை கூடாது என எச்சரிக்கிறார் (4160).

பிறர் பசி தீர்க்கும் செயல் இராமலிங்கரைப் பொறுத்த வரை மரபாகக் குறிப்பிடுகிற அறச்செயலாக மட்டுமில்லை. தவம்புரிந்து பெறுகிற பயனை எல்லாம் தருமச்சாலையில் ஒரேநாளில் பெற்று விடலாம் என்று பசித்தார் பசி தீர்த்தலைத் தவத்தைவிடச் சிறந்த சாதனமாகக் கருதியுள்ளார் (4181). பசித்தவனின் பசி தீர்க்கும் செயலை அறவாணர்களும், அரசர்களும், பக்திமான்களும் புகழ், மறுமை, செல்வம், தருமம், மோட்சம் தருகின்ற 'செலாவணி' மதிப்பினைக் கொண்டதாகவே நீண்ட நெடிய தமிழ் மரபில் பார்த்து வந்திருக்க, இராமலிங்கர் அப்படிப் பார்க்க விரும்பியதில்லை. ஒரு கருவியாக, சாதனமாகக் காணவில்லை. பசி தீர்ப்பதை ஆன்ம, ஜீவ ஒழுக்கமாகவே கண்டார். அதாவது அதன் பயன் மதிப்பினை வலியுறுத்தினார்.

அகவினத்தாரின் ஜோதி வழிபாட்டிற்காக அவர் எழுப்பிய ஞான சபையை அவர் ஒரு புரட்சிகரமான சபையாகக் கண்டார். கோயில் என்ற பெயரைத் தவிர்த்தார். சபையின் மேல் தட்டிலிருந்து தென்கிழக்காகப் பார்த்தால் தில்லைச் சிதம்பரம் தெரியும் என்று அவரே குறிப்பிடுகிறார் (4240). இந்தச் சபையில் வழிபடும்முறை, விளக்கேற்றும் நபர், அவர் தகுதி, ஜோதி வழிபாட்டிலுள்ள ஆடம்பரம்இன்மை குறித்து வசனத்தில் விளக்கமாக இராமலிங்கர் உபதேசம் செய்துள்ளார். அவர் கூறியதைப் பார்த்தால் வழக்கமான சைவக் கோயிலாகவே அது இல்லை.

18.4.1872 அன்று ஒரே இரவில் இராமலிங்கர் இயற்றிய நீண்ட 'அருட்பெருஞ்ஜோதி அகவல்' (81) என்பது,

> **'அருட்பெருஞ்ஜோதி அருட்பெருஞ்ஜோதி**
> **தனிப் பெருங்கருணை அருட்பெருஞ்ஜோதி'**

என்று மறித்து மறித்து வரும் மந்திரம்போல் உள்ளது. 'நமசிவாய' என்ற ஐந்தெழுத்து மந்திரத்தை அவர் கைவிடவில்லை என்றாலும், ஞானசபைக் கென்றே ஒரு மந்திரமாக மேற்படித் தமிழ் சுலோகத்தை இயற்றியது போலத் தெரிகிறது. இந்த நீண்ட அகவற்பாவை ஞான சபையில் ஓதுவதற்கென்றே இயற்றினாரா என்பது தெரியவில்லை. ஆனால், பிற சைவக் கோயில்களில் ஓதும் மந்திரங்கள், பதிகங்கள், ஆகமங்களுக்கு

மாற்றாக இதில் இராமலிங்கர் தாம் கற்றுணர்ந்து அனுபவித்த சித்தாந்த யோகாந்த கருத்துக்களைத் தொகுத்துக் கூறுகிறார். ஆறு அந்தங்கள், வெளிகள், சுத்த பிரணவ ஞான தேகங்கள், கரும, யோக, ஞான சித்திகள், சாவா நிலை, ஆண், பெண், கரு உற்பத்தி, உடம்பில் உறையும் உயிர் படுகிற ஐந்துவகை அவத்தைகள், கருவி கரணங்கள், மும்மல பிணிப்பு நீக்கம் (மலபரிபாகம்?). முப்பத்தாறு தத்துவங்கள், எழுவகைத் திரைகள், சுத்த - அசுத்த மாயை ஆகியவற்றை விளக்குகிறார்.

அவரது ஞானசபையில் சிவன் நடனமாடுவதாக நம்பினார். அச்சிவனை, அகவல், அட்டகம் முதலிய தலைப்புக்களில் அவர் துதிக்கின்ற முறை வித்தியாசமாக உள்ளது. பழைய தோத்திரப் பாடல்களின் சாயல் மறைகிறது. திருமூலர், தாயுமானவர் பாடல்களின் பண்புகள் விசுவ வடிவம் எடுக்கின்றன. அதோடு அவரையும் மறந்த ஒரு பரவசமும் ஆவேசமும் வெளிப்படுகின்றன.

பத்தொன்பதாம் நூற்றாண்டில் வித்துவான்கள் பெரிதும் செய்யுளில்தான் தங்கள் கருத்துக்களை வெளியிட்டார்கள். ஆனால் புதிய எண்ணங்கள், சீர்திருத்தக் கருத்துக்கள், விளக்கவுரைகள், உபதேசங்கள் ஆகியவற்றை அப்போது நூதனமாகக் கையாளத் தொடங்கிய வசன நடையில் எழுதும் ஒரு போக்கு ஏற்பட்டது. ஆறுமுக நாவலர் செய்யுளை விடுத்து வசனத்தையே ஓர் ஆயுதம் போலக் கையாண்டார். சங்கம், சபை, சாலை என்கிற புதுமையான றிறுவனங்களை நிறுவி, இதுவரையல்லாத புதிய செய்திகளைப் பரப்பிய இராமலிங்கர், ஆறுமுகநாவலரைப் போல் இல்லாவிட்டலும் ஓரளவுக்காவது வசன நடையைக் கையாண்டு பார்த்துள்ளார். செய்யுளைப் போல அவரால் வசனத்தை இலகுவாகவும், பிழையின்றியும் கையாள முடியாவிடினும், சங்கத்தாருக்காக அவரே கைப்பட வசனத்தில் எழுதினார்.பெரும்பாலான அவரது உபதேசங்கள் அவரது அன்பர்களால் நினைவிலிருந்து வசனநடையில் எழுதப்பட்டவையே. அவரது வசன நூல்களிலிருந்து அவர் முன்மொழிந்த சன்மார்க்கக் கொள்கைகளைக் காணலாம். இந்தப் பணியை ஏற்கனவே ஊரனடிகள் செய்திருக்கிறார். அவர் தொகுத்துரைத்தவற்றைக் காணலாம்:

★ கடவுள் ஒன்றே. அதை உண்மை அன்பால் ஜோதி வடிவில் வழிபட வேண்டும்.

★ சிறு தெய்வ வழிபாடு கூடாது; அவற்றுக்கு உயிர்ப்பலி இடக்கூடாது.

★ புலால் உண்ணக் கூடாது.

★ சாதி சமய வேறுபாடு அறவே கூடாது.

★ எவ்வுயிரையும் தம்முயிர்போல் எண்ணும் ஆன்மநேய ஒருமைப்பாட்டு உரிமையைக் கடைப்பிடிக்க வேண்டும்.

★ ஏழைகளின் பசி தீர்க்கும் ஜீவகாருண்யமே பேரின்ப வீட்டின் திறவுகோல்.

★ சாத்திரங்கள் - புராணங்கள் ஆகியவை முடிவான உண்மையைக் கூறமாட்டா.

★ இறந்தோரைப் புதைக்க வேண்டும். கருமாதி, திதி கூடாது (அடிகளார் வரலாறு, பக் : 266).

★ காது, மூக்குக் குத்துதல் (நகை அணிய) கூடாது.

★ கணவன் இறந்தால் மனைவியின் தாலியைக் கழற்ற வேண்டாம்.

★ மனைவி இறந்தால் கணவன் மறுமணம் செய்ய வேண்டாம். (புரட்சித் துறவி வள்ளலார் 1993).

இவற்றில் இறுதியாகச் சொல்லப்பட்ட நான்கும் இந்துச்சாதிமத சமயவாதிகளுக்குப் பெரிய அதிர்ச்சியைத் தரக்கூடியவை என்பதில் சந்தேகமில்லை. சற்றுக் கூர்ந்து நோக்கினால் இராமலிங்கரிடம் சமகால சமூக சீர்திருத்தக் கருத்துக்களைவிட, ஆன்மீக சீர்திருத்தக் கருத்துக்களே முக்கியத்துவம் பெற்றவையாக இருப்பதை அவதானிக்கலாம். இராமலிங்கர் தெரிந்துகொண்ட யோகாந்தம் சார்ந்த வலிமைகளுக்கும், உயிர்கள்மீது கருணை, அன்பு, தயை, இரக்கம் காட்டுவதற்கும் என்ன தத்துவப் பொருத்தம் இருக்க முடியும் என்பது ஆய்வுக்குரியது. ஜீவகாருண்ய ஒழுக்கம் பற்றி அவர் தந்த உபதேசங்களிலிருந்து இதற்கான விளக்கம் கிடைக்குமா என்பதைப் பார்க்கலாம். 'திருஅருட்பா - வசனப்பகுதி - 2ஆம் புத்தகம்' என்ற ஆ. பாலகிருஷ்ண பிள்ளையின் பதிப்பு இங்கு ஆதாரமாகக் கொள்ளப்படுகிறது (5 -ஆம் பதிப்பு, 1959).

இறைவனின் பூரண இயற்கை விளக்கமே அருள். இந்த அருளால் ஆண்டவனது பூரண இயற்கை இன்பத்தை அடைந்து என்றும் எங்கும் எப்போதும் வாழும் ஒப்பற்ற பெரும்வாழ்வுதான் ஒருவருக்கு ஆன்மலாபம் (பக்.64). அந்த இறைவனின் அருளைப் பெறுவதற்கான சாதனமே **சீவகாருண்ய ஒழுக்கம்** (சாதனம் என்றால் கருவி என்ற பொருள் அல்ல) சீவகாருண்யம் என்பது சீவர்களின் தயவு; அருள் என்பது இறைவனின் தயவு. இறைவன் என்பது இயற்கை விளக்கம். சீவர்கள் என்பது ஆன்ம இயற்கை விளக்கம். இதனால், சீவரின் தயவைக்கொண்டு இறைவனின் தயவையும், சீவரின் ஆன்மஇயற்கை

விளக்கத்தைக் கொண்டு இறைவனின் இயற்கை விளக்கத்தையும் பெறுவது சாத்தியமே (65) என்று எழுதியுள்ளார் இராமலிங்கர். இறைவனையும் சீவர்களையும் இணைக்கும் பண்புகளாகத் தயையையும், இறை, ஆன்ம இயற்கை விளக்கத்தையும் அவர் இனம் கண்டுள்ளார். அருள் என்பது இறைவனோடு சம்பந்தப்பட்ட மாதிரி, சீவகாருண்யம் என்பது சீவர்களோடு சம்பந்தப்பட்டது. இரண்டும் இரண்டுவிதமான தயவுகள்! தயவினால் தான் தயவை அடைய முடியும் என்று இராமலிங்கர் உணர்ந்துள்ளார். சீவர்கள் என்போர் ஒத்த தகுதி, உரிமை படைத்த சகோதரர்கள் என்றும், சீவகாருண்ய ஒழுக்கமும், சுத்த சன்மார்க்கமும் ஒன்றே என்றும், கருதியுள்ளார். சீவகாருண்யத்தைச் சீவர்களின் தயவு என்றும், அதுவே இறைவனின் தயை - அதாவது இறை அருளைப் பெறுகிற சாதனம் என்றும் எழுதிய இராமலிங்கர், அது எவ்வாறு செயல்படுகிறது என்பதை விவரித்துள்ளார். பசி என வந்தோர் யாராக இருந்தாலும் அவர்களுடைய தேசம், சமயம், சாதி, செயல், தேச ஒழுக்கம், சமய ஒழுக்கம், சாதி ஒழுக்கம் ஆகியவற்றைப் பாராமல் அவரவர் ஒழுக்கத்துக்குத் (ஆசாரம்) தக்கபடி பசியாற்றுவதே சீவகாருண்யச் செயல்பாடு. ஏனெனில் எல்லாச் சீவர்களிடத்திலும் இறை விளக்கம் பொதுவாக உள்ளது என்று காரணம் கூறுகிறார் (87). ***மொத்தத்தில் சீவகாருண்யமே கடவுள் வழிபாடு (88) என்று அடித்துக் கூறுகிறார்***. பத்தொன்பதாம் நூற்றாண்டின் நிலவுடைமை மற்றும் சமயப் பண்பாட்டிற்குள்ளிருந்த ஒருவர் இதை விடவும் புரட்சிகரமான கடவுள் வழிபாட்டை முன்வைக்க முடியுமா என்பது தெரியவில்லை. ஆத்திகப் புரட்சி மனித புறத்திலுள்ள முரண்பாட்டை மறைத்துவிடுகிறது; அதைவிட நாத்திகப் புரட்சி மனித அகத்தின் இயக்கத்தை சடத்தன்மை கொண்டதாக ஆக்கிவிடுகிறது! இரண்டிலுமே கோளாறு உண்டு. இரண்டையும் கணக்கில் கொண்டு தாண்டிச் செல்ல வேண்டிய அவசியம் வந்துவிட்டது. ***தமிழகத்தைப் பொறுத்தவரை பெரியாரையும் இராமலிங்கரையும் சேர்த்தே பார்க்க வேண்டியது அவசியம்; அதே சமயம் இருவரையும் கடந்து செல்லுவதும் அவசியம். அப்படிக் கடந்து செல்லுகிறபோது கார்ல் மார்க்சும் அம்பேத்கரும் நமக்காகக் காத்திருப்பதைக் காணவியலும்!***

இவ்வாறு சீவகாருண்ய ஒழுக்கத்தினால் சீவர்கள் சுதந்திரமாக, நிரந்தரமாகத் தங்களுக்கெனச் சொந்தமான அருள் தேகங்களைப் பெற்று இனிமேல் பிற தேகங்களில் குடிபோகாது அழியாத நிலையை எய்துவார்கள் என்பது இராமலிங்கரின் இலட்சியம். மதங்கள் சொல்லி வந்ததுபோல சொர்க்கம், நரகம் பற்றி இராமலிங்கர் கவலைப்பட வில்லை. அவருடைய சன்மார்க்கத்திலும் சொர்க்கம் நரகம் பற்றிய

விசாரணைகள் கிடையாது. அவற்றால் அற்பப்பயனே உண்டு என்பது இராமலிங்கரின் கருத்து. இறையருள் துணையோடு, கருணை பாராட்டி முடிவான சித்தி இன்பம் பெறுவதே இலட்சியம் என்றார். இப்படிக் கூறிய இராமலிங்கரை, அவர் காலத்து ஆத்திக சனாதனிகளின் பார்வையில் நாத்திகர் என்றும், இன்றைய நாத்திகரின் பார்வையில் ஆத்திகர் என்றும் கூறுவது பொருத்தமாக இருக்கும்போலத் தெரிகிறது!

இராமலிங்கரின் சன்மார்க்கக் கொள்கையில் மரணமிலாப் பெரு வாழ்வு, சாகாதநிலை, செத்தார் உயிர்த்தெழுதல், செத்தாரைப் புதைத்தல், உடலின் அழியாத நிலை ஆகியவை முக்கிய பங்கு வகிக்கின்றன. இவற்றுக்கு ஆதாரமாகத் திருமூலர் வழி ஏற்பட்ட சித்தர் கொள்கையைக் குறிப்பிட்டாலும், செத்தாரை உயிர்த்தெழச் செய்வது, சிவன் உலகிற்கு வந்து இதுவரை மாண்டு போனவரை உயிர்த்தெழச் செய்வார் என்பது சைவசித்தாந்த மரபிலே கேள்விப்படாத விசயங்களாக உள்ளன. உலகில் வாழும்போது எந்த ஒரு மனிதனும் செத்தவனை உயிரோடு எழுப்பியதில்லை. புராணங்கள், மரபுவழிக்கதைகள் ஆகியவற்றில் இருக்கலாம். ஆனால், நடைமுறையில் இல்லை. ஆனால் இராமலிங்கர் அழுத்தந்திருத்தமாக மேற்படி விசயங்களைப் போதித்துள்ளார். அவர் செத்தாரை உயிர்ப்பிக்கும் சித்துவேலை தெரிந்தவராகக்கூட இருக்கலாம். ஆனால், அவர் வாழ்ந்த காலத்தில் அப்படி யாரையும் உயிர்ப்பிக்கவில்லை என்பதுதான் வரலாறு. 8.9.1873-ல் அவர் விடுத்த 'சித்தி வளாக விளம்பரம்' பகுதியில், வருகிற 20.9.1873 அன்று (புரட்டாசி,5) சித்தி வளாகத்தில் (மேட்டுக் குப்பத்திலுள்ள ஒரு குடிசை. இங்குதான் இராமலிங்கர் ஜோதியோடு ஐக்கியமானதாக அவரது பக்தர்கள் நம்புகிறார்கள்) அற்புதம் நடக்கப் போவதாக ஒரு வதந்தி பரவி வருகிறது என்றும், ஆனால் அது உண்மையல்ல என்றும் ஒரு விளக்கம் இடம்பெற்றுள்ளது. மேலும், அவ்விடத்தில் அற்புதம் நடப்பது உண்மையோ, பொய்யோ எந்தக் காலமோ தெரியாது. அதனால் ஜனங்கள் தங்கள் தங்கள் காரியங்களைப் பார்த்துக் கொள்ளுங்கள் என்று ஓர் எச்சரிக்கையும் விடுத்துள்ளார்.

சித்திவளாகத்தில் நடக்கப் போகும் அற்புதம் பற்றிய வதந்தி, செத்தாரை உயிர் பெற்று எழ வைப்பது குறித்ததாகலாம். அவ்வப்போது தமது பாடல்களிலும், அறிக்கைகளிலும், இராமலிங்கர் செத்தாரை உயிர்ப்பிக்கலாம் என்று கூறி வந்தது இந்த வதந்தி பரவியதற்கு ஒரு காரணமாகலாம். அவரது சீடர்களில் சிலரும் இதற்குக் காரணமாகலாம். செத்தாரை உயிர்ப்பிக்க அருள்சோதி விரைவில் இங்கே எழுந்தருளும் தருணம் இது; பிணத்தை எரிக்க வேண்டாம்; புதைக்க வேண்டும் என்று திரும்பத் திரும்பச் சொன்னவர் அவர்தான். 27.4.1870-ல், தமக்கு விபரம்

தெரிந்த நாள் முதல் இன்று வரை இறந்துபோன நண்பர், உறவினர், அயலார், வயோதிகர், வாலிபர், பாலகர், குமாரர், ஆண்கள், பெண்கள் முதலிய அனைவரும் உயிர்பெற்றெழுந்து மேற்படி சங்கத்தில் கூடும் காலமே சன்மார்க்க சங்கம் கூடி விளங்கும் காலம். இதுபற்றி யாரும் தர்க்கம் செய்யக்கூடாது. இது உண்மை (103) என்ற பொருளில் அறிக்கைவிட்டார். எனவே, வதந்தி எழாமலிருக்குமா? மீண்டும், 30.3.1871-ல் விடுத்த கட்டளையில், 'உங்களில் யாராவது இறந்தால் தகனஞ் செய்யாமல் சமாதியில் வைக்க வேண்டும். இறந்தார் மீண்டும் எழுந்து நம்முடன் வாழ்வார் என்ற முழு நம்பிக்கை கொண்டு துயரத்தை அழுகையை அடக்கிச் சிவன் சிந்தையுடன் இருக்க!' என்று எழுதினார். இதே கட்டளையில், பார்வதிபுரம் சங்க, தருமச்சாலைக்குச் சிவன் எழுந்தருளிக் காட்சிதரும் காலம் சமீபித்துவிட்டது. அப்போது சாலைக்குரியவர்களாக இருந்து இறந்து போனவர்களை எழுப்பிக் கொடுப்பார். இது சத்தியம் (105) என்றும் குறிப்பிட்டார்!

மேலும், 14. 11. 1873 முதல் 13. 12. 1873 வரை அவர் சித்திவளாக மாளிகைக்குள் (குடிசை)ளிலிருந்து வெளிப்போந்து சங்கத்தாருடன் பேசியவை புதிர்கள் நிரம்பியவை. இந்த விளக்கை ஆராதியுங்கள்; இந்தக் கதவைச் சாத்திவிடப் போகிறேன். இனிக் கொஞ்சக் காலம் தாம் இயற்றிய 'நினைந்து நினைந்து' எனத் தொடங்கும் பாசுரத்தில் சொன்னவாறு வழிபடுங்கள், 'நானிப்போது இந்த உடம்பிலிருக்கின்றேன். இனி எல்லா உடம்பிலும் புகுந்து கொள்வேன்' (110 - 111) என்று பேசினார். அவர் குறிப்பிட்ட அந்தப் பாசுரம் 6-ஆம் தொகுப்பில் 'மரணமிலாப் பெருவாழ்வு' (134) எனத் தொடங்குகிறது. இதில், சிவன் வரும் நேரம் நெருங்கிவிட்டது. செத்தார் எழலாம், வாருங்கள், நம்புங்கள் என்று பித்தம் பிடித்தவரைப்போல இராமலிங்கர் அறைகூவியுள்ளார்! சித்திவளாகக் குடிசைக்குள் அடைத்துக்கொண்டு அத்தனை நாட்களும் என்ன செய்தார் என்பது யாருக்கும் தெரியவில்லை. பல்வேறு யோக அப்பியாசங்களில் தம்மை ஈடுபடுத்தியிருப்பார் போலத் தெரிகிறது. அவர் பேசியதைப் பார்த்தால் சாதாரணமாக யாருக்கும் அவருக்கு சித்தம் கலங்கிவிட்டதாகவே தோன்றும்! ஆனால், அவருக்குச் சித்திகளும் சித்துக்களும் கிடைத்துவிட்டதால்தான் இப்படிப் பேசியதாக அவரும் அவரது அன்பர்களும் நம்பியுள்ளார்கள்.

13. 12. 1873 அன்று சித்தி வளாகத்திலிருந்து வெளிவந்து மேலே கண்டவாறு பேசிய அவர், மீண்டும் 48 நாட்கள் (1 மண்டலம்?) உள்ளேபோய்க் கதவடைத்துக் கொண்டார். பிறகு 30.1.1874 தைப்பூசம் அன்று வெளியே வந்தார். தமது சங்கத்தார்க்கு இறுதிக் கட்டளை ஒன்றை விடுத்தார். அதில் 'நான் உள்ளே பத்துப் பதினைந்து

தினமிருக்கப் போகிறேன். பார்த்து அவநம்பிக்கையடையாதீர்கள். ஒருகால் பார்க்க நேர்ந்து பார்த்தால் யாருக்கும் தோன்றாது. வெறும் வீடாகத்தானிருக்கும்படி ஆண்டவர் செய்விப்பார். என்னைக் காட்டிக் கொடார்' (111) என்று எழுதியுள்ளார். ஒரே புதிராக உள்ளது. அவர் சொன்னபடியன்றி ஆண்டவர் காட்டிக் கொடுத்துவிட்டார் என்றே தோணுகிறது. இராமலிங்கர் மறைந்து 38 ஆண்டுகள் கழித்து 4. 2. 1912 அன்று மேட்டுக்குப்பம் சென்ற மறைமலையடிகள், அவரது மறைவு பற்றி விசாரித்துத் தமது 4.2.1912 தேதியிட்ட நாட்குறிப்பில், உண்மையில் இராமலிங்கர் இறந்துவிட்டார் என்று ஆங்கிலத்தில் எழுதியுள்ளார் (மறைமலையடிகள் வரலாறு; 1959, பக். 153). இந்த மறைமலையடிகள், திரு. வி. க. வுடன் இணைந்து தமது காலத்தில் யாழ்ப்பாணம் கதிரை வேற்பிள்ளை தொடுத்த இராமலிங்கருக்கு எதிரான விவாதப் போராட்டத்தில் கலந்துகொண்டு இராமலிங்கரின் மகிமையை நிலைநாட்டியவர் என்பது குறிப்பிடத்தக்கது.

இராமலிங்கர் தமது சன்மார்க்கத்தின் இலட்சியமாக மரணமிலாப் பெருவாழ்வு என்பதைக் குறிப்பிட்டுச் செத்தார் உயிர்பெறுவது, சிவன் வருவது, இறந்தார் எழுவது பற்றி ஆணித்தரமாக அறிவித்துச் சத்தியம் செய்தார் என்பதை நினைவில் வைக்க வேண்டும். இப்படியிருக்க அவர் சத்தியம் செய்தது எதுவும் அவர் வாழ்ந்த காலத்திலும் நிகழவில்லை. இன்னும் நிகழ்ந்தபாடில்லை. அப்படியென்றால் அவர் அத்தனை உறுதியாகச் சொன்னவை பரிபாஷையில் குறித்துச் சொல்லப்பட்ட வேறு விசயங்களா என்ற சந்தேகம் எழுகிறது. அந்தப் பரிபாஷைக்குப் பொருள் காண்பது நமக்குச் சாத்தியமில்லை; சம்பந்தப்பட்டவர்கள் செய்யலாம்.

அவருக்கு என்ன நேர்ந்தது என்பது மர்மமாக இருந்தாலும் இரண்டு விசயங்களைப் பற்றிக் கொஞ்சம் தெளிவுடன் குறிப்பிடலாம். ஒன்று: அவர் 1870-களில் தொடர்ந்தும், விட்டுவிட்டும் செய்த யோகப்பயிற்சிகள் குறிப்பிடத்தக்கவை. எண்வகைச் சித்துக்களுக்கும் மேலாகப் பலகோடிச் சித்துக்கள் கைவரப்பெற்றவராக இராமலிங்கரைப் பற்றிக் குறிப்பிடுவார்கள். சித்துக்களில் ஒன்று மரணத்தை வெல்லுவது. அழியா உடலைப் பெறுவது. இதன் பொருட்டு, இராமலிங்கர் அடிக்கடி சித்திவளாகக் குடிசைக்குள் புகுந்து கதவைப் பூட்டிக்கொண்டு பல்வேறு யோக அப்பியாசங்களில் ஈடுபட்டார். நாட்கணக்கில், மாதக்கணக்கில் அவர் அன்பர்கள் கண்களுக்குப் புலனாகாதபடி மறைந்து விடுவாராம்! சிவயோகிகள் யோகத்தில் கரைந்துவிட்ட போது உடம்போடு செத்துப் போனவர்களைப்போல இருப்பார்கள் என்று திருமூலர் எழுதியுள்ளார் (1:120). இராமலிங்கர் இப்படி இருந்திருப்பார்

என்று நம்பலாம். இப்படிப்பட்ட ஞானிகள் சமாதியாவார்கள் (இறப்பர்) என்பதைத் திருமூலர் தெளிவாகக் குறிப்பிடுகிறார். இவர்களை எரிக்காது, முறைப்படி புதைக்க வேண்டும் என்றார் திருமூலர் (1880 - 81, 1882 - 83) (1884). திருமூலர் கூறிய இந்த விசயங்களிலிருந்து இராமலிங்கர் என்ன உணர்ந்து கொண்டாரோ தெரியாது. பத்தொன்பதாம் நூற்றாண்டில் புழக்கத்திலிருந்த சித்தர் யோக ஒழுக்கம் பற்றிய சொல்லாடல் வேறு ஏதேனும் இருந்ததோ தெரியாது. ஏசுநாதர் இறந்து கல்லறைக்குள் சமாதி வைக்கப்பட்ட பிறகு உயிர்த்தெழுந்து இறைவனோடு கலந்தார் என்று பைபிள் கூறுகிறது. இராமலிங்கர் காலத்தில் பெர்சிவல் தமிழில் மொழிபெயர்த்து, நாவலர் திருத்தம் செய்த பைபிள் புழக்கத்தில் வந்துவிட்டதாகவே தெரிகிறது. உயிர்த்தெழுந்து இறைவனுட் கலந்த ஏசு, பின்னர் மீண்டும் உலகிற்கு வந்து மரித்தாரை உயிர்ப்பித்து இறுதித் தீர்ப்பு வழங்குவார் (Last Judgement) என்பது பைபிளில் கூறப்பட்டுள்ளது. இராமலிங்கரிடம் இந்தத் தகவல் ஏதாவது பாதிப்பை ஏற்படுத்தியதா என்பதும் தெரியவில்லை. ஆனால் நாவலர், இராமலிங்கரை விமர்சித்தபோது, கிறிஸ்தவ மத பாதிப்பைப் பற்றிச் சொன்னதை விலக்க முடியாது! இராமலிங்கரின் துறவு ஆடைகூடப் பாதிரிகளைப் போல வெள்ளைதான். காலில் கட்-ஷூ அணிந்திருந்தார். தொடக்கத்தில் மீசை வைத்தவர், பிறகு முடியை வளர அனுமதித்ததாகத் தெரிகிறது. ஒன்றுமட்டும் உண்மை. 1870களில் ஏதோ ஒரு தீவிரமான மனநிலையில் அவர் மறையும் வரை சொன்ன வாக்குகள் யாவும் பலிக்கவேயில்லை!

இரண்டு

ஞானசபையில் அற்புதம் நிகழும், செத்தாரை இராமலிங்கர் எழுப்புவார், சிவன் வருவார் என்றெல்லாம் சொல்லப்பட்டன. அவரும் சொன்னார். சன்மார்க்க இலட்சியமாக மரணமிலாப் பெருவாழ்வு போற்றப்பட்டது. ஆனால், எதுவும் நிகழவில்லை. இராமலிங்கரின் முடிவுகூட மர்மமாக இருக்கிறது. இதற்கான இரண்டாவது காரணத்தைப் பார்க்கலாம். சங்கம், சபை, சாலை அமைத்து (1867 - 1871) வசதியான அன்பர்கள் தந்த கொடையால் அவற்றை நடத்திவந்த இராமலிங்கர்க்குத் தாம் நினைத்தது போல எதுவும் நடக்கவில்லை என்ற ஏமாற்றம் விரைவில் ஏற்பட்டது. அருட்பெருஞ்ஜோதியை வழிபட்டுச் சீவகாருண்ய ஒழுக்கத்தைக் கடைப்பிடிக்கச் சொன்னால், ஜனங்கள் அவரையே கடவுளாக வழிபடத் தொடங்கினார்கள். 'இப்போது ஆண்டவர் என்னை ஏறாத நிலைமேலேற்றியிருக்கிறார்' என்று இராமலிங்கர் எதற்காகச் சொன்னாரோ, ஆனால் மக்கள் அவரைக் கடவுள் நிலைக்கு ஏற்றிவிட்டார்கள். இதனை அவர் அறியாதவர் அல்லர். 'தெய்வத்தைத்

தெரிந்து கொள்ளாது இவ்வுலகத்தார் என்னைத் தெய்வமெனச் சுற்றுகிறார்கள். ஐயோ! நம் சகோதரர்கள் தெய்வத்தைத் தெரிந்துகொள்ளாத தினாலேயல்லவா நம்மைச் சுற்றுகிறார்கள்!' (138) என்ன செய்வது? ஜனங்களுக்குக் கண் முன்னே அற்புதங்கள் செய்கின்ற கடவுள்கள் தேவைப்படுகின்றனவே! சாமிகளும் போலிச்சாமிகளும் தொடர்ந்து அவர்களுக்குத் தேவைப்படுகிறார்கள்! சாதாரண ஜனங்களின் நிலை இப்படியிருக்க, அவர் தொடங்கிய மகத்தான சங்கத்தின் உறுப்பினர்களான அகவினத்தார், சாதுக்கள் என்றழைக்கப்பட்டவர்களின் நிலை இராமலிங்கருக்குப் பெருத்த ஏமாற்றத்தைக் கொடுத்தது. அவர் எதிர்பார்த்த இலட்சிய நிலையை அவர்களிடம் காணமுடியவில்லை. 9. 3. 1872 -ல் சற்றுக் காட்டமான எச்சரிக்கையை விடுத்தார். அதில்:

> 'இச்சாலையால் எனக்கு மிகவும் சலிப்புண்டாகிறது. அந்த சலிப்பு இரண்டு பக்கத்திலும் உபத்திரவம் பண்ணும். ஆதலால் சாலையிலிருக்கிறவர்கள் எல்லாம் சன்மார்க்கத்திற்கு ஒத்து வாயடங்கி மனமடங்கி இருக்க வேண்டும். என்மேற்பழி யில்லை. சொல்லிவிட்டேன் பின்பு வந்ததைப் படவேண்டும்' (107).

என்று மிரட்டல் விட்டார். அவர் எதிர்பார்த்தபடி சங்கத்தாரின் நடவடிக்கைகள் அமையவில்லை. எவற்றையெல்லாம் கண்மூடி வழக்கம் என்று சொன்னாரோ அவற்றின் மேல் மண்மூடிப் போகாமல் அவை உரமிட்டுச் செழித்து வளர்ந்தன. சங்கத்தாரிடையே குரோதம், உட்பூசல், குழுச்சண்டை, பகை ஏற்பட்டன. அவர்களால் இராமலிங்கரின் சன்மார்க்க இலட்சியத்தின் பொருட்டுத் தங்களுக்கிடையிலிருந்து பாரம்பரியமான வித்தியாசங்களை விடமுடியவில்லை. இதனைக் கண்டித்து 25. 11. 1872-ல் அவர் விடுத்த அறிக்கையில், சித்தி வளாகம், தருமச்சாலை ஆகியவற்றில் வசிக்கிற சாதுக்களிடையே பகை, வன்மம், வாய்ச்சண்டை, சகிப்பின்மை, அக்கிரம வார்த்தைகள் ஆகியவற்றைக் கண்டித்து, இவற்றைக் கொண்டுள்ளவர்கள் இனி இங்கிருப்பது அநாவசியம் என்றும், அவர்களை வெளியேற்றுவது ஒவ்வொருவருடைய கடமை என்றும் கட்டளையிட்டார் (109 - 110).

இதைவிடச் சகித்துக்கொள்ள முடியாத ஒரு நிகழ்ச்சி ஞானசபையில் ஏற்பட்டது. சாதுக்கள் ஞானசபை வழிபாட்டை இராமலிங்கர் கூறிய புதிய முறையில் நடத்தாததால் (அவ்வளவு எளிதில் கோயில் - விக்கிரக வழிபாட்டை அவரது அன்பர்களான பிள்ளைமாரும், செட்டிமாரும், முதலியாரும், ரெட்டிமாரும், நாயக்கர்களும் விடுவிடுவார்களா என்ன!) 1873-ல் ஒரு நாள் இராமலிங்கர் கோபப்பட்டுச் சபையை மூடிச்

சாவியைத் தாமே சித்தி வளாகத்துக்குள் வைத்துக்கொண்டார். அப்புறம் வழிபாடு நின்றது. அவர் மறைந்து நான்காண்டுகள் கழித்து 1878 -ல்தான் சபை சங்கத்தாரால் திறக்கப்பட்டது என்று எழுதியுள்ளார் ஊரனடிகள். இராமலிங்கர் ஏன் இந்த அளவுக்கு நடந்து கொண்டார்?

> '... கோயில்களெல்லாம் சாதிக் கோயில்களாக மாறியது கண்டு, எல்லாரும் போந்து வழிபடுதற்கென இச்சமரசக் கோயில் அமைத்துச் சென்றார். இங்கேயாதல் சுவாமிகள் கொள்கை ஆட்சியிலிருக்கிறதா? ஈங்கும் சாதிப்பேய் புகுந்து தன்னாட்சி செலுத்துகிறது...'

என்று 1929-ல் திரு.வி.கலியாணசுந்தரனார் வடலூரில் பேசியதிலிருந்து இராமலிங்கரின் செயலுக்கான விளக்கம் கிடைக்கிறது ('இராமலிங்க சுவாமிகள் திருவுள்ளம்').

இராமலிங்கருக்கு வெளியிலிருந்து அப்பாவி ஜனங்களாலும் நெருக்கடி; சபை, சங்கம், சாலையிலிருந்த சாதுக்களாலும் நெருக்கடி. சாதாரண மக்களைப் பொறுத்தவரை இராமலிங்கர் அற்புத சித்து வேலைகளைச் செய்ய வல்லவர்; கடவுளைப் போன்றவர்; கடவுளின் அவதாரம்; செத்தவர்களைச் சித்தாற்றலால் எழுப்பவல்லவர் என்ற அபிப்பிராயங்களே இருந்தன. இறந்துபோன உறவினர் சடலங்களை வடலூருக்குக் கொண்டுவந்து இராமலிங்கர் உயிர்ப்பிப்பதற்காகக் காத்திருந்ததாகக் கூடச் சொல்வார்கள். மக்களிடம் இப்படிப்பட்ட நம்பிக்கைகள் இருப்பதைப் பயன்படுத்திக்கொண்ட அவரது சீடருள் கயவர் சிலர், அம்மக்களிடம் பொய் கூறிப் பணம் வசூலித்ததாக தயானந்தன் பிரான்சிஸ் குறிப்பிட்டுள்ளார். வரவர தருமச்சாலையில் நடப்பவை, இராமலிங்கரின் இலட்சியங்களுக்கு உகந்தவையாக இருக்கவில்லை. 8. 6. 1870-ல் சென்னையிலிருந்து வேலாயுத முதலியார், வடலூர் தருமச்சாலை ஆனந்தநாத சண்முக சரணாலய சுவாமிகளுக்கு எழுதிய கடிதத்தில், வடலூரிலிருந்து சென்னைப் பக்கம் வருகிறவர்கள் சாலையில் நடப்பவை பற்றி அவ்வளவு நல்லபடியாகச் சொல்லவில்லையே என்று முறையிட்டுள்ளார். (திருவருட்பா - திருமுகப்பகுதி - ஆ. பாலகிருஷ்ணபிள்ளை பதிப்பு - 2ஆம் பதிப்பு 21.8.1959 -பக்.130).

தொடர்ந்து இதே கடிதத்தில், சாலைக்குரிய தங்கநகைகள், இராமலிங்கருக்குத் தெரியாமல், புதுவை கு.சதாசிவ செட்டியாரிடம் கொடுக்கப்பட்ட தகவலும், அந்தச் செட்டியார் மூலமாக நகைகள் பலரிடம் பிரித்துக் கொடுக்கப்பட்ட விபரமும், வட்டி பற்றிய பிரஸ்தாபமும் எழுப்பப்பட்டுள்ளன. இது விசயம் இராமலிங்கருக்குத் தெரியாதபடி சரணாலய சுவாமிகள் பார்த்துக்கொள்ள வேண்டு

மென்றும் முதலியார் எழுதியுள்ளார் (130). 22. 10. 1871-ல் கூடலூர் (கடலூர்) அப்பாசாமி செட்டியார் புதுவை ரத்தின செட்டியாருக்கு எழுதிய கடிதத்திலும் புதுவையிலுள்ள நகை பற்றிய தகவல் இடம் பெற்றுள்ளது. டிசம்பர் 1871-ல் புதுவை ரத்தின செட்டியார், அப்பாசாமிக்கு தரும சாலையில் திருடர்கள் புகுந்ததாகவும், சிலருக்குக் காயம் ஏற்பட்டதாகவும் புதுவையில் பேசிக் கொள்ளுவதாகக் கடிதத்தில் குறிப்பிட்டுள்ளார் (134).

இராமலிங்கர் உருவாக்கிய நிறுவனங்களின் பலவீனங்கள் அவர் காலத்திலேயே ஓரிரு ஆண்டுகளிலேயே வெளிப்படத் தொடங்கிவிட்டன என்பது உறுதியாகத் தெரிகிறது. இராமலிங்கரின் பணிகளும், அவரைப் பற்றி எழுந்த வதந்திகளும் தமிழகத்தில் பரவாமல் இல்லை. அவரது பணி பற்றித் திருவாவடுதுறை ஆதீனத்து மகாவித்துவான் மீனாட்சி சுந்தரம்பிள்ளை கேள்விப்பட்டுப் பாராட்டியுள்ளார். நாவலர் கூட்டத்தார் இராமலிங்கரை ஒரு போலித் துறவி என்று அவதூறு கிளப்பினார்கள். கிறிஸ்தவ மதத்தைப் பிரச்சாரம் செய்து வந்த ஐரோப்பிய மிஷனரிகளின் காதுகளுக்கும் இராமலிங்கரைப் பற்றிய அரைகுறையான தகவல்கள் எட்டின. 1871-ல் வடலூரைப் பார்த்துவிட்டு வந்த ஒரு டானிஷ் மிஷனரி (C. OCHS), 'டானிஷ் மிஷனரி ஜர்னல்' (1872. பக்.51) என்ற பத்திரிகையில் வடலூர் இராமலிங்கரைப் பற்றிப் பின்வருமாறு எழுதியுள்ளார்: 'இந்நாட்களில் வடலூரில் ஒரு மோசடிப் பேர்வழி நடமாடிக் கொண்டிருக்கிறார். செத்தாரை எழுப்புவதாக நடிக்கிறார். ரொம்ப நாட்களாக இப்படிச் சொல்லிக் கொண்டிருக்கிறார். கூடிய சீக்கிரம் இந்தத் தந்திரத்தை அவர் செய்யலாம் எனப் பண்ருட்டி மிஷனரி என்னிடம் சொன்னார். அவரைக் காண்பதற்கு வெகு தூரங்களிலிருந்து மக்கள் வருகிறார்கள். இந்த அற்புதத்தை அவர் அவசரமாகச் செய்யப் போகிறார். சமீபத்தில் அவரது செல்வத்தைத் திருடர்கள் கொள்ளையடித்து விட்டார்கள். தாம் இழந்துபோன செல்வத்தை மக்களை ஏமாற்றி வசூலிக்க இப்போது விரும்புகிறார். பண்ருட்டியில் செத்துக்கொண்டிருக்கும் ஒருவன் தன் மனைவியிடம் தான் செத்தபின் தனது சடலத்தை எரிக்காமல், செத்தாரை எழுப்பும் சுவாமிகளுக்கு ஒரு தொகையை அனுப்ப வேண்டும் என்றும், அதைப் பெற்றுக்கொண்டு அவர் தன்னை உயிரோடு எழுப்பிவிடுவார் என்றும் சொன்னான்' (15 -16).

இந்த டானிஷ் மிஷனரியின் அறிக்கை ஒருதலைப்பட்சமாக மதக்காழ்ப்பின் அடிப்படையில் எழுதப்பட்டிருப்பினும், இராமலிங்கர் செத்தாரை உயிர்ப்பிக்கிறார் என்ற சேதி அன்று சாதாரண மக்கள் மத்தியில் என்ன வடிவத்தில் பரவியது என்பதை அறிய உதவுகிறது.

இராமலிங்கரின் பெயரைச் சொல்லி ஆங்காங்கே சிலர் பணவசூல் செய்திருக்கலாம் என்பதை மறுக்கவியலாது.

இராமலிங்கரால் தம் கண்முன்பே தமது இலட்சியங்கள் பிறரால் சிதைக்கப்படுவதைக் காணாமல் இருந்திருக்க முடியாது. இராமலிங்கருக்கு வசதிபடைத்த அன்பர்கள் கிடைத்தார்கள்; கீழ்ப்படியும் சீடர்கள், சாதுக்கள் கிடைத்தார்கள்; ஆனால், வடக்கே இராமகிருஷ்ணருக்கு வாய்த்த விவேகானந்தர் மாதிரி ஒரு வாரிசு கிடைக்கவில்லை. அவரது ஆன்மீகப் பயணத்தில் அவரே முதலும் முடிவும் ஆனவர் என்றுதான் சொல்ல வேண்டும். அவர் காலத்தில் தருமச்சாலையில் ஏழைகட்குப் பசியாற்ற மூட்டிய அடுப்பு இன்னும் அணையாமல் இருப்பதற்காகப் பெருமைப்படுகிற தொண்டர்கள்தான் அவருக்குக் கிடைத்தார்களேயன்றி, ஆய்வாளர் அமலர் எழுதியதுபோல, அந்த அடுப்பு அணைவதில்தான் பெருமையுண்டு என்று நினைக்கும் தொண்டர்கள் இன்னும் கிடைக்கவில்லை போலும்.

7
சி.இராமலிங்கரின் ஆளுமைகள்

'நான் சாகமாட்டேன்...'
இராமலிங்கர் (4747).

'இராமலிங்கர் மெலிந்து குச்சியான தேகம் கொண்டவர்; பெரிய, சுடர்விடும் இரண்டு கண்கள்; அவர் முகத்தில் நிரந்தரமான சோகம்; தலைமுக்காடு முதல் முழங்கால் வரை மறைத்திடும் இரண்டு (லாங்கிளாத்து பீசு) வெள்ளை ஆடை அணிந்திருப்பார்; பாதங்களில் கட் - சூ; மீசை வைத்திருப்பார்; இறுதிக் காலத்தில் நீண்ட முடி வளர்த்திருந்தார்.'

இராமலிங்கர் பற்றிய மேற்படி வருணனையை தியாசபிகல் சபையாருக்கு ஆங்கிலத்தில் தந்தவர் இராமலிங்கரின் மாணவரும் அவர் பாடல்களை ஐந்து தொகுதிகளாக வெளியிட்டவர்களில் ஒருவரும், சென்னை இராசதானிக் கல்லூரியில் தமிழாசிரியருமான தொழுவூர் வேலாயுத முதலியாராவார்.

இராமலிங்கர் முதலில் நாள் ஒன்றுக்கு இருவேளை உணவு, பிறகு ஒரு வேளை உணவு, பிறகு இரண்டு மூன்று நாட்களுக்கு ஒருமுறை உணவு, அரை வயிறு உணவு என்று உணவில் மிகுந்த கட்டுப்பாட்டைப் பின்பற்றினார். வெந்நீரில் சர்க்கரை கலந்து அருந்துவதே பெரும்பாலும் அவரது உணவு! தண்ணீர் அவர்க்கு உடன்பாடில்லை. குடிப்பதற்கும் குளிப்பதற்கும் வெந்நீர்தான். உணவில் தூதுவிளை, கையாந்தகரை சேர்த்துக் கொள்வார். இரவு 12 முதல் 3 மணி வரை தூங்குவார். நாள் ஒன்றுக்கு 2½ நாழிகை வரை (1 மணி நேரம்) தூங்கினால் ஆயிரம் ஆண்டுகள் வாழலாம் என்றார். நீண்ட ஆயுளுக்குச் சத்துரு தூக்கம் என்பது அவர் கொள்கை. எப்போதும் ஒருவித அச்சத்தோடே இருப்பார்; இயங்குவார். உரத்துப் பேசுவதைக் கேட்டு நடுங்குவார். பெரும் ஓசை கூடாது; அழுகுரலுக்குப் பதைப்பார்; தெருவில் கைவீசி நடக்க மாட்டார்; எப்போதும் கை கட்டியபடியே இருப்பார். வெயிலுக்குக் குடை பிடிக்க மாட்டார்; ஒரு கைக்குட்டையை எப்போதும் இடுப்பில் சொருகியிருப்பார்; கால்மீது கால் மடக்கி அமர்வார்; காலைத் தொங்கவிட மாட்டார்.

அவருடைய உடல் எப்போதும் மிகுந்த உஷ்ணமாக இருக்கும். மழையில் நடந்தால் நனையமாட்டார். அவரது உடலில் ஒளி தடையின்றி ஊடுருவிச் செல்லும். இதனால் அவரை எட்டுமுறை புகைப்படம் எடுத்தும் அவரது உருவம் ஃபிலிமில் விழவேயில்லை. ஆடைகள் மட்டும் மங்கலாக விழுந்தன! ஒரு விசயம் தமக்குச் சம்மதம் இல்லை என்றால் ‘பிச்’ என்று சொல்லுவது அவரது வழக்கம்.

மேற்படித் தகவல்களைத் திரட்டித் தந்தவர் ஊரனடிகள். தொழுவூர் முதலியார் இராமலிங்கரோடு பழகியவர்; ஊரனடிகள் இராமலிங்கரின் படைப்புக்களைக் கசடறக் கற்றவர். இவர்கள் தந்துள்ள மேற்படித் தகவல்கள் பேரளவிற்குச் சரியானவையே. இவற்றைத் தெரிந்தபிறகு இராமலிங்கர் என்கிற நபர் பற்றிய ஒரு சித்திரம் நமது மனதுள் பதிந்துவிடுகிறது.

இந்த அதிகாரத்தில் இராமலிங்கரின் தனித்த ஆளுமையின் மனோபாவங்கள், உளவியல் அம்சங்கள், சித்த பிரமைகள், வேறொரு சக்தியால் ஆட்கொள்ளப்பட்ட மனநிலைகள், விசித்திரமான பேச்சுக்கள் முதலியவற்றைத் தொகுத்துக் காணலாம். அவர் ஒரு சராசரியான மனிதர் அல்லர். பத்தொன்பதாம் நூற்றாண்டின் மதிப்பீட்டுப்படி பார்த்தால், ஏனைய வித்துவான்கள், யோகிகள், துறவிகள், ஞான ஆசிரியர்கள், சீர்திருத்தவாதிகள், கல்விமான்கள், பிரசங்கிகள், சமய போதகர்கள், ஆச்சாரியார்கள், பண்டிதர்கள் முதலானவர்களிடமிருந்து குறிப்பிடத்தக்க அளவில் வித்தியாசமானவராக வாழ்ந்தார். சைவ மடங்களையோ, ஆதீன கர்த்தர்களையோ, அரசாங்க அதிகாரிகளையோ, நவீனக் கல்வி கற்ற அறிவாளிகளையோ, உத்தியோக - நிர்வாக வர்க்கத்தாரையோ, அல்லது ஜமீன்தார்களையோ, சமஸ்தானங்களையோ, ஊர்ப் பிரமுகர்களையோ, பிரபுக்கள் மற்றும் கனவான்களையோ சார்ந்து, அண்டி வாழ்ந்தவர் அல்லர்; இப்படிப்பட்ட மனிதர் யாரையும் அவர் போற்றிப் பாடவேயில்லை. தொடக்கத்தில் அவர் கால வித்துவான்களைப்போலச் சில வித்தைகளை அவரும் வெளிப்படுத்தினார் என்பது உண்மைதான். ஆனால் விரைவில் அவர் அதனைக் கடந்து போனது சென்றுவிட்டார். முகஸ்துதிகள், தலபுராணங்கள், பிரபந்தங்கள் இயற்றி நூற்றுக் கணக்கிலும் ஆயிரக் கணக்கிலும் (உ.ம்.: வித்துவான் மீனாட்சிசுந்தரம்பிள்ளை) வித்துவான்கள் அன்று பணம் சம்பாதித்த போது இராமலிங்கர் முருகன், சிவன், சிதம்பர நடராஜன், சுத்த சன்மார்க்கம், சிவயோகம், பக்தி - சித்தி வேட்கை பற்றிய பதிகங்கள், அகவல்கள், விருத்தங்கள் இயற்றி ஆன்ம லாபம் தேடிக் கொண்டிருந்தார். இராமலிங்கரின் தனிப்பட்ட சுயத்தை அறிவதற்கு இதுவரை எழுதி வந்தவற்றை மனதில் கொள்ளுவது அவசியம்.

இராமலிங்கரின் சொந்த அனுபவங்கள் வெளிப்படும் பாடல்களைக் கவனித்தால் ஒரு விசயம் நம்மைத் திடுக்கிடச் செய்யும். அவர் தூங்கிய சொற்ப நேரம் தவிர மற்ற நேரங்களில் சதா அஞ்சியபடியே இருந்திருப்பது தெரியும். இப்படி எடுத்ததற்கெல்லாம் அஞ்சி அஞ்சி ஒடுங்கும் நபர்களைக் காண்பது அபூர்வம்தான். பின்னாளில் பாரதியார் 'அஞ்சி அஞ்சிச் சாவர்' என்று அவர்கால மாந்தரின் மூடத்தனமான அச்சத்தைப் பற்றி எழுதினார். இராமலிங்கரின் அச்சம் முற்றிலும் வேறுபட்ட காரணங்களைக் கொண்டதாகும். மெல்லிய அவரது உடலில் துடித்த இதயத்தின் உயிர் இரக்கமே அவரது அச்சத்திற்கு அடிப்படை. பெற்றெடுத்த சிசுவிற்கு எந்தச் சணத்தில் என்ன ஆகுமோ என்று ஒரு தாய்க்கு ஏற்படுகிற இயல்பான அச்சத்தை ஒத்தது அவரது அச்சம். சக மனிதர்கள், சக உயிர்கள், விலங்குகள், பயிர்கள் ஆகியவற்றுக்கு ஏற்படும் பசி, பிணி, வறுமை, மரணம், துயரம், தீங்கு குறித்து அஞ்சி அஞ்சி வாழ்ந்து வந்தார் இராமலிங்கர்.

உலகிலுள்ள... 'உயிர்கள்தாம் வருந்தும் வருத்தத்தை ஒரு சிறிது எனினும் கண்ணுறப் பார்த்தும் செவியுறக் கேட்டும் கணமும்நான் சகித்திட மாட்டேன்' (3408) என்று அவரே தமது அச்சத்திற்கான காரணத்தைக் கூறுகிறார். அவரது இந்த மனநிலையை அறிவதற்கு அவர் இயற்றிய **'பிள்ளைப் பெருவிண்ணப்பம்'** (13) துணை செய்யும். தமது நேயர், சுற்றம், உறவினர், தாயார், உடன் பிறந்தோர், அயலவர் என்று மனிதரில் தொடங்கி, விலங்குகள் மற்றும் வாடிய பயிர்கள் வரை அவர்கள் படும் இளைப்பு, கலக்கம், துயரம் கண்டு இராமலிங்கரும் கலங்கிப் பதறிப் போயிருக்கிறார்! பின்னாளில் அவர் சொன்ன ஜீவ ஒழுக்கம், ஆன்மஒழுக்கம் என்பவை வெறும் சிந்தனைக் கோட்பாடல்ல, அவரது மன இயல்பிலிருந்து உருவானவை என்பது தெரிகிறது. குறிப்பாக மனிதர்கள் பசியாலும், பிணியாலும், மரணத்தாலும் படும்பாடுகள் அவரைப் பெரும்பாடு படுத்தியுள்ளன. 'பசியினால் பிணியால் மெய்யு(ள்)ளம் வெதும்பிய வெதுப்பைப் பார்த்த போதெல்லாம் பயந்து எனது உள்ளம் பதைத்தது. . .'(3419) என்கிறார்!

வறுமையில் வருந்தித் தம்மிடம் உதவி கேட்டு வந்த முதியோர் முதல் இளைஞர் வரை அவரவர் குறைகளைக் கேட்க நேர்ந்த போதெல்லாம் அவர் உள்ளம் நடுங்கி உடைந்தது (3420). நோயாளிகள் வந்து தமது நோய்களைப் பற்றிச் சொன்னபோதும் பயந்து மெலிந்தார் (3421). உலகில் பட்டினி, பசி, களைப்பு ஆகியவற்றால் பரிதவிக்கும் மக்களைப் பற்றிப் பிறர் கூறும்போதெல்லாம் அவரது உள்ளம் பகீரென்று நடுங்கியது (3431). பத்தொன்பதாம் நூற்றாண்டு இந்தியா, இயற்கையின் வஞ்சனை மற்றும் பிரிட்டிஷ் ஏகாதிபத்தியத்தால்

கொடிய பஞ்சங்கள் தலைவிரித்தாடிய நாடாக இருந்தது. இலட்சக் கணக்கான மக்களும், கால்நடைகளும் மடிந்து மண்ணாயினர். இப்படிப்பட்ட காலத்தில் வாழ்ந்த இராமலிங்கர், சிறுவயதில் பசியின் கொடுமை என்னவென்று, தாமே அனுபவித்தவர்தான். அவரது ஜீவகாருண்யக் கொள்கையில் பசி போக்கும் உயிர் இரக்கச் செயலுக்கு முக்கிய இடம் கொடுத்தது ஏன் என்பது விளங்கும். பசியால் இளைத்து வீடுதோறும் பிச்சை கேட்கும் அவர்களின் பசியைப் போக்காத வெற்று மனிதரைக் கண்டு உள்ளம் பதைத்தார் *(3471)*. கால்நடைகள் பசியால் இளைத்தது கண்டு உள்ளம் இளைத்தார். 'வாடிய பயிரைக் கண்ட போதெல்லாம்' மனம் வாடினார் *(3471)*.

பொதுவாகவே இராமலிங்கர் பிறர் துயரங்களைக் கேட்டு நடுங்கினார். எந்த வீட்டிலிருந்தாவது அம்மா, அப்பனே, ஐயோ என்று அழுகுரலைக் கேட்க நேர்ந்தால் மனம் கலங்கிவிடுவார் *(3465)*. வெகு தூரத்திலிருந்து நடந்து வந்தவரின் துயரத்தைக் கேட்டறிந்து மதித்து அவருக்காகப் பிறர் கண்ணீர்விட்டால் அவரும் கண்ணீர் விட்டார்! *(3566)*.

தம்மைப் பார்க்க வந்த மனிதர் துன்புறுகிறாரா அல்லது இன்புறுகிறாரா, என்ன சொல்லப் போகிறாரோ என்று அவரது மனம் கிடந்து கலங்கி, அந்தக் கலக்கத்தில் அவரை 'வா' என்று கூறி அழைக்கவும் மறந்து விடுவாராம்! *(3468)*. இதைவிட ஒருவர் தமது ஆழ்மன ஓட்டத்தை வேறு எப்படிச் சொல்லவியலும்? பல்லி கத்தும்போது, அதனால் பிறர்க்குத் தீய சகுனத்தால் துன்பம் ஏதும் வருமோ என்று நினைத்து வருந்தினார் *(3432)*. இராமலிங்கரின் அபூர்வமான மெல்லிய மனநிலை வியக்கத்தக்கது.

கொலை, கொள்ளை, பாதகங்கள், உயிர் இம்சை, இம்சை புரியும் ஆயுதங்கள், கருவிகள், மனதை நடுங்க வைக்கும் சப்தங்கள், முரட்டுத் தனங்கள், கொடிய சொற்கள் ஆகியவற்றோடு சம்பந்தப்படும் மனிதர்கள், விலங்குகள் பற்றிய பேரச்சம் இராமலிங்கரைத் தூங்கவிட வில்லை. மென்மை, இதம், இலயம், அமைதி, சாந்தம் ஆகியவற்றுக்கு எதிரான விசயங்களுக்கு அஞ்சினார். கொலைகாரக் கொடியவர் பற்றி அயலார்பேசும் பேச்சைக் கேட்டபோது அவரது அடிவயிற்றில் நெருப்புப் பிடித்தது போன்ற வலி ஏற்பட்டதாகக் கூறியுள்ளார் *(3427)*. இந்த உலகத்தை அரசாளுகின்றவர்கள் ஒருவரையொருவர் தாக்கி உயிரைப் பறித்த போர்களைப் பற்றிக் கேள்விப்பட்ட போதெல்லாம் அவர் உள்ளம் நடுங்கி அயர்ந்துபோனார் *(3427)*. *(1856 - 57*-ல் நடந்த சிப்பாய்க் கலகத்தில் நடைபெற்ற கொலைகளைப் பற்றிக்

கேள்விப்பட்டிருப்பாரோ?) மற்றவர்களைப் பற்றிப் புறங்கூறித் திரிபவர்கள், மனிதர்க்குத் துன்பம் செய்யும் கொடும்சொற்கள் பேசுபவர்கள் ஆகியோருக்கு அஞ்சினார் (3434). காமம், கோபம், மோகம், மதம், லோபம், மாற்சரியம் முதலான குற்றங்களைச் செய்கிற குற்றவாளிகளைக் காண நேர்ந்தால் அவர் ஆமையைப்போல் சர்வாங்கமும் ஒடுங்கிப் பயந்து அடங்கிப் போவார் (3448). தெருவில் மனிதர்கள் போடும் சண்டைக் கூக்குரல்கள், பேய்க்கூச்சல் ஆகியவற்றைக் கேட்க நேரும்போது நொந்து போனார் (3458). குடிகாரர்களைக் கண்டு பேரச்சமடைந்தார் (3468), புலால் உண்பாரைக் கண்டு பயந்தார் (3450). இரவில் கள்வர்கள் கொள்ளையடித்த தகவல் கேட்டு வெதும்பினார் (3464). கதவைப் பலமுறை யாராவது ஓங்கித் தட்டினாலே கலங்கிவிடுவார் (3465). ஒருவருக்கு ஒருவர் உரத்துப் பேசியதைக் கேட்க நேர்ந்தால் நடுங்கினார் (3465). திடுதிப்பென்று ஒருவர் வரக் கண்டு நடுங்கினார் (3464). தம்மிடம் அருகில் வந்து ஒருவர் சப்தம் போட்டுப் பேசி அழைத்தபோது மனதுக்குள் என்னவோ ஏதோ எனப் பலவாறு எண்ணிக் கலங்கி, வந்தவரிடம் என்ன என்று விசாரிக்க மறந்துவிடுவாராம் (3466). கொடியவர்கள் கையிலிருந்த வாள் முதலான கொலைக் கருவியைக் கண்டாலோ (3469), பிற விலங்கு, பறவை, மீன் முதலியவற்றைப் பிடிக்கும் வலை, தூண்டில், கண்ணி முதலிய கருவிகளைக் கண்டாலோ நடுங்கினார் (3473). சிறு தெய்வங்களுக்கு ஆடு, பன்றி, கோழி, எருமைக்கடா ஆகிய விலங்குகளைப் பலியிடக் கண்டு வருந்தினார். சிறு தெய்வங்களின் கோயிலைக் கண்டாலே அவருக்குக் குலை நடுக்கம் (3472). கருணை பாராத ஆட்சியாளர், பிறர்க்குக் கெடுதல் நினைக்கும் சிற்றதிகாரக் கேடர், பொய்யர் ஆகியோரைக் கண்டாலே பயந்து விலகினார் (3473). ('கருணையிலா ஆட்சி கடுகி ஒழிக!' என்று பாடியவர் இராமலிங்கர்.)

தெருவில் ஓங்கி மிதித்து முன்பின் பார்க்காமல் மேல் நோக்கிப் பார்த்து அதிர்ந்து புழுதி எழுமாறு நடந்து போகும் முரட்டு ஆசாமிகளைக் கண்ட போதும், அவர்கள் பேசும் ஆபாசப் பேச்சுக்களைக் கேட்டபோதும் பயந்தார் (3470). இரவில் கூகையின் அலறல் கேட்டு நடுங்கினார் (3432) காக்கைக் கூட்டத்தின் கரைதல், பருந்தின் கடுங்குரல், ஆந்தையின் அலறல், சாப்பறவையின் ஒலி மற்றும் தீச் சகுனம் உணர்த்தும் பறவைகளின் குரல்கள் ஆகிய ஓசைகளைக் கேட்டபோதெல்லாம் இராமலிங்கர் பயந்திருக்கிறார் (3433). பாம்பு போன்ற விஷ ஜந்துக்களைக் கண்டு பயந்தார். நாய்களின் கோபக் குரைப்பையும், அழுகுரலையும் கேட்டுப் பயந்தார் (3434). பொதுவாக நமது பண்பாட்டில் இப்படிப்பட்ட மெல்லிய சுபாவம் கொண்டவர்களாகக் குழந்தைகளையும் பெண்களையும் குறிப்பிடுவது வழக்கம். இராமலிங்கரின்

சுபாவமும் இப்படிப்பட்டதுதான். உளவியல் அடிப்படையில் நவீன நாவல், சிறுகதைப் பாத்திரங்கள் பத்தொன்பதாம் நூற்றாண்டின் இறுதியிலும் (அமாதவையா) இருபதாம் நூற்றாண்டின் இருபதுகளிலும் படைக்கப்படுவதற்கு முன்பே, இராமலிங்கரின் பாடல்களிலிருந்து உளவியல் ரீதியில் படைக்கத்தக்க ஒரு பாத்திரத்தை நம்மால் இனம்காண முடியும்.

இப்படிப்பட்ட மென்மையும், சாந்தமும், ஒழுங்கும், நளினமும் ஒன்றாய் இணைந்து உருவான ஒருவரால் சென்னை நகரத்தில் நிம்மதியாக வாழ்ந்திருக்க முடியுமா? ஒருக்காலும் இது சாத்தியப் பட்டிருக்காது. ஏறத்தாழ 35-வது வயதில் (1858) இராமலிங்கர் சென்னையை விட்டு வெளியேறி கருங்குழி கிராமத்தைச் சென்று அடைந்தார். அத்தனை ஆண்டுகளாக அவரால் சென்னையில் எவ்வாறு காலந்தள்ள முடிந்தது என்பது வியப்பாக இருக்கிறது. ஆனாலும், எப்படியோ அவர் சமாளித்திருக்கிறார். சென்னை நகர வாழ்வைப் பார்த்தாலும் கேட்டாலும் சஞ்சலம் வரும் எனப் பயந்து நகருக்கு வெளியிலிருந்த தோட்டங்களுக்கும், வேறு சந்தடியில்லாத பகுதிகளுக்கும் சென்று திரிந்து தினந்தோறும் பகற் பொழுதைக் கழித்ததோடு இரவு நேரங்களிலும் இப்படித் திரிந்ததாக அவரே எழுதியுள்ளார் (3457). பொருள் தேடுவதே இலட்சிய வாழ்க்கை என்று சென்னை இயங்கியது என்று குறிப்பிடுகிறார் (3467). இராமலிங்கர் சென்னையில் வாழ்ந்த காலத்தில் (1825 - 1858) அது வர்த்தக, தொழில் மற்றும் நிர்வாக மையமாக ஆகிவிட்டது. மதராஸ் மாகாணத்தின் இதர மையங்களோடு சென்னையை இணைக்கும் புதிய போக்குவரத்துச் சாதனமான ரயில்வண்டி 1855 முதல் இயங்கத் தொடங்கிவிட்டது. கல்வி, உத்தியோகம், தொழில், பணம், அரசியல் அதிகாரம் என்று எல்லாவற்றிற்கும் சென்னை மையமாகியது. இப்படிப்பட்ட சென்னை நகரத்திலிருந்தால் தமது மனம் சுருங்கிவிடும் என்று பயந்த இராமலிங்கர் சென்னையை விட்டுச் சிறுசிறு ஊர்ப்புறங்களுக்குச் சென்று தங்கினார். ஊர்களுக்கடுத்த காடுகள், பருக்கைக் கற்கள், புன்செய்க் களங்கள் போன்ற தனி இடங்களில் அலைந்து திரிந்து இளைத்துப் போனதை ஏட்டில் எழுத முடியுமோ? என்று கேட்டுள்ளார் (3467). வங்காளத்தைச் சேர்ந்த இராமகிருஷ்ணரை நமது இராமலிங்கர் நினைவூட்டுகிறார். இவர்களைப் போன்றவர்களுடைய சித்தங்கள் சராசரிகளைப்போல லௌகீகத்தின் ஆதீனத்திற்குள், கட்டுப்படவில்லைதான். சுய ஆதீனத்திற்குக் கட்டுப்பட்டதாகவும் தெரியவில்லை; வேறு சக்தியின் ஆதீனத்திற்கு ஆட்பட்டவையாகத் தோணுகின்றன.

சென்னை நகரம் என்றாலே செல்வம், சம்பாத்தியம், வசதி, ஆடம்பரம், புகழ், அந்தஸ்து, செல்வாக்கு என்று ஒருவர் பெறத்தக்க லௌகீகப் பெறுமானங்களை அடுக்கிக்கொண்டே போகலாம். உடல் சார்ந்த சுகங்களுக்குப் பஞ்சமிராது (அதனால் வரும் நோய்களுக்கும் அப்படித்தான்). இராமலிங்கர் சாந்தம், அடக்கம், ஒடுக்கம், தனிமை ஆகியவற்றை நாடக் கூடியவர். ஆடம்பரம், அந்தஸ்து, அதிகாரம், தோரணை, பந்தா, பகட்டு ஆகியவை அவருக்கு அறவே ஒத்துவராதவை. பிறரது கோலம், நடை, வண்ணம், அலங்காரம் ஆகியவற்றைப் பயத்தின் காரணமாக ஊன்றிப் பார்த்ததே இல்லை என்கிறார் (3461). பிறரிடமிருந்து தன்னை உயர்த்திக் காட்டும் இருக்கையில் அமரவும் பயந்தார். கால்மேல் கால்போட்டு உட்காரவும், பஞ்சணையில் படுக்கவும், உயர்ந்த திண்ணைமேலிருந்து பெருங்களிப்புடன் கால்களைக் கீழே நீட்டவும், பிறர் கேட்குமாறு பாட்டுப் பாடவும் பயந்தார் இராமலிங்கர் (3476). வெயிலுக்காகக் குடை பிடிக்கவும் பயந்தார் (3460). (குடை பிடிப்பது, செருப்பணிவது உயர்வின் குறியீடுகள்). தெருவில் கைகளை வீசி நடப்பதற்கு நாணப்பட்டுக் கைகளைக் கட்டியபடியே நடந்து போனார். தமது உடலைப் பிறர்க்குக் காட்டப் பயந்து வெண்துகிலால் உடம்பெல்லாம் மறைத்துக் கொண்டாராம்! (3461). அவரது அன்பர்கள், அவர்க்கு அன்பின் காரணமாகப் பொற் சரிகை, துகில் உடுத்தக் கொடுத்தபோது வாங்க அஞ்சினார் (3460).

உடைமைகள் வைத்துக்கொள்ளப் பயந்தார். அன்பர்கள் அவருக்கு வலிந்து கொடுத்த பொருளைப் பெற்றுக்கொண்ட போதெல்லாம் மனதிற்குள் புழுங்கினார். அவர்கள் தந்த பொருளைச் சாலகத்தில் எறிந்தார் (3454). இந்த உலகமே பொருளை உடைமை கொள்ளுவதில் குறியாக இருக்கிறபடியால், ஒருவரிடம் நாம் அடிக்கடி சென்றால், ஏதாவது பொருள் பெறக் கருதியே இவ்வாறு வருகிறான் என்று கருதிவிடுவாரோ என்று அஞ்சினார். அதனால் அவர் எந்த இடத்துக்கும் போகாமல் இருந்தாராம் (3455). ஓரிடத்திற்கு நல்ல வாகனங்களில் ஏறிச் செல்லுவதற்கு நடுங்கினார். வாகனம் வேகமாய்ப் போனால் பயந்தார் (3456).

சுவையான 'பண்ணிகாரங்கள்' தின்றபோதும், எண்ணிய பெண்களை விரும்பி இசைந்து அனுபவித்தபோதும்(?) தைலம் தேய்த்து முழுகியபோதும், சங்கீதம் கேட்டபோதும், நடனம் கண்டபோதும் கலங்கினார் (3459). ***வாய், மெய், மூக்கு, காது, கண் என்ற ஐந்து புலன்களுக்குச் சுவையூட்டக் கலங்கியதாக ஒரு சம்பிரதாயத்திற்காக எழுதிய மாதிரி தெரிகிறது.*** *உண்மையிலேயே அவர் இந்தக் காரியங்களைச் செய்தாரா என்பது சந்தேகம்தான். அறுசுவை விருந்துணவு உண்ணப்*

பயந்தார். தமது நேயர்களின் வீட்டுச் சுபகாரியங்களுக்கு அவரை விருந்துண்ண அழைத்தபோது அவர்களிடம் அன்பாகப் பேசி, மறுத்து, ஒளிந்து கொள்வாராம் (3438). இனிய சுவை உணவைக் கண்ட போதெல்லாம் இந்த உணவின் சுகத்தால் என்ன துன்பம் வருமோ என்று நடுங்கி உண்ணாமல் வெறும் வயிற்றோடு இருந்தார். சிலவேளைகளில் அன்பர்கள் கொடுப்பதை மறுக்கக் கூடாதே என வேறு வழியின்றி பயந்து பயந்து உண்டாராம் (3439). ஒரு சில நாட்களில் தமது தாயின் முகம் வாடும் என்று அஞ்சி அவள் இட்ட பேருணவையும், அன்பின் பொருட்டு நேயர்கள் அளித்த இனிய உணவையும் உண்டதைத் தவிர, மற்றபடி சுகமான உணவுண்ண அவர் மனம் நடுங்கிய விபரத்தை இறைவனிடம் ஒப்பித்துள்ளார் (3440).

நாம் பார்த்து வருகிற 'பிள்ளைப் பெரு விண்ணப்பம்' என்ற பகுதி, ரோமன் கத்தோலிக்க கிறிஸ்தவர்கள், தங்கள் குருவானவரிடம் பாவசங்கீர்த்தனம் (confession) பண்ணும் பாணியில் உள்ளது! இதில் நகரத்துப் பெண்களும் இடம் பெற்றுள்ளார்கள். சென்னை நகரத்தில் வலிய வந்து அழைத்த விலைமாதரைக் கண்டு அஞ்சி ஒளிந்து கொண்டார். அம்மாதிரிப் பெண்களைக் கண்டதும் அஞ்சி, வேறு வீதி வழியாகத் தப்பித்துப் போனார் (3437). அழகிய பெண்களைக் கண்ணுற்றபோது உள்ளம் நடுங்கினார். அவர்கள் வலிந்து அவரை அழைத்தபோது வீட்டின் உவளகத்தில் (அறை) ஒளிந்துகொண்டார் (3458). அந்த அழகுப் பெண்கள் வலிந்து அவரது கையைப் பிடித்து இழுத்தும், கைகளால் சைகை செய்தும், சரச வார்த்தைகள் பேசியும், பொய் மறைத்துச் சத்தியம் செய்து அவர் மேலே விழுந்தும், பொருள் முதலியவை கொடுத்தும்கூட அவர் அவர்களோடு கலந்தறியவில்லை; அவர்களை அதற்காகக் கடிந்து கொண்டதும் இல்லை (3462). ஒருமுறை, இரண்டு பேராக வந்த பெண்களில் ஒருத்தி கையைத் தொடச் சார்ந்ததாகவும், கூத்தாடிய மற்றொருத்தியைத் தொட்டதாகவும், ஆனால் அவளைக் கூடவில்லை என்றும் குறிப்பிட்டு, இந்தச் சம்பவத்தை நினைத்தபோதெல்லாம் நடுங்கி மனம் உடைந்ததாகக் குறிப்பிடுகிறார் (3452). தொடர்ந்து இராமலிங்கர் சொல்லி வருவதை வைத்துப் பார்த்தால் மேற்படி சம்பவம் உண்மையில் நடந்திருக்கலாமோ என்ற சந்தேகம் தட்டுகிறது.

இராமலிங்கர் அஞ்சி நடுங்கியவற்றிற்கான காரணங்கள் அவரது துறவின் மேன்மையை உணர்த்துகின்றன. அதோடு அவரது இரக்கம், தயை, கருணை, அன்பு முதலிய அரும்பண்புகளையும் உணர்த்துகின்றன. பெரும்பாலும் பிறருடைய, பிற உயிர்களுடைய துன்பங்களுக்காகவும், தம்முடைய பலவீனங்களுக்காகவும் அஞ்சி வருந்தியிருக்கிறார்.

தம்முடைய விழி இமைகள் துடித்தாலோ, தோள் துடித்தாலோ அந்தச் சகுனங்கள், பிறர்படும் துயரங்களைத் தமக்குக் காட்டத் தோன்றியதாக நினைத்துத் துணுக்குற்றார் (3565). இப்படி ஒரு மனசைக் காண்பது மிகமிக அரிது. தூய ஆடையில் ஒரு கறையிருக்கக் கண்டாலே அவர் மனம் நடுங்கியது (3435). பகலில் தூக்கம் வந்தபோது அதைத் தடுக்க இயலாமல் தூங்கிப் பின் விழித்தபோது பயத்தோடு எழுந்ததாகக் குறிப்பிடுகிறார் (3441). தூங்கப் போகும்போதும், தூங்கி எழும்போதும் பயந்தார். தூங்கும்போது கனவு கண்டு நடுங்கினார் (3443). சென்னையில் வாழ்ந்தபோது, சிறுவர்களைக் கூட்டித் திருக்குறளைப் போதித்து வந்தார். அப்போது கோபப்பட்டுச் சிறுவரை அடித்ததற்காகக் கலங்கினார் (3445).

இப்படி இராமலிங்கர் அன்றாடம் பயந்து பயந்து வாழ்ந்ததைப் பற்றி ஆண்டவனிடம் முறையிடும் போது அதற்கான காரணத்தையும் பின்வருமாறு கூறுகிறார்: "பிறர்பால் எய்திய கருணையால் பயமும் இடரும் என்னை உயிரொடும் தின்கின்றது அந்தோ! இன்னும் என்தனுக்கு இவ்விடரொடு பயமும் இருந்திடில் என்னுயிர் தரியா" (3537). அவரைப் பொறுத்தவரை கருணையும் சிவமும் ஒன்று (3503). அவரது மனம் இந்த உலக வழக்கில் உழலும் பற்றுக் கொண்டதல்ல. ஆயினும் பிற உயிர்கள்மீது கொண்ட இரக்கத்தின் பொருட்டே அவர் உலக வழக்கில் ஈடுபட்டார். தமது உயிரையும், உயிர் இரக்கத்தையும் வேறு வேறாகக் காணாமல் ஒன்றாகவே கண்டார். இரக்கம் அகன்றிடில் தமது உயிரும் அகன்றிடும் எனச் சிவன்மீது ஆணையிட்டுக் கூறுகிறார் (3506). உயிர் இரக்கம் காரணமாக உலகில் வாழ விரும்பினாரேயன்றி லௌகீகம் ('விடயக்காதல்') கருதியல்ல. அப்படிப்பட்ட விடயக்கருத்து தமக்கில்லை என்கிறார் (3508). ஏசுக் கிறிஸ்து உலகமாந்தரைப் பாவத்திலிருந்து இரட்சிக்க வந்ததாகக் கூறினார். இராமலிங்கர், உயிர்கள்மீது கொண்ட இரக்கத்தினால் உலகிற்கு வந்ததாகக் கூறுகிறார்! கிறிஸ்துவையும் இராமலிங்கரையும் ஒப்பிட்டு இருவரது அவதார நோக்கம், கொள்கை, இலட்சியம் பற்றித் தனியாக ஆய்வு செய்ய வழி உண்டு.

இதுவரை பார்த்தது இராமலிங்கரின் ஆளுமையின் ஒரு பரிமாணம். உயிர் இரக்கமே தமது உயிராகக் கொண்டு உலகத்தை அவர் அணுகிய பரிமாணம் இது. இந்தப் பரிமாணம் அவரை விரைவில் ஜீவகாருண்யம், ஆன்மநேய ஒருமைப்பாடு, சாதிமத சமய விகற்பங்களைக் கடந்து பொதுமை நிலை காணுதல் என்கிற சன்மார்க்க இலட்சிய நிலைக்கு இட்டுச் சென்றது எனலாம். ஆனால் இந்த ஒரு பரிமாணம் மட்டுமே அவரை இந்த இலட்சியத்திற்கு உந்திச் செல்லவில்லை.

இப்படி ஒரு கருணை மனம் கொண்ட இராமலிங்கருக்கும், பக்தி, யோக நெறிகள் மூலம் அவர் ஆவேசமாக நெருங்கி உறவாடிய ஆண்டவனுக்கும் இடையிலான உறவுமுறை, பந்தம், நெருக்கம், ஒட்டுறவு என்பவை மற்றொரு பரிமாணம். குறிப்பாக 1867 - 74 வரை உள்ள காலகட்டத்தில் இராமலிங்கரின் மனநிலை ஆண்டவனின் 'ஆவி'யால் (Spirit) மிக உக்கிரமாக ஆட்கொள்ளப்பட்டுப் பரவச நிலையில் ஏதோ சித்த சுய ஆதீனமின்றி எண்ணி, பேசி, செயல்பட்டது போலத் தெரிகிறது. இராமகிருஷ்ணர் போன்ற வித்தியாசமான பக்தர்களிடம், உபாசகர்களிடம் இப்படிப்பட்ட பரிமாணத்தைக் காணலாம்.

இராமலிங்கரின் மனப்பிராந்திகளில் ஒன்று ஆண்டவனிடமிருந்து 'இயற்கை உடம்பு' (அழியாத உடல், சாகாவரம்) 'பூரணமாம் சிவபோகம்' ஆகியவற்றைப் பெறுவதாகும் (3764). திரும்பத் திரும்ப இவற்றைக் கேட்கிறார். காலப்போக்கில், இவற்றை அவன் தமக்கு அருளிவிட்டதாகவே நம்புகிறார். அந்த நம்பிக்கை வெகு அசாத்தியமானது!

என் உள்ளத்தில் அருள்ஒளி ஓங்கிற்று;
இருள் செய்த இரவு ஒழிந்தது;
என் இதயத் தாமரை மலர்ந்தது;
மங்கல இசை முழங்குகின்றன;
பொன் போன்ற ஒளி பொலிந்தது;
சித்திகள் வந்து புணர்ந்தன,
ஞானப் பேற்றுக்குரிய நல்லநேரம் வந்தது.
அருட்பெருஞ்சோதி வந்து அருளுக விரைந்தே (3758).

என்று பொருள்படும் பாடல் அவரது மனப்போக்கினை வெளிப் படுத்தக் கூடும். இவ்வளவு உறுதியாக ஒருவரால் கூற முடிகிறதென்றால் அவரது மனநிலை எத்தகைய வேதியியல் வினைகளால் சதாகாலமும் தாக்குதல் அடைந்திருக்கும் என்று அறுதியிட்டுச் சொல்ல இயலாது. 'தான் எ(ன்)னைப் புணரும் தருணம் ஈது, எனவே சத்தியம் உணர்ந்தனன்... அரைக்கணமாயினும் தாழ்க்கில் நான் இருப்பறியேன்' (3744) என்று அவசரப்படுகிறார். 'நின்னை என்னுட் கலந்தே கங்குல் பகல் இன்றி என்றும் களித்திடச் செய்யாயோ' (3766) என்று சிவபோகத்தை அனுபவிக்கும் ஆசையை வெளிப்படுத்துகிறார். இதனையே இராமலிங்கர், 'என் உள்ளகத்தே எழுந்து பொங்கித் ததும்பி என் காதல் பெருவெள்ளம் என்னை முற்றும் விழுங்கிக் கரை கடந்து போனது. இனித் தாங்க முடியாது' (3762) என்று அற்புதமான உணர்ச்சி வடிவில் கவிதை மயமாக்குகிறார்.

சில வேளைகளில், சிவன் தம்மிடம் அந்தரங்கமாகச் சொன்ன விசயங்களை அவருக்கு நினைவூட்டி அதன்படி நடக்கச் சொல்லுகிறார்.

தமக்கு அமுதளித்துத் தமது எண்ணமெல்லாம் முடிக்கின்ற தருணம் இதுதான்; இது தவறினால் தமது உயிர் போய்விடும் என்கிறார் (3786). சிவன் இங்கே வரப்போவதாக இராமலிங்கருக்கு ஒருவேளை அவர் யோகநிட்டையில் இலயித்திருந்த சந்தர்ப்பத்தில் சொல்லியிருக்கலாம்; அதாவது சொன்னதாக உணர்ந்திருக்கலாம். ‘நின் வரவு சத்தியம் சத்தியமே, சந்தேகமில்லை,’ அந்தத் தனித்த திருவரவின் நாள் அறிந்துகொள஌ல் வேண்டும். நவிலுக நீ எனது நனவிடையாயினும் அன்றிக் கனவிடையாயினுமே’ (3787) என்று சிவன் உலகிற்கு வரப்போகும் அந்த நாளை, நேரத்தைச் சொல்லுமாறு நெருக்குகிறார். ‘அன்று எனக்கு நீ உரைத்த தருணம் இது எனவே அறிந்திருக்கின்றேன் அடியேன்’ (3788) என்று சிவன் வரக்கூடிய தருணத்தைத் தமக்கு அவன் சொல்லிவிட்டதாகவும் பேசுகிறார். அவர் இப்படி ஆவேசத்தோடு குறிப்பிடும் தருணம் எது? சிவன் எதற்கு உலகிற்கு வரவேண்டும்? மரபான சைவ சித்தாந்தத்தில் இல்லாத ஒரு கருத்தாக்கம் இது. பின் ஒரு சந்தர்ப்பத்தில் உலகில் இதுவரை மரித்தவர் அனைவரையும் உயிர்த்தெழச் செய்ய சிவன் வரப்போவதாக அறிவித்துள்ளார். கிறிஸ்தவ சமயம் தவிர வேறெதிலும் இப்படி ஒரு கருத்து இருப்பதாகத் தெரியவில்லை.

தமது கடும்பசியைத் தீர்க்க, இறைவன் காலை, மாலை, மதியம், இரவு, யாமம், விடியல் ஆகிய ஆறு வேளைகளில் தமது ‘பேரருள் தண் அமுது’ தருவதாக இராமலிங்கர் கூறுவதை நேரடிப் பொருள் கொள்ள முடியுமா என்பது தெரியவில்லை. அவர் குறிப்பிடுகிற ‘கடும்பசி’யும், ஆறுவேளையும், அருள் அமுதும் யோக சம்பந்தமானவை போலத் தெரிகின்றன. அடிக்கடி ஆண்டவனை மிரட்டுகிறார். தன்னை ஏற்கும் தருணம் இது என்று தாமே நிர்ணயித்து, ஏற்காதபட்சத்தில் செத்துப் போவதாகச் சத்தியம் பண்ணுகிறார் (3800). இப்படிச் சத்தியம் பண்ணும் பாடல்கள் 6வது தொகுப்பில் நிறைய உள்ளன.

இராமலிங்கர் ஒருபுறம் சமூக நன்மைக்காக, சங்கம், சாலை, சபை நிறுவி அவற்றை முழு ஈடுபாட்டோடு இயக்கிக் கொண்டிருந்தாலும், அவரது அந்தராத்மா எப்போதும், உலக வழக்கிலிருந்து விடுபட்டுப் போகத் துடிப்பது தெரியும்.

> **‘படமுடியாது இனித் துயரம்பட முடியாது...**
> **பட்டதெல்லாம் போதும் இந்தப் பயம் தீர்த்து**
> **இப்பொழுது என் உடல் உயிராதியெல்லாம் நீ**
> **எடுத்துக்கொண்டு உன்உடல் உயிராதி**
> **யெல்லாம் உவந்து எனக்கே அளிப்பாய்’ (3802)**

என்று தமது அறத்துன்பத்தைப் பற்றி அரற்றுகிறார். அவர் எவற்றுக் கெல்லாம் பயந்து பயந்து நடுங்கினார் என்பது நமக்குத் தெரியும். அந்தப் பயம் தனிப்பட்ட ஒருவரின் பயம் அல்ல; இந்தச் சமுதாயத்தின் ஒட்டுமொத்த பயத்தை அவர் ஒருவரே சுவீகரித்துக்கொண்டு படாதபாடு படுவதுபோலத் தெரியும். அந்த மாபெரும் பயத்தை அவர் ஒருவரால் தாங்க முடியவில்லை; அவரால் முடிந்தவரை சங்கம், சபை, சாலை வழியாக பயத்தைப் போக்குவதற்கான லௌகீக நடவடிக்கைகளை எடுத்துப் பார்த்தார். ஆனாலும் அவரால் பயத்திலிருந்து விடுபட முடியவில்லை. அதை விடவேண்டுமெனில் ஒன்று அவர் இந்த உலகத்தைவிட்டு இறைவனிடம் போக வேண்டும்; அல்லது தாமே இறைவனாக வேண்டும்; அதற்கு இறைவன் அருள் வேண்டும். அதற்கு யோக சாதனங்களை மேலும் மேலும் உக்கிரமாகச் செயல்படுத்த வேண்டும். உயிர் இரக்கம் காரணமாக மிக நுட்பமான விசயங்களால் கூடச் சட்டெனப் பாதிக்கப்படுகின்ற மன இயல்புடைய இராமலிங்கர் ஒன்று மரணம் அல்லது இறைத்தன்மை ஆகிய இரண்டில் ஒன்றைக் கேட்கிறாரோ? போகப்போக மரணத்தை வென்று செத்தாரை மீட்டுச் சிவபோகத்தில் திளைக்கின்ற இறைமை நிலையையே அடையத் தவித்தார்! இப்படி ஒரு மனநிலையைப் புரிந்துகொள்ளுவது அத்தனை சுலபமல்ல; இது மனோதத்துவம் சார்ந்த பிரச்சினையாக அறிவியலின் பார்வைக்குத் தெரிகிறது; ஆனால், அறிவியலால் எல்லாவற்றையும் பூரணமாக விளங்கி, விளக்கிவிட முடிகிறதா என்ன?

ஒரு கட்டத்தில் இறை அருளைப் பெற்றுவிட்டதாக அறிவிக்கிறார்! 'உன்னருள் அடைய நான் இங்கே படாத பாடெல்லாம் பட்டனன்' (3846) என்கிறார். அவர் பட்டபாடுகள் எவை என்பது தெரியவில்லை. ஒருவேளை ஏகாந்தத்தில் அவர் பரீட்சித்துப் பார்த்த கடினமான யோக முறைகளாக இவை இருக்கலாம். ஒரு கட்டத்தில் 'செத்தாரை எழுப்புகின்ற திருநாள்கள் அடுத்த இத்தினமே தொடங்கி அழியாதநிலை அடைதற்கு ஏற்ற குறி ஏற்ற இடத்து இசைந்து இயல்கின்ற' (3821) என்று செத்தவர்களை உயிரோடு எழுப்பும் நாட்கள் சமீபித்துவிட்டதாகவும், தமக்கு அழியாத நிலை அடைவதற்குரிய அறிகுறிகள் தோன்றத் தொடங்கிவிட்டன என்றும் சொல்லத் தொடங்குகிறார். 'சாகாவரம் கொடுத்து என்றும் தடைபடாச் சித்திகள் எல்லாம் அளித்தனை எனக்கே' (3848) என்றுமிக உறுதியாக,சித்த சுயாதீனத்தோடு அறிவிக்கிறார்! இதனால் தமது உடல் அழியாத சிவ வடிவமாகிவிட்டதாகவும், ஒளிவடிவாகவும் பொன்வடிவாகவும் ஆகிவிட்டதென்றும் எழுதுகிறார். இப்படி இவர் கூறுபவை பரிபாஷையா அல்லது நிஜமா என்பது புதிராக உள்ளது. ஏதோ ஓர் அதிசய சக்தியால் ஆட்பட்டவரைப்போல

'உள்ளத்தே காணாத காட்சி எலாம் காண்கின்றேன்' (3892) என்கிறார். அவருக்குள்ளிருந்து ஒரு சக்தி (சிவன்) பேசுவதாகவும் (auto-suggession), மனதுள் காணவிரும்பும் காட்சிகளைக் காண்பதாகவும் (hallucination) அவர் அடிக்கடி எழுதுவதைப் பார்த்தால் இது பலத்த மனோதத்துவப் பிரச்சினைபோலத் தோன்றுகிறது! அந்தந்தத் துறையில் அவரவர் தீவிரமான சிந்தை செலுத்தி ஆழ்ந்து போகும்போது இப்படிப்பட்ட தோற்றங்கள் பிறர் கண்ணுக்குப் படுவது இயல்புதான்.

'... கடவுளை என் கண்ணால் கண்டுகொண்டேன்' (4013) என்று இராமலிங்கர் கூறும்போது இப்போது யாருக்கும் ஒருமாதிரி தோன்றுவதில்லை. அவரது தீவிரமான மனநிலையில் இப்படியெல்லாம் காட்சிகள் தோன்றுவதற்குச் சாத்தியங்கள் உள்ளன. இராமலிங்கர் தாம் இயற்றிய பாடல்களை இறைவன்தான் சத்தியமாகப் புனைந்தான் என்றும் (4038) அவற்றில் திருத்தங்களைச் செய்தான் என்றும் மனப்பூர்வமாக நம்புகிறார்! அவரது பாடல் தனது உரைக்குச் சமம்; அவரைப் போல் உலகில் பாடவல்லார் யாரும் இல்லை என்று சிவபெருமான் ஆராய்ந்து உரைத்ததாக இராமலிங்கர் கூறுகிறார் (4037). இராமகிருஷ்ண பரமஹம்சரைத் தவிர வேறு யாரையும் இந்நிலையில் இராமலிங்கரோடு ஒப்பிட முடியாது.

பொதுவாக, இராமலிங்கர் ஒதுங்கி ஒளிந்துகொள்ளும் இயல்பு கொண்டவர் என்பது தெரிந்த விபரம். 'தற்போத இழப்பு' (24) தலைப்பில் இதற்கு நேர்மாறாக, இராமலிங்கர் தம்மை இறைவன் பிடித்திழுத்து உலக வழக்கிற்குள் கொண்டுவந்து விட்டுவிட்டதாகப் பாடுகிறார். குருவின் அருளால், சிவதரிசனப் பேறு பெற்று, எவர்க்கும் தெரியாமல் இருந்த தம்மைத் தெருவில் இழுத்துவிட்டது கடவுளின் அருட்செயலோ? அல்லது மாயையின் செயலோ? (3710) என்று கேட்கிறார். இப்படி வீதிக்குக் கொண்டுவந்ததாகத் தம்மை பிறர் அலர் தூற்றிப் பலவும் பேசும்படியாகி விட்டதாகவும் (3715), இப்படி 'உலக வியாபார வழக்கில்' (3718) அலைக்கழிக்கப்பட நேர்ந்ததாகவும் விதியை நொந்துகொள்ளுகிறார் (ஆறுமுக நாவலர் கூட்டம் தம்மை நீதிமன்றத்துக்கு இழுத்தடித்தது பற்றிக் குறிப்பிடுகிறாரா?).

இப்படிச் சும்மா இருந்த தம்மை வெளி உலகிற்கு இழுத்துவிட்டவை மாயை, விதி என்று அவர் புலம்பினாலும், இறுதியில் இப்படிச் செய்தவன் இறைவனே என்று தெளிவடைகிறார். ஏனெனில் இப்போது 'நாட்டார்கள் சூழ்ந்து மதித்திட மணிமேடையிலே நடு இருக்க என்தனையே நாட்டிய பேர் இறைவா' (4103) என்று போற்றுகிறார். 'ஓதி உணர்ந்தவர் எல்லாம் எனைக் கேட்க, எனைத்தான் ஓதாமல் உணர்ந்து'

கொள்ள இறைவன் அருள்பாலித்ததாகப் பெருமைப்படுகிறார் (4112). முறையாகப் பல்லாண்டு காலம் பல வித்துவான்கள், சித்தாந்திகள், வேதாந்திகளிடம் சென்று அவர்கள் ஓத உணர்ந்த அறிவாளிகள் எல்லோரும், இறை அருளால் யாரிடமும் சென்று படிக்காமலே அனைத்தையும் படித்துணர்ந்த தன்னைச் சூழ்ந்து தான் சொல்லுவதைக் கேட்டு அறிவதாக இராமலிங்கர் கூறுவதை ஆணவம் என்று சொல்லுவதைவிட அவரது சுயமுயற்சிக்குக் கிடைத்த வெற்றி என்றுதான் சொல்ல வேண்டும். இறைவன் 'அடிக்கடி என் அகத்தினிலும் புறத்தினிலும் சோதி அருள் உருவாய்த் திரிந்து திரிந்து அருள்கின்ற' பொருளாக இராமலிங்கருக்குப் பட்டிருக்கிறது. எப்போதும் ஒன்றையே நினைத்துக் கொண்டிருக்கும்போது அந்த நினைவு மனதிற்குள்ளும், வெளியிலும் நிழல் போலவும் நிஜம் போலவும் தோன்றுவது தவிர்க்க முடியாத ஓர் உளவியல் செயல்பாடாகும். இராமலிங்கருக்கு மிகச் சின்ன வயதிலிருந்தே சிவன் தமக்குக் காட்சி கொடுத்துப் பேசுவதாகக் கற்பனை செய்வதில் மிகுந்த பிரேமை இருந்து வந்துள்ளதை 'அருள் விளக்கமாலை' (57)யில் உள்ள பாடல்களால் உணரலாம். சென்னையிலிருந்து எட்டுக் கல் தொலைவிலிருந்த ஒற்றியூர் சென்று கோயிலைச் சுற்றித் திரிந்து பசியோடு இரவில் வீடு திரும்பி வெளித்திண்ணையில் படுத்திருந்த சிறுவன் இராமலிங்கத்தைச் சிவபிரான் எழுப்பிப் 'பசித்தனையோ' என்று ஆறுதல் கூறிப் பசியாற்றியதாக எழுதுகிறார் (4133). அதற்கு முன்பே, மிகச் சிறு பிராயத்தில் தாய் முதலியவர்களோடு தில்லை சிதம்பரத்தில் தரிசித்தபோது, அர்ச்சகர் திரையைத் தூக்கியபோது, தமக்கே 'எல்லாம் வெளியாகக் காட்டிய'தாக எழுதுகிறார் (4133). 'நான் பசித்த போதெல்லாம் தான் பசித்ததாகி நல்லுணவு கொடுத்து' இறைவன் வளர்த்ததாகக் கருதுகிறார் (4138). படிக்க மறுத்த சிறுவன் இராமலிங்கத்துக்கு வீட்டில் சாப்பாடு போடக் கூடாதென்று அவரது அண்ணன் உத்தரவிட்டதால் அவர் வேளா வேளைக்குப் பசிக்கு உணவின்றி வாடியது உண்மைதான். ஒற்றியூர்க் கோயிலில் பூசாரி தந்த பிரசாதங்கள், அங்கிருந்த நந்தியாசிரமத்தில் கிடைத்த பிச்சை உணவு, அண்ணனுக்குத் தெரியாமல் அண்ணி அவ்வப்போது தந்த உணவு எல்லாமே, இராமலிங்கரின் மனநிலைக்கு, சிவன் வந்து தந்ததாகவே பட்டதில் ஆச்சரியமில்லை. இது பகுத்தறிவால் தரப்படும் விளக்கமாகும். நம்பிக்கை சார்ந்த சமாதானம் வேறாகத்தான் இருக்க முடியும். தமது தாயிடம் பால் மறுத்து விளையாடிய பருவத்திலேயே சிவன் அவரது உள்ளத்தில் மயக்கத்தை அகற்றி உலக இச்சை பதியாமல் தடுத்து ஐந்தெழுத்தைப் பதிய வைத்தான் (4167) என்று நம்புகிற ஒருவருக்கும், அப்படி அல்லாத ஒருவருக்கும் புலன்களில் படும் விசயங்கள் ஒன்றாக

இருந்தாலும் அவை உள்ளே பொருள் கொள்ளப்படும் விதங்கள் வேறுவேறாகத்தான் இருக்கக் கூடும்.

ஒருமுறை சிவன் இராமலிங்கரிடம் வந்து ‘நினையே நேர்காண வந்தனம்’ என்று சொல்லி, அவர் மடி (முடி?) மீது தமது பாதத்தை வைத்தபோது, இராமலிங்கர் சினந்து, பாதத்தை எடுத்து அப்பால் வைக்க, சிவன் நகைத்தபடி ‘இவ்வளவு சுதந்திரம் (உரிமை) என் மகனே! எனக்கிலையோ?’ என்று உரிமை பாராட்டினாராம்! (4140). அவரது மனநிலையும் அதன் இயக்கமும் அலாதியானவை. ஒருமுறை ஒரு பெண் வாலிபரான இராமலிங்கரை வலியவந்து அணைந்து கலந்து அகன்ற பிறகு உள்ளம் வருந்தி ‘என் செய்தோம்!’ என்று அவர் அயர்ந்தபோது, சிவன் தோன்றி ‘பெருமடஞ்சேர் பிள்ளாய் என்? கெட்டதொன்றும் இ(ல்)லை. நம் பெருஞ்செயல்’ எனத் தேற்றினாராம் (4136). இதற்குச் சித்தர்களின் பரிபாஷை எனச் சொல்லி பக்தர்கள் தங்கள் பாணியில் தாத்பரிய விளக்கம் தர வாய்ப்பு உள்ளது. அவருக்கு வெய்யிலில் திரிந்து களைத்துப் பசித்த போது நிழலும் உணவும், காமப்பசி எடுத்தபோது பெண்ணும் தந்து பசி ஆற்றுவான் இறைவன் (4153) என்று எழுதுகிறார்! தமக்கு (இராமலிங்கர்) ‘பிள்ளை’ எனப் பெயரிட்டதே சிவன்தான் என்று நம்புகிறார் அவர்! அதாவது அவர் சிவனது செல்லப்பிள்ளையாம். ‘பிள்ளை’ என்ற பின்னொட்டினை அவர் சாதியாகக் கருதவில்லை! (ஒட்டு என்பதே தன்னளவில் பொருளற்றதுதானே!) தமது நாற்பத்தொன்பதாவது வயதில் (1872), மேட்டுக்குப்பத்தில் இராமலிங்கர் இயற்றிய ‘அருட்பெருஞ்சோதி அகவல்’ (1598 அடிகளைக் கொண்டது) மிகவும் வித்தியாசமான அனுபவங்களை உரைக்கிறது. ஒரே இரவில் இராமலிங்கர் இதை இயற்றி முடித்ததாக ஊரனடிகள் எழுதியுள்ளார். தம்மை, இறைவன் மனிதநிலையிலிருந்து இறைமை நிலைக்கு உயர்த்திவிட்டதாகவே இந்த நூலில் எழுதுகிறார். இந்த உலகத்தை இரட்சிப்பதற்காகத் தம்மை இறைவன் தேர்ந்தெடுத்து உயர்ந்த இடத்தில் வைத்ததாக அவர் நம்புகிறார். இறைவன் தன்னுடைய செங்கோல், வடிவம், பொருள், சித்து, தத்துவம் ஆகிய அனைத்தையும் தனக்குக் கொடுத்து, ‘தன் கையில் பிடித்த தனி அருட்ஜோதியை என் கையில் கொடுத்துவிட்டான்’ என்று கூறுகிறார் (1143 - 44). மிகவும் கடையவனான தன்னை ‘எல்லா உலகும் தொழ நிலைமேல் ஏற்றி நீயும் நானும் ஒன்றாய் இருக்கப் புரிந்தாய்’ (4629) என்று இராமலிங்கர் தம்மை இறைவன் தனக்குச் சமமாக ஆக்கியதாகப் பேசுகிறார். பிறவாத நெறியையும், பொன் உடம்பையும் தந்ததாகப் பெருமிதம் கொள்ளுகிறார். எல்லாவற்றுக்கும் மேலாக, இறைவனது படைத்தல் , காத்தல், அழித்தல், அருளல்,

மறைத்தல் முதலான ஐந்து தொழில்களையும் 'நானே புரிகின்றேன், புரிதல் நானோ நீயோ நானறியேன்' (4627) என்று வார்த்தைகளால் வரையறுக்கவியலாத ஒரு உக்கிரமான மனநிலையில் எழுதுகிறார்.

தாம் எய்திய வடிவமானது அமுது உண்டதால் அழியாத பண்பைப் பெற்றுவிட்டதாக குறிப்பிட்டார் (4633). இந்திரலோகத்து அமிர்தம் உண்டதால் தேவர்கள் சாகாவரம் பெற்றதாகப் புராணங்கள் கூறுவதுண்டு. இங்கே இராமலிங்கர் கூறும் அமுது, யோகத்தில் ஆறாவது ஆதாரத்தில் புருவ நடுவில் ஊற்றெடுக்கும் சக்தியாகும். இவ்வாறு யோக சித்தி அடைந்த தமது உடலை, மழை, நெருப்பு, காற்று, விண்மீன்கள், கதிர், கடல், நிலம், படை மற்றும் பிற எவற்றாலும் 'தடுக்கப்படுதல் இலாத் தனிவடிவம்' என்று கூறுகிறார் (4636).

ஓங்கார நிலை என்னும் பிரணவத்தின் கண் நிற்கும் துவாத சாந்தநிலை காட்டி (2 + 10 =12), அதற்கு மேல் ஒளிரும் விந்து வெளி காட்டி, அதற்குமேல் உயர்ந்த தனிநிலையான நாதாந்த நிலையில் ஏற்றி, எந்தத் தலைவராலும் படைக்கவியலாத சித்தியை நான் படைக்க வைத்த பதியே என்று (4641) இராமலிங்கர் யோகத்தின் கலைச் சொற்களால் விளக்கம் தருகிறார். (சிவானந்த ஞான வடிவு பெற்றுச் சிவமயமாய்ப் பொலியும் நிலையைச் சாகாவரம் என்றும், அதற்குரிய ஞானத்தைச் சாகாக்கலை என்றும், இராமலிங்கர் பல இடங்களிலும் குறிப்பிடுவதாக உரையாசிரியர் சு. துரைசாமிபிள்ளை கருதுகிறார்). தமக்குச் சிதையாத தேகத்தையும், எல்லாம் வல்ல சித்தியையும் தந்து (4646), தம்மை யாவரும் வணங்கச் செய்தவன்' இறைவன் (4650) என்று இராமலிங்கர் எழுதியது அவர் காலத்தில் வாழ்ந்த வைதீகர்களைச் சினப்படுத்தியதில் வியப்பில்லை.

இந்த விதமான மனநிலை முற்ற முற்ற இராமலிங்கரின் பேச்சுக்கள் அவரது சுய ஆதீனத்திலிருந்து வருவனவாகத் தெரியவில்லை. அவருக்குள்ளிருந்து வேறொரு நபர் பேசுவதாகவே தோன்றுகிறது. தமக்குக் கிடைத்த அருள் போதாதென்று 'இனியே இறையும் (சற்றும்) சகிப்பறியேன். . .' 'அருள்க அருள்க மெய்ஞ்ஞானம் முழுவதையுமே' (4679) என்று ஆவேசப்படுகிறார்! இறை அருளால் உருவம் - அருவம் என்ற இரு நிலைகளையும், இலயம், போகம், அதிகாரம் என்ற முந்நிலைகளையும் தாம் பெற்றுவிட்டதாகப் பெருமிதம் கொள்ளுகிறார் (4677). இறைவன் இப்போது இராமலிங்கரின் பேச்சைக் கேட்க ஆரம்பித்துவிட்டான்! 'கண்டேன் அருட்பெருஞ்சோதியைக் கண்களில்' (4687) என்று வெகு நிதானத்தோடு கூறுகிறார். வானத்து தேவர்கள் எல்லாரும் வந்து தமக்கு ஏவல் செய்யுமாறு ஆண்டவன் வைத்தான்

என்றும் (4705), பிரமனும், திருமாலும் வந்து தம்மை வாழ்த்துவதாகவும் (4708) எழுதுகிறார். இப்படி இராமலிங்கர் பேசுவதைப் பொதுவாக சாதாரண மனநிலையிலுள்ளவர்களால் நம்புவது கடினம். இது இராமலிங்கருக்குத் தெரிந்திருந்தது. அதனால், இப்படித் தாம் பேசுவது 'வாய்மட்டில் சொல்லுகின்ற வார்த்தையன்று, இது என் மனம் ஒத்துச் சொல்லிய வாய்மை'(4721) என்றும், இது திருட்டுப் பேச்சல்ல (4722) என்றும், தாம்பேசுவதெல்லாம் சத்தியம் சத்தியம் சத்தியம் என்று மும்முறை ஆணையிடுகிறார்! இதற்குமேல் யாரால் என்ன சொல்ல முடியும்?

மேலும், இறந்தவர்களை உயிர்ப்பிக்கும் ஞானமும் (சாகாக்கலை) என்றும் உயிரோடு வாழும் சாகாவரமும் தமக்கு இறையருளால் கிடைத்துவிட்டதாக, '...இறந்தவர்தமை இவ்வுலகிலே உயிர் பெற்று மீட்டும். . . வருவித்திடும் ஒரு ஞான நாட்டமும், கற்பகோடியினும். . . சாகாவரமும் என் தனக்கே வழங்கிடப் பெற்றனன். மரண பயத்தை விட்டொழித்தேன்' (4731) என்று பாடியுள்ளார். தாம் ஒருபோதும் சாகப் போவதில்லை; சாகாமல் ஓங்கும் ஒளி வடிவம் பெற்றேன் (4745) என்று கூறியதிலிருந்து, அவர் 1874-ஆம் ஆண்டு தைப்பூச நாளில் நள்ளிரவில் ஒரு மணி நேரத்திற்குள் அருட்பெருஞ்சோதியோடு ஒளியாய்க் கலந்தார் என நிறுவுவார்கள். 'நான் சாகமாட்டேன்' (4747) என்று உறுதியாகக் கூறுகிறார் இராமலிங்கர். இன்றும் இராமலிங்கர் அழியாமல் பக்தர்களின் நெஞ்சில் வாழ்ந்து கொண்டிருக்கிறார் என்று எளிதாக இதற்கு உரை கூற முடியாது. அவர் அப்படிச் சொன்னதற்கு அடிப்படை, சிவயோகம் என்று கூறுவார்கள்.

இராமலிங்கரின் மனநிலையைப் பாதித்த மற்றொரு முக்கிய பிரமை சிவனது அற்புதக் காட்சிகளாகும். அவர் நினைத்தமாதிரி யெல்லாம் சிவன் அவருக்குக் காட்சி தந்துள்ளார். அவரைத் தேடி வந்து தரிசனம் கொடுத்துள்ளார். ஒருநாள் அவர் அம்பல வாசலில் இறைவனின் அருளை நினைந்து ஒருபுறமாக அழுதுகொண்டு நின்றபோது, சிவன் அவர்முன் வந்து அருள்மொழியைச் சொன்னான் (4753) என்கிறார். மற்றொரு நாள் இரட்டைக் குதிரைத் தேரில் (சென்னையில் அப்போது இரட்டைக்குதிரைகள் பூட்டிய சாரட்டுகள் ஓடின!) உமையம்மை சமேதராய் அவரைத் தேடிவந்து சிவபிரான், உள்வாசல் தாழ்ப்பாளைப் பயத்தோடு பிடித்துக்கொண்டு நின்ற இராமலிங்கரை 'வருக!' எனத் தமது கரத்தால் அழைத்தாராம்! (470). அடிக்கடி அவர் உள்ளத்தில் சிவனின் முகவடிவம் தெரியும் (4761) என்கிறார்.

ஒருமுறை இராமலிங்கர் தரையில் கலக்கத்தோடு படுத்து அயர்ந்திருந்தபோது அவர் அருகில் வந்த சிவன் 'மகனே உனக்கேன் பயம்?' எனக் கூறி அவரைத் தமது கரங்களால் அணைத்தெடுத்து

மற்றொரு இடத்தில் கிடத்தினாராம்! (4762). பத்துப்பாடல்களிலும் ('திருவருட்பேறு'97) இதே கருத்தைத் திரும்பத் திரும்பச் சொல்லுவதால் இதற்கு வேறு ஏதாவது குறியீட்டுப் பொருளுண்டா எனச் சந்தேகம் வருகிறது.

மரணத்தைத்தீர்க்கும் 'காயகற்பம்' என்ற ஒரு மருந்தை இராமலிங்கர், தாமரைப் பூவின் புதுத் தேன், தூய்மையான நீர், மதிமது, பசும்புல், பஞ்சகம் (பசுவின் சாணம்) ஆகிய ஐந்து பொருட்களைக் கொண்டு தயாரிக்கலாம் என்ற பொருள்படக் கூறுகிறார் (4785). இராமலிங்கர் சித்த வைத்தியம் தெரிந்தவர் என்பதால், இப்படி ஓர் அரிய மருந்தைத் தயாரிக்கும் முறை பற்றி அவர் ஆராய்ந்திருக்கலாம். ஆனால் இங்கே அவர் குறிப்பிடும் ஐந்து மூலப் பொருட்களும் நேரடிப் பொருள் கொள்ளத் தக்கவையா என்பது சந்தேகமே. தாமரை என்பது இதயத்தையும், மதிமது என்பது புருவநடுவில் சுரக்கும் அமுதத்தையும், இதுபோல மற்ற மூன்றும் வேறு பொருட்களைக் குறிப்பதாகக் கருத வழியுண்டு.

இராமலிங்கர் தமது இறுதிக் காலத்தில் பேசியவை மிகுந்த பூடகத்தன்மை கொண்டவையாக உள்ளன. தம்மை இறைவன், சித்தர், சைவர் ஆகியோர் சபைகளின் நடுவில் நாயகமாக இருத்தியதாகக் கூறுகிறார் (4800 - 01). தமக்கு நிகர் யார்? (4813), தாம் ஒருவரே இறைவனது பிள்ளை; வேறுபட்ட தத்துவவாதிகளால் தம்மை அறிய முடியுமா? அவர்களது தத்துவத் துள்ளல்களெல்லாம் இங்கு ஒன்றும் செல்லாது என்றும் சவால் விடுகிறார் (4834). மனம், மாயை, கன்மம் ஆகியவற்றையும் ஆணவம், திரோதாயி, தூக்கம், பயம், கோபம், மோகம், மதம், உலோபம், மாற்சரியம், மரணம் ஆகிய அனைத்தையும் வென்றுவிட்டதாக அவற்றை எச்சரிக்கிறார்! (4835 - 45). தமிழ்ப் பண்பாட்டில் இப்படிச் சொன்னவர் இராமலிங்கர் ஒருவரே!

'பேறடைவு' (103) என்ற தலைப்பில் உள்ள பாடல்களில் (4854 முதல் 4863 வரை) புதிரான ஒரு விசயத்தைப் பற்றிப் பேசுகிறார். இன்னும் இரண்டரை நாழிகைப் போதுக்குள் அவருக்குத் திருமணம் நடக்கவிருப்பதாகவும், அதற்கான ஆயத்த நிலையில் இருக்கும்படி ஆண்டவன் கேட்டுக்கொண்டதாகவும் கூறுகிறார். ஞானப் பேறடையும் காலம் பற்றி இப்படி உருவகமாகக் குறிக்கிறார் போலும். 6-ஆம் தொகுப்பின் இறுதிப் பாடலிலும் (5818) இதே கருத்து கூறப்படுகிறது. தைப்பூச நாளில் இரவில் அவர் அருள்ஜோதியோடு ஐக்கியமாகப் போவதை இப்படி ஒரு திருமண நிகழ்ச்சியாகக் குறிப்பிடுகிறார் போலும்!

'ஆணிப் பொன்னம்பலக் காட்சி' (109) தலைப்பில் (4915 - 1946 பாடல்கள்) உள்ள கண்ணிகளில் எட்டுவகை யோகத்தின் படிநிலைகளும்,

இறுதியில் அம்மையிடம் அமுதுண்பதும், அதனால் பெற்ற பேறும் உருவகமாக மாற்றிக் கூறப்படுகின்றன. இராமலிங்கருக்குத் தாம் பெற்றுவிட்டதாகக் கருதிய சித்துக்கள் மீது அபார நம்பிக்கை வந்துவிட்டதாகத் தெரிகிறது. நான்கு வேதம், ஆகமம், சாத்திரம் படிப்பதெல்லாம் 'சந்தைப் படிப்பு' என்றும், சாகாதவித்தை தமது சொந்தப்படிப்பு என்றும் பெருமைப்பட்டுக் கொள்ளுகிறார் (4955). தமது இஷ்டப்படி எங்கேயும் தம்மால் நடமாட முடியும் என்று அறிவிக்கிறார் (4957). (ஜாக்கிரதை!). 'என் மார்க்கம் இறவாத சன்மார்க்கம்' (4960) என்றும், செத்தாரை மீட்கின்ற வலிமையைத் தாம் பெற்று விட்டதாகவும் (4957) சொல்லுகிறார். உலகில் தமக்கு மட்டுமே இறையருள் கிடைப்பதற்கான பொருத்தம் உண்டென்றும் கூறுகிறார்.

'எனக்கும் உனக்கும் இசைந்த பொருத்தம் என்ன பொருத்தமோ!
இந்தப் பொருத்தம் உலகில் பிறருக்கு எய்தும் பொருத்தமோ! (4963)

என்பது அந்தப் பாட்டு! தாம் காணும் காட்சியெல்லாம் இறை அருளால் கண்ட காட்சிகளே என்றும் அவை மட்டுமே தம் கருத்தில் உள்ளன என்றும், வேறு விசயத்தைத் தம்மால் காணவியலாது என்றும் கூறுகிறார் (5002). முற்றிலும் வேறொன்றால் ஆட்கொள்ளப்பட்ட ஒருவரின் பேச்சே மேற்காட்டியுள்ள பேச்சு! இறைவனின் அருட்சோதி அரசாட்சி தம்முடையதாச்சு என்றும் இனி வேதமும் ஆகமமும் பேசுவதென்ன பேச்சு என்றும் (5260) எகத்தாளமாகப் பேசுகிறார். வெற்றி பெற்றவரின் பேச்சு இது.

ஒரு பாடலில் இராமலிங்கர், 'வருமுன் வந்ததா(க)க் கொள்ளுதல் எனக்கு வழக்கம், வள்ளல்! நீ மகிழ்ந்து அருட்சோதி தரு(ம்) முன் தந்தனை என்றிருக்கின்றேன். தந்தை நீ தரல் சத்தியம் (5366) என்று பேசுவது குறித்துக்கொள்ளத்தக்கது. அவரது மனநிலையைப் புரிந்து கொள்ள இது உதவும். இறைவனிடம் அவர் கேட்பதெல்லாம் அவர் தருவதற்கு முன்பே தமக்குக் கிடைத்துவிட்டதாகவே பாவித்துக் கொள்ளும் மனநிலையை இராமலிங்கரிடம் காணலாம். **ஒன்று நடக்கும் என்று நினைப்பதற்கு முன்பே நடந்துவிட்டதாக பாவித்துக்கொண்டு மனம் நிறைவடைவது, நிழலில் நிஜ இன்பம் காணுவது எல்லாம் பெண்கள் - குழந்தைகள் ஆகியோரின் மன உலக எதார்த்தமாகும். ஒரு விதத்தில் இதனைப் பித்தரின் உலகமாகவும் கருதமுடியும்.**

உலகிலேயே தாம் ஒருவரே அருட்சோதி பெற்ற இறைவன் என்று தமது இறுதி நாட்களில் கருதினாரோ என்னவோ! எம்பெருமானை விடமாட்டேன் என்றும், எம்பெருமான் தம்மை விடமாட்டார்

என்றும் இராமலிங்கர் கற்பித்துக்கொண்டு, இருவருமாக இணைந்து இவ்வுலகத்தில் உண்மை அருளால் உண்மை இன்பம் செய்வோம் (5394) என்று இறைவனோடு ஜோடி போடுகிறார். 'நானே இறைவனின் மகன்; நானே ஜீவனும் வழியும்' என்று ஏசுகிறிஸ்து அன்று பேசியது இராமலிங்கரிடம் சம்பந்தாசம்பந்தமின்றி எதிரொலிக்கிறது! (இராமலிங்கரிடம் பேட்டி எடுத்திருந்தால் ஏசு கிறிஸ்துவை ஒரு சித்தர் என்றே பதில் சொல்லியிருப்பார்!).

தமது செயல்கள் எல்லாம் தம்பிரான் செயல்கள் என்பது அவரது திடமான நம்பிக்கை (5406). தம் வழியாக இறைவன் உலகில் செயல்படுவதாக நம்பியுள்ளார். புராண காலத்தில் கடவுள் உலகில் அவதாரம் செய்ததாக நம்பினார்கள். ஆனால், பத்தொன்பதாம் நூற்றாண்டில் இப்படி நம்பத் தயாராக இல்லை. ஆனால், இராமலிங்கரைப் போன்றவர்கள் அருள் பெற்ற மனிதர் மூலம் இறைவன் உலகில் வாழ்ந்து செயல்படுவதாக நம்பினார்கள். இறுதி நாட்களில் இராமலிங்கர் தம்மை இறையருள் முழுமையாகப் பெற்றவராக, ஏன், இறைவனாகவே நம்பிச் செயல்பட்டார். பிணத்தை உயிர்ப்பிக்கச் செம்பில் தண்ணீருடன் புறப்பட்டுவிட்டு இராமலிங்கர் சற்றுக் கழித்து 'பிச்' என்று சொல்லித் திரும்பிவிட்டாராம். இந்த உலகில் தனக்கு நிகர் யார்? என்று கூடக் கேட்டார் இராமலிங்கர்! (5417). இப்படித் தாம் பேசும் வார்த்தை வெறும் வார்த்தை அல்ல, தமது வாய் விளம்புவதில்லை; இறைவனே தம் மூலம் விளம்புகிறார் என்று கூறிவிட்டு உண்மை உண்மை உண்மை என்று மூன்றுமுறை கூறி வலியுறுத்தினார் (5441).

இறைவன் வேறு தாம் வேறு என்ற வேறுபாட்டை அழிக்கத் தொடங்கிவிட்டார் இராமலிங்கர். பல இடங்களில் இறைவனைத் தந்தை என்றும் தம்மை மகன், செல்லப் பிள்ளை என்றும் குறிப்பிடுவார். காதலன், தந்தை, நண்பன், ஆண்டான் எனக் கடவுளை பக்தர்கள் உறவு கொண்டாடியது மரபில் உள்ள விசயம்தான் என்றாலும், இராமலிங்கர் கூறும் தந்தை - மகன் உறவு என்பது இருவரும் இறைத்தன்மை கொண்டவர்கள் என்பதை உள்ளடக்கியதாக உள்ளது. ஏறத்தாழ கிறிஸ்தவ சமயத்தில் உள்ள பிதா - சுதன் மாதிரி! 'என் அப்பன் தன்மை என் தன்மை என்று அறிமின்' (5442) என்று இராமலிங்கர் கூறுவது இதை நிரூபிக்கப் போதுமானது. மேலும் தமக்குள் புகுந்துவிட்ட இறைவனானவன், அவனது மெய்யான உரைக்கும், தமது உரைக்கும் இடையே சமரசம் செய்வதாகக் கூறுகிறார் (5444). இராமலிங்கர் இப்போதுதான் உண்மையான சி. இராமலிங்கர் ஆகிறார். 'சி' என்ற எழுத்து சிதம்பரத்தைக் குறிக்கும் என்பார்கள். சிவன் என்பது உட்கிடை. தமது இறைத்தந்தையாரின் 'இனிஷியலை'யே தமது

பெயருக்கு இட்டுள்ளார் இராமலிங்கர். 'இருவரும் ஒன்றாகி இங்கே இருக்கின்றோம்' என்று கூறிவிட்டு, செய்யும் செயல் எல்லாம் அவன் செயலோ அல்லது தமது செயலோ தெரியாது; ஆனால் நிகழ்த்துபவன் அவனே (5448) என்கிறார். தமது மூலமாக இறைவன் உலகத்தில் செயல்படுவதாக நம்பியுள்ளார். கிறிஸ்து, பிதாவின் தூதுவராக (Messaiah) உலகிற்கு வந்தார் என்பதுபோல இருக்கிறது!

அகத்தில் கறுத்தும் புறத்தில் வெளுத்தும் இருந்த உலக மக்களனை வரையும் திருத்தி, சன்மார்க்க சங்கத்தில் இணைத்து அவர்தம்மை இகத்திலும் பரத்திலும் மகிழ்ந்திருக்கச் செய்வதற்கே இறைவன் தம்மை இந்தக் காலகட்டத்தில் வருவித்ததாகப் பாடுகிறபோது (5485) இராமலிங்கரின் 'தேவ தூதன்' பிம்பம் பளிச்சிடுகிறது. 'பெருமான் வந்தான், எனைத்தான் வலிந்தழைத்தே ஐந்தொழிலும் நீயே செய் என்று எனக்கே நேர்ந்தளித்தான்' (5509) என்று அவர் மேலும் கூறுவது மேலே சொன்ன கருத்தை வலுப்படுத்துவதாக உள்ளது. 'நான்' என்ற அகங்காரமும் 'எனது' என்ற மமகாரமும் சேர்ந்தது மூலமலமான ஆணவமலம் என்று சித்தாந்தம் உரைக்கும். இராமலிங்கர் சித்திகளைப் பெற்றபிறகு, ஆணவம், கன்மம், மாயை ஆகியவற்றை வென்றதாகச் சவாலிட்ட பிறகு, 'நானே தவம் புரிந்தேன்; நம் பெருமான் நல்லருளால், நானே அருட்சித்திநாடு அடைந்தேன். நானே அழியா வடிவம் அவை மூன்றும் பெற்றேன்' (5513) என்று 'நான்' போட்டு எழுதுகிறார். தான் மட்டுமே உலகில் இப்படிப் பேறு பெற்றதைக் குறிப்பதற்காக இவ்வாறு எழுதியதாகச் சமாதானம் சொல்லலாம் (எதற்குத்தான் சமாதானம் சொல்ல முடியாது?).

இறுதியாக இராமலிங்கர் இறுதிக் காலத்தில் திரும்பத் திரும்ப வலியுறுத்திய ஒரு விசயத்தைப் பார்க்கலாம். அருட்பெருஞ்சோதி எனும் சித்தி கைவரப் பெற்றால் செத்தாரை எல்லாம் உயிரோடு திரும்ப எழுப்பலாம் என்பது அவரது பிடிவாதமான கொள்கை. இறைவனின் அருட்சோதியில் தினையளவு பெற்றிருந்தாலும் போதும், இது சாத்தியமே என்று உயர்வு நவிற்சியாகப் புனைந்துரைத்தார் இராமலிங்கர் (5367). செத்தாரை எழுப்பிவிடலாம் என்ற நம்பிக்கை இராமலிங்கரைப் புதிரான மனிதராக அடையாளம் காட்டுகிறது. எதை நினைத்து இப்படிச் சொன்னாரோ தெரியவில்லை. அவரும் செத்தவர் யாரையும் உயிரோடு எழுப்பவில்லை; அப்படியென்றால் தினையளவு கூட அவருக்கு அம்பலத்தானின் அருள் கிட்ட வில்லையா என்று குதர்க்கம் பண்ணத்தேவையில்லை. அவரது பக்தர் சிலர், செத்தாரைப் போல நடமாடிய மனிதர்களிடம் விழிப்புணர்ச்சியை ஏற்படுத்துவதையே இப்படி இராமலிங்கர் செத்தாரை எழுப்புதல் என்று குறிப்பிட்டதாகக் கருதுகிறார்கள். ஆனால், 'அம்பலத்தான் அருளால் இவ்வுலகில்

செத்தாரை ஊன் புரிந்து மீள உயிர்ப்பித்தல் யான் வேண்டுமோ? வேண்டியதில்லை. நான் மேல் போர்த்த கம்பலத்தால் முடியும்' (5525) என்று ஏன் அவர் சவடால் பேச வேண்டும்? (கம்பலம் = மயிர் அல்லது போர்வை). அதாவது செத்தாரை மீண்டும் பழைய உடலோடு உயிர்ப்பிப்பதற்கு நான் தேவையில்லை; நான் மேலே போர்த்திய போர்வையே போதும் (அ) என் மயிரே போதும் என்று கூறுகிறார். செத்தாரை எழுப்புவது அவரைப் பொறுத்தவரை அத்தனை எளிய செயலாக இருந்துள்ளது. (அதனால்தான் அவர் அந்தச் செயலைச் செய்யவில்லை!) செத்தாரை உயிரோடு எழுப்பலாம் என்று அவர் எவ்வளவு உறுதிபடச் சொன்னாரோ அந்த அளவுக்குச் சிவன் இங்கு வருகின்ற நாள் நெருங்கி விட்டது என்று அடிக்கடி சொல்லத் தொடங்கினார் - ஒரு தீர்க்கதரிசியைப்போல! (ஆனால், இன்னும் சிவனும் வரவில்லை; ஏசு கிறிஸ்துவும் வந்தபாடில்லை!).

இறந்தவர்களை உயிர்ப்பிக்க மட்டுமின்றி, வயோதிகர்கள் இளமை அடையச் செய்யவும் வல்ல சித்தனான இறைவன் வருகின்ற தருணம் இது என்றும், வந்து வரம் பெறலாம் என்றும் அழைக்கின்றார் இராமலிங்கர்! இவ்வாறு சித்தனான பெருமான் உலகிற்கு வந்து எல்லோர்க்கும் நித்திய இளமையும், சாகாத வரமும் தந்து ஈடேற்றுவான் என்பது சைவ சித்தாந்தத்தில் உண்டோ என்னவோ, கிறிஸ்தவ சமயத்தில் உலக முடிவில் ஏசுவின் இரண்டாவது வருகை நிகழும்; அப்போது அவர் செத்தாரை எழுப்பி அவரவர் செய்த பாவ புண்ணியங்களுக்கு ஏற்ப நீதி வழங்குவார் என்ற நம்பிக்கை இருந்து வருகிறது. அருட்சோதி கடவுள் வந்து செத்தாரை எழுப்பும் நேரம் இதுதான். இதுவே உண்மை. மோச உரை என நினைத்து மயங்காதீர்கள் என்று (5584-85) இராமலிங்கர் விளக்கம் தர வேண்டியதிருந்தது. அவரை ஒரு மோசடிப் பேர்வழி (இன்று போலிச் சாமியார் என்பதைப்போல) என்று அவர் காலத்தில் அவரது எதிரிகள் பிரச்சாரம் செய்தது அவர் காதுக்கு எட்டாமல் இருந்திருக்காது. இப்படி இறைவன் வந்து செத்தாரை மீட்கப் போவதாகத் தாம் கூறும் வார்த்தைகள் தம்முடையவையல்ல; தம்முடையவை என மக்கள் மதி மருண்டு நினைக்கிறார்கள்; ஆனால் இவை எல்லாம்வல்ல இறைவனின் வார்த்தைகள் (5604 - 5) என்று தம்மை இறைவனின் ஊடகமாகப் பாவித்துக் கொள்ளுகிறார். ஏசு கிறிஸ்து கூட மக்களிடம் பேசிய புதுமையான செய்திகளைத் தமது பரமபிதாவின் வாக்கியங்கள் என்றுதான் சொன்னார்.

இப்படி இறைவன் வந்து செத்தாரை எழுப்பப் போவதால், இறந்தவர்களைச் சுடாது புதைக்க வேண்டும் என்ற 'அறிவியல்' கருத்தை இராமலிங்கர் உரைத்தார். சுடுவதால் ஒரு பயனுமில்லை;

பிணம் என்பது குணம் மறைந்து உயிர்மட்டும் அடங்கிய நிலையிலுள்ள ஒன்று; எனவே அதனை நெருப்பிட்டுச் சுடுவதுதான் கொலைச் செயல்; ஆதலால் அதைப் புதைக்க வேண்டும் என்று நியாயங்களை எடுத்துரைத்தார் (5610). அப்படிப் பிணத்தைச் சுடுவோரைத் தொட்டாலும் தோஷம் (5611), கடவுள் தந்த தேகத்தைச் சுட்டு எரிப்பது அபராதம் (5612) என்று எச்சரித்தார். எனவே, செத்தவர் பலரையும் சித்தசாமியாகிய இறைவன் உயிரோடு எழுப்புகிற திருநாள் வரவிருப்பதால், அவன் வரம் அளிப்பதற்கு ஏதுவாகப் பிணத்தைப் புதைத்திருக்க வேண்டுமன்றோ? (5612) என்ற தர்க்கத்தை எடுத்துரைத்தார் இராமலிங்கர். (வைதீக மதம் வேரூன்றிய காலம் தொட்டுப் பிணத்தை எரித்தே வந்தார்கள். அதனால் பரவாயில்லை; அவர்களையும் இறைவன் எழுப்புவார் என்ற விதிவிலக்கை இராமலிங்கர் சொல்லியுள்ளார்). பிணத்தைப் புதைப்பதையும் தமது ஜீவகாருண்ய ஒழுக்க வரம்பிற்குள் கொண்டு வந்துவிட்டார் இராமலிங்கர்!

செத்தாரை உயிர்ப்பிப்பது ஒன்று; சாகாமல் இருப்பது மற்றொன்று. யாரும் சாகாமலிருக்கும் நிலையை 'மரணமிலாப் பெருவாழ்வு' என்றார் இராமலிங்கர். 'மரணமிலாப் பெருவாழ்வில் வாழ்ந்திடலாம் கண்டீர்; புனைந்துரையேன் பொய் புகலேன் சத்தியஞ் சொல்கின்றேன்' (5576) என்று இராமலிங்கர் தமது பாணியில் வழக்கம்போல் வலியுறுத்திக் கேட்டுக்கொள்ளுகிறார்.

மரணத்தைத் தாம் வென்றுவிட்டதாக அழுத்தம் திருத்தமாகச் சொன்ன இராமலிங்கர் அத்தகைய மரணமிலாப் பெருவாழ்வு சமூகத்தில் எல்லோர்க்கும் சாத்தியமே என்று அதனை அனைவருக்கும் பொதுவான கருத்தாக விஸ்தரித்தார். அடியார்களும், பக்தர்களும் வழக்கமாக, மீண்டும் பிறவாத பெருவாழ்வு பற்றியே பேசி வந்திருக்க, யோக நிலையில் காலூன்றிய இராமலிங்கர் இதற்கு மாறாக, பிறப்புக்கு முந்தைய நிகழ்ச்சியான மரணத்தைக் கடக்கும் மார்க்கத்தைப் பற்றிப் பேசினார். அதுவே அவரது சுத்த சன்மார்க்கம். இந்த மார்க்கத்தின் நெறியைக் கடைப்பிடித்தால் இறவா வரம் பெறலாம் (5579) என்பது அவர் கருத்து. 'என் மார்க்கம் இறப்பு ஒழிக்கும் சன்மார்க்கம்' (5601) என்று மக்களைத் தமது மார்க்கத்துக்கு அழைத்தார். மரணத்தை வென்று ஒளியுடல் அடைந்துவிட்டதற்கு உதாரணமாக அவர் தம்மை எடுத்துக் காட்டினார் (5586). மரணத்தை வென்றிடச் சுத்த சன் மார்க்கத்துக்கு ஒரு மிஷனரிபோல அழைப்பு விடுத்தார். இறைவன் இங்கு வருவது அதற்காகத்தான். சுத்த சன்மார்க்கம் எங்கும் நிலைபெறவும், பயனற்ற மூடமதங்கள் அழியவும் அவர் வரப் போகிறார். வாருங்கள் (5592) என்றார் இராமலிங்கர். தமது சமரச சுத்த

சன்மார்க்கத்தில் சேர்ந்தால்தான் பிணி மூப்பு மரணம் வராமல் மரணமிலாப் பெருவாழ்வு வாழலாம் என்று உறுதிபடச் சொன்னார் (5599, 5600). 'மரணமிலாப் பெருவாழ்வு' என்ற கருத்தால் அவர் மரபான மோட்சம், கைலாய பதவி போன்றவற்றை இடம்பெயர்த்ததாகத் தோணுகிறது!

இராமலிங்கரின் 6வது தொகுப்பிலுள்ள இறுதி மூன்று பாடல்களோடு இந்த அதிகாரத்தை முடித்துக் கொள்ளலாம்:

'என் தந்தை வருகின்ற தருணம் இது சத்தியம்' (5816)

'இத்தினமே அருட்சோதி எய்துகின்ற தினமாம்' (5817)

'செத்தவர்கள் எழுந்து உலகில் திரிந்து மகிழ்ந்திருப்பர்' (5817)

'என் சாமி எனது துரை என் உயிர் நாயகனார்
இன்று வந்து நானிருக்குமிடத்தில் அமர்கின்றார்.
பின்சாரும் இரண்டரை நாழிகைக்குள் (காலை)
எனது பேருடம்பில் கலந்துளத்தே பிரியாமலிருப்பார்...
... சத்தியம் சத்தியமே... என்மொழி நின் தனக்கே
வெளியாகும் இரண்டரை நாழிகை கடந்தபோதே' (5817)

இறைவனோடு சேரும் நேரம் இரவன்று; காலைப் பொழுதே என்று இராமலிங்கர் அகப்பாடல் பாணியில் மேலே உரைத்துள்ளார் (5818). அவர் ஜோதியோடு ஐக்கியமான நேரம் காலைப்பொழுது என்பார்கள் அக இலக்கிய சம்பிரதாயம் பற்றி அறிந்தவர்கள். அவரது 'சத்திய அறிவிப்பு' (144) அவரது நம்பிக்கையின் ஆழ்ந்த பரிமாணத்தை அறிவிக்கின்றது. இராமலிங்கரின் பாடல்களைப் பின்தொடர்ந்து வந்தவர்களால் அவரது அசாதாரண மனநிலையையும், ஆட்பட்ட உளவியலையும், நன்றாக அறிந்துகொள்ள முடியும். நம்பிக்கை சார்ந்து வாழ்பவர்களும். அறிவுசார்ந்து வாழ்பவர்களும் (இப்படி யாரும் இருக்கவியலாது) இராமலிங்கரின் உளவியலையும், பேச்சுக்களையும், செயல்பாடுகளையும் கொண்டு அவரவர் சார்பில் தெய்வீக புருஷர் என்றோ சித்த சுயாதீனத்தைப் படிப்படியாக இழந்தவர் என்றோ முடிவு கட்டலாம். அவற்றில் உண்மை இருக்கலாம்; இல்லாமலும் இருக்கலாம். ஆனால், ஒன்றுமட்டும் சொல்லலாம், இராமலிங்கர் ஒரு சுவாரஸ்யமான மனிதர். கருணைமிக்க மனிதர். ஆனால் வரலாறு எப்போதும் கருணை பாராட்டுவது கிடையாது. பொதுவாக மனிதர்களும் அப்படித்தான்!

பின்னுரை

பொதுவாக உலக வரலாற்றில் அரச, சமய அதிகாரத்துவ சக்திகளுக்கு எதிராகக் குரல் கொடுத்துப் புதிய பாதைகளை வகுத்துத் தந்த மகான்கள் பெரும்பாலும் அந்தந்த அதிகாரத்துவ சக்திகளால் கொலை செய்யப்பட்டார்கள்; சித்திரவதை செய்யப்பட்டார்கள்; கலகக்காரர்கள், குழப்பத்தை விளைவிப்பவர்கள்; நாத்திகர்கள், பைத்தியக்காரர்கள், ஒழுக்கக்கேடர்கள் என்றெல்லாம் அவதூறுக்கு உள்ளாக்கப்பட்டார்கள். ஆனால், நமது இராமலிங்கரின் மறைவு மர்மம் சூழ்ந்ததாகவே இன்னமும் கருதப்படுகிறது. அவர் வாழ்ந்த காலத்தில் சாதி சமய மதம் கடந்த அவரது சுத்த சன்மார்க்க நெறியின் காரணமாகச் சாதிய - சமயவாத சக்திகளால் அவர் ஒரு போலித் துறவி என்றும், போதிய கல்வியறிவற்றவர் என்றும், அவருடைய மனைவி நடத்தை கெட்டவர் என்றும் மிகவும் கீழ்த்தரமாகத் தூற்றப்பட்டார். இராமலிங்கரின் சாதி, சமய மறுப்புக் கொள்கையைக் கண்டு கொலை வெறிகொண்ட சாதி வெறியர்களால் அவர் சித்திவளாகக் குடிசைக்குள் வைத்து எரியூட்டிக் கொல்லப்பட்டார் என்றும் ஒரு கருத்து இன்றுவரை நிலவிக் கொண்டிருக்கிறது. அப்படியே அவர் கொலை செய்யப்பட்டிருந்தால் அது ஒன்றும் அதிர்ச்சிக்குரிய விசயமில்லைதான். அவர் செய்த 'சாதி - சமயம் கெட்ட' காரியத்துக்குச் சாதிய - சமய அதிகாரத்துவ சக்திகள் அவருக்கு மரணதண்டனையைத்தான் வழங்கியிருக்க முடியும். அதுதான் வரலாற்றில் காணப்படும் ஒரே தர்க்கம்.

கிடைத்துள்ள தகவல்களின்படி பார்த்தால் அவரது மறைவு பற்றி முரண்பட்ட செய்திகள் தெரிய வருகின்றன. அவரது வரலாற்றை முழுமையாக எழுதிய ஊரனடிகள் கூறுவதைக் காணலாம்: 1873, கார்த்திகை மாதம் இராமலிங்கர் தமது அறையிலிருந்த விளக்கை வெளியில் வைத்து, அன்பர்களை அதனை வழிபடச் சொல்லி அறைக்குள்ளே பூட்டி இருந்து கொண்டார். கார்த்திகை, மார்கழி மாதங்கள் கடந்தன. தை மாதம் தொடங்கியபோது வெளியே வந்த இராமலிங்கர் சில நாட்கள் இருந்தார். 30-1-1874 தைப்பூச நாள் (தை 19,

1874) வந்தது. அன்று முன்னிரவில் அடிகள் அன்பர்களை அழைத்து 'தாம் அறைக்குள்ளே சென்று உடம்பை மறைத்துக்கொள்ளப் போவதாகக் கூறினார். இரவு 12 மணிக்கு அடிகள் தம் அறைக்குள் நுழைந்து கதவைச் சாத்தி, இரண்டரை நாழிகையில் இறைவனோடு இரண்டறக் கலந்தார்'

இவ்வாறு இராமலிங்கர் அறைக்குள் பூட்டிக்கொண்டது, வெளியே வராதது பற்றிய செய்திகள் சுற்று வட்டாரத்தில் பரவின. வதந்திகள் கிளம்பின. இதனைக் கேள்விப்பட்ட ரெவினியுபோர்டு உறுப்பினரும், கலெக்டரும் மூன்று மாதங்களுக்குப் பின் 1874, மே மாதத்தில் பார்வையிட்டார்கள். (போர்டு உறுப்பினர் George Banbury I.C.S., தென்னார்க்காடு கலெக்டர் J.H. Garstin. I.C.S.) அதிகாரிகள் முன்னிலையில் கதவு திறக்கப்பட்டது. அறைக்குள் யாருமில்லை. சந்தேகம் தீர்ந்தது என்று ஊரனடிகள் எழுதியுள்ளார். அதிகாரிகளின் சந்தேகம் என்ன என்பது பற்றி நம்மால் ஊகித்துக்கொள்ள முடியும். இராமலிங்கரின் மரணம் இயற்கையானதுதானா என்பதாகத்தான் அவர்களின் சந்தேகம் இருந்திருக்கும். குடிசையைத் திறந்து பார்த்த போது அங்கே யாரையும் காணாததால் அவர்களுடைய சந்தேகம் தீர்ந்ததாக ஊரனடிகள் எழுதியுள்ளார். இராமலிங்கர் 1870-இல் சித்திவளாகத்தில் வாசம் செய்த காலம் தொட்டு 'தனக்கு மரணமில்லை; செத்தாரை மீட்பேன்; அழியாஉடல் பெற்றேன்; ஆண்டவரோடு கலப்பேன்', என்றெல்லாம் தொடர்ந்து ஆட்பட்ட மனநிலையில் பாடல்களை இயற்றியும், உபதேசம் செய்தும் வந்தார். இந்த முன்னறிவிப்புக்களின் தர்க்க ரீதியான முடிவினையே ஊரனடிகளின் கூற்று வலியுறுத்துகிறது.

T. தயானந்தன் ஃபிரான்சிஸ் இராமலிங்கரின் மறைவு பற்றித் தந்துள்ள தகவல்கள் வேறுபடுகின்றன. தமது சீடர்கள் சுத்த சன்மார்க்க இலட்சியங்களிலிருந்து கொஞ்சங் கொஞ்சமாக நழுவுவதைக் கண்டு இராமலிங்கர் ஏமாற்றமடைந்தார். தம்மை அவர்கள் ஒரு சிறு தெய்வமாகக் கருதியதை அவதானித்தார். அவர்களைக் கண்டித்தார். அவர்களது நடத்தைகளால் மனம் புண்பட்ட இராமலிங்கர், 1873-ல் ஞான சபையைப் பூட்டிச் சாவியைத் தம் வசம் வைத்துக்கொண்டார். மேட்டுக்குப்பம் கிராமத்திற்கு ஜாகையை மாற்றினார். அங்கொரு குடிசையில் (சித்தி வளாகம்) தங்கினார். விரைவில் யோக நித்திரை

(அல்லது) சமாதியாகத் தீர்மானித்தார். 1874, சனவரி 30 அன்று தமது சீடர்களுக்குத் தமது இறுதி உபதேசம் செய்தார். 'கடை விரித்தேன் கொள்வாரில்லை. கடையைக் கட்டினேன்' என்றார் (இதற்குச் சித்தாந்த விளக்கம் தருவாரும் உளர்!) அவர்களுக்கு உபதேசித்த போது, சிலகாலம் அவர்கள் கண்களுக்குப் படாமல் இவ்வுலகில் இருக்கப் போவதாகவும், பிறகு எல்லா உயிர்களின் உடல்களுக்குள் தமது தேகம் நுழையும் என்றும், பிற நாடுகளில் போதனை செய்துவிட்டுச் சரியான நேரத்தில் மீண்டும் தாம் தோன்றப் போவதாகவும் அறிவித்தார். அதுவரை ஜீவகாருண்ய வழியில் சென்று, இறைவனை அருட்பெருஞ் சோதியாய் வழிபட்டு முத்தி பெறுங்கள் என்று பேசினார். பிறகு அவர் குடிசைக்குள் புகுந்து ஒரு போர்வையில் நீட்டிச் சாய்ந்தார். வெளியிலிருந்து கதவைப்பூட்டிட ஆணையிட்டார். கதவை யாரும் திறந்து பார்க்கக் கூடாது என்றார். பார்த்தாலும் ஒன்றும் தெரியாது என்றார். ஒருவேளை சர்க்கார் அதிகாரிகள் வந்து கதவைத் திறக்க உத்திரவிட்டால் பயப்பட வேண்டாம். அறைக்குள் எதுவும் இருக்காது என்று சீடர்களுக்குச் சொன்னார்.

இராமலிங்கரின் திடீர் (அற்புதமான) மறைவுச் செய்தி எங்கும் பரவியது. அப்பகுதியைச் சேர்ந்த போலீஸ், விசயத்தை மேலதிகாரி களுக்குத் தெரிவித்தது. அவர்களுக்கு இராமலிங்கரின் மறைவு குறித்துச் சந்தேகம் எழுந்தது. தென்னார்க்காடு கலெக்டர் J.H. Garstin I.C.S. ஸ்தலத்துக்கு நேரில் வந்து விசாரித்தார். குடிசைக் கதவைத் திறக்க உத்தரவிடவில்லை. மாறாக, இராமலிங்கரின் நினைவாக, ஏழைகளுக்கு அன்னதானம் செய்ய 25 ரூபாய் சன்மானம் வழங்கிச் சென்றார். இவரே, தென்னார்க்காடு மாவட்டம் குறித்த நூலில் (1878) இராமலிங்கரைப் பற்றிச் சில வரிகள் எழுதினார். இது 1906-ல் வெளிவந்த தென்னார்க்காடு கெஜட்டில் மறுபிரசுரமாகியது.

தயானந்தன் ஃபிரான்சிஸ் தந்துள்ள தகவல், ஊரனடிகளின் தகவலிலிருந்து ஒரு முக்கியமான வேறுபாட்டைக் கொண்டுள்ளது புரிகிறது. இது விசயமான விவாதங்களைக் கிளப்பும் நோக்கம் நமக்கில்லை. வெள்ளைக்கார கலெக்டருக்கு உள்ளூர்க்காரர்களின் விவகாரத்தில் குறுக்கிட்டு வீண் பிரச்சினைகளுக்குள் மாட்டிக்கொள்ள அவகாசம் இருந்திருக்காது. அவனைப் பொறுத்தவரை அமைதியான சூழல் வேண்டும் - தொடர்ந்து ஆட்சி நடத்த! அவ்வளவே.

இனி, இராமலிங்கர் மறைந்து 38 ஆண்டுகள் கழித்து மறைமலை யடிகள் அந்த மறைவு பற்றித் திரட்டித் தந்த தகவலைக் காணலாம். 4-2-1912-ல் மறைமலையடிகள் மேட்டுக்குப்பம் அடைந்தார். அங்கிருந்த சங்கத்தார்க்குப் பிரசங்கம் செய்தார். சித்திவளாகக் குடிலின் வாசலில் ஒரு நாள் (சனவரி 30, 1874) இராமலிங்கர் ஒளியால் நிறைந்த தமது உடலையும் தலையையும் வெள்ளாடையால் வழக்கப்படி மூடி முக்காடிட்டுத் தம் மாணவருள் சிலரை நோக்கிக் 'கடையை விரித்தோம் கொள்வாரில்லை; கட்டிவிட்டோம்' என மனம் நொந்த நிலையில் கூறிக் குடிலுக்குள் சென்று கதவைத் தாழிட்டுக்கொண்டார். உள்ளே சென்று படுக்கையில் சாய்ந்து கொண்டதாக அவரது முதல் மாணாக்கர் தொழுவூர் வேலாயுத முதலியார் எழுதியுள்ளார். ஆயினும் இராமலிங்கரின் அடியார்கள் 'அவர் குடிலின் உள்ளே சென்று மறைந்துவிட்டார்' என்றே கூறினார்கள். மறைமலையடிகள், இராமலிங்கரின் மறைவு பற்றி வயதானவர்களிடம் ரகசியமாக விசாரித்து அறிந்தவற்றைத் தமது 4-2-1912 அன்று நாட்குறிப்பில் ஆங்கிலத்தில் பின்வருமாறு எழுதியுள்ளார்:

"We went to Mettukuppam where Swami Ramalinga left his gross material today. I gathered the secret information there that Swami actually died and the remains of his body were taken in an earthern pot and placed under the Akasa Chamber in a cellar room, and that he did no miracles, but failed in his attempt to do so. This shows that no man, however great he may be, should of his own will attempt to work miracles. He must depend on the will and grace of god' (மறை திருநாவுக்கரசு: 1959: பக். 153).

மறைமலையடிகளின் நாட்குறிப்புத் தகவலின்படி, இராமலிங்கர் உண்மையாகவே இறந்துவிட்டார் என்பதும், அவரது சடலத்தில் எஞ்சியவை ஒரு மண்பாண்டத்தில் இடப்பட்டு, ஒரு அறையில் புதைக்கப்பட்டது என்றும் தெரிகிறது. மேலும், அவர் அற்புதம் ஏதும் நிகழ்த்தவில்லை என்றும், அப்படி ஒரு முயற்சியில் இறங்கித் தோல்வியடைந்தார் என்றும் கடவுள் அருளின்றி மனிதர் தமது ஆற்றலால் அற்புதம் நடத்த முடியாது என்றும் மறைமலையடிகள் எழுதியுள்ளார். மறைமலையடிகள், 1901-ஆம் ஆண்டில் மீண்டும் மருட்பா போராட்டத்தைத் தொடங்கிய யாழ்ப்பாணம் கதிரைவேற் பிள்ளையை எதிர்த்து இராமலிங்கரின் பாடல்களை அருட்பா என்று

20-9-1903, 27-9-1903 மற்றும் 18-10-1903 ஆகிய நாட்களில் நடந்த கூட்டங்களில் நிரூபித்துப் பேசியவர். 18-11-1903-ல் அருட்பா பற்றிய ஆய்வுரை ஒன்றையும் வெளியிட்டவர். இப்படிப்பட்ட ஒருவரின் கருத்தை எளிதில் புறக்கணித்து விடமுடியுமா என்பது தெரியவில்லை.

இராமலிங்கர்மீது பக்தியும், பகையும் இல்லாத கண்ணோட்டத்திலிருந்து பார்த்தால் அவரது மறைவைப் பற்றிச் சில கேள்விகள் எழுவது தவிர்க்க முடியாதது. இராமலிங்கர், தமது 51-வது வயதில், குறிப்பிட்டுச் சொல்லும்படியான எவ்வித முகாந்திரமுமின்றி, அரும்பாடுபட்டு உருவாக்கிச் சில ஆண்டுகளாக நடத்திவந்த சமூகத் தொண்டுகளையும், ஆன்மீக விசயங்களையும் ஏன் அப்படியே விட்டுவிட்டுப் போக வேண்டும்? தாம் மட்டும் ஆன்மலாபங்களையும், சித்திமுத்தியையும் பெற்றதோடு எல்லாவற்றையும் முடித்துக் கொண்டாரா? அவர் பலமுறை சத்தியம் செய்தபடி செத்தாரை மீட்க வேண்டாமா? உலகில் ஜீவகாருண்யம் பரவ வேண்டாமா? ஏழைகளின் பசி தீர வேண்டாமா? கண்மூடி வழக்கங்கள் எல்லாம் மண்மூடிப் போக வேண்டாமா? ஏனிந்த அவசரம்? தீராத நோய்நொடி ஏதுமில்லாத ஆரோக்கியமான நிலையில் அவர் இப்படிச் சமாதியாகலாமா? மரணத்தைத் தாமே வலிந்து அணைத்துக்கொண்டதுபோலத் தெரிகிறது.

இராமலிங்கர் தாமே தேர்ந்தெடுத்த தைப்பூச நாளில் நள்ளிரவுக்குப் பின் ஜோதியோடு கலந்தாரா அல்லது ஜோதியோடு எரிக்கப்பட்டாரா அல்லது சுயசமாதியடைந்தாரா என்ற சர்ச்சைகளில் புகுவதைவிட, அவர் இந்த உலகத்தைவிட்டு விடைபெறும் நாளையும் நேரத்தையும் அவரே தேர்ந்தெடுத்துக் கொண்டார் என்பது முக்கியமானது. ஒரு சாதாரண மனிதன் இப்படிக் குடிசைக்குள் போய்க் கதவடைத்துக் கொண்டால் அதனைத் தற்கொலை என்றுதான் உலகம் சொல்லும். ஆனால், முத்தேகமும், மூன்று சித்திகளும், அட்டமாசித்துக்களும், சிவபோகமும் அருளும் அடைந்துவிட்டதாகப் பாடல்களில் சத்தியம் செய்த ஒரு சிவயோகி இப்படிக் கதவடைத்துக் கொண்டால் அதை என்னென்று உலகம் கூறும்? ஜோதியில் கலந்தார் என்றுதான் கூறும். ஏனெனில், ‘உலகம் என்பது உயர்ந்தோர் மேற்றே’ அல்லவா?

ஆனால், சாதி இந்துக்களிடம் ஒரு மனமாற்றத்தை ஏற்படுத்தி, சாதி சமயம் கடந்த ஒரு புரட்சிகரமான சன்மார்க்க சங்கத்தை உருவாக்கி,

உருவ வழிபாட்டை விலக்கி ஒளி வழிபாட்டைக் கொண்டுவந்த இராமலிங்கர் அவர்களுடைய போக்கைக் கண்டு மனம் சலித்து, நொந்து தமது 51-வது வயதில் அவசரமாக உலகைவிட்டு விடைபெற்றுக் கொண்டதைப் 'புறவினத்தாரால்' நிச்சயம் புரிந்துகொள்ள முடியும். அவிழ்க்கப்படாத வரலாற்றுச் சிக்கல்களில் இதையும் ஒன்றாகச் சேர்த்துக்கொள்வார்கள். இப்படி இன்னும் எத்தனையோ?

கடவுள் 'என்னைக் காட்டிக்கொடார்' என்றும், 'நான் சாகமாட்டேன்' என்றும் தைரியமாகச் சொன்னவர் இராமலிங்கர். அவரைக் காட்டிக் கொடுத்தவர்களும், சாகவைத்தவர்களும் இன்று வரலாற்றின் குப்பையில் கிடக்க, 'கண்மூடி வழக்கங்கள் எல்லாம் மண்மூடிப் போக'ச் சொன்ன இராமலிங்கரின் உயிர் இரக்க சிந்தனைகளும், பொதுமை எண்ணங்களும் 'புறவினத்தார்'களுக்கு ஆறுதலாக அமைந்துவிட்டன. இதுவும் ஒரு வரலாற்று முரண்தான்!

துணை நூற்பட்டியல்

மூல நூல்கள்:

1. 'திருவருட்பா' - இராமலிங்க சுவாமிகள்: 6 திருமுறைகள். (பத்துத் தொகுதிகள், அண்ணாமலைப் பல்கலைக்கழகம், சிதம்பரம்: 1979, 83, 84, 85, 86, 87, 88, 89) (உரை: ஔவை சு. துரைசாமிபிள்ளை).

2. 'திரு அருட்பா - தனிப் பாசுரப் பகுதி' - (ஆ. பாலகிருஷ்ணபிள்ளை பதிப்பு) சென்னை: டிசம்பர், 1959.

3. 'திரு அருட்பா - வசனப்பகுதி', 2-ஆம் புத்தகம் (ஆ. பாலகிருஷ்ண பிள்ளை பதிப்பு - 5ஆம் பதிப்பு), சென்னை - 1959.

4. 'திரு அருட்பா - திருமுகப் பகுதி', (ஆ. பாலகிருஷ்ணபிள்ளை பதிப்பு - 2ஆம் பதிப்பு) சென்னை - 1959.

5. 'திரு அருட்பா - உபதேசப்பகுதி' (ஆ. பாலகிருஷ்ணபிள்ளை பதிப்பு, 2ஆம் பதிப்பு,) சென்னை - 1959.

சார்பு நூல்கள்:

1. மாணிக்கவாசகர், 'திருவாசகம்' (கழகம், சென்னை : 1969)

2. திருமூலர், 'திருமந்திரம்' (தருமை ஆதீனம், 1974) (உரை : தருமை ஆதீனப் புலவர் சி. அருணை வடிவேல் முதலியார்).

3. சித்தர் பாடல்கள், (பதிப்பாசிரியர்) த. கோவேந்தன் (பூம்புகார் பிரசுரம், சென்னை: 1976)

4. அருணகிரிநாதர், 'திருப்புகழ்', (ஜெ. மு. குருநமசிவாயன், மதுரை: 1974)

5. 'பட்டினத்துப்பிள்ளையார் பாடல்கள்', (கழகம், சென்னை: 1967)

6. 'தாயுமானவர் பாடல்கள்', (கழகம், சென்னை: 1966)

பிற நூல்கள்

தமிழ்

1. ஊரனடிகள், 'இராமலிங்க அடிகள் வரலாறு' (சமரச சன்மார்க்க ஆராய்ச்சி நிலையம், வடலூர்: 1971)

2. ஊரனடிகள், 'புரட்சித் துறவி வள்ளலார்' (சமரச சன்மார்க்க ஆராய்ச்சி நிலையம், வடலூர்: 1993).

3. மா.பா.குருசாமி, 'வள்ளலார் - ஓர் அறிமுகம்', (மதுரைப் பல்கலைக்கழகம், மதுரை: 1977).

4. குங்கிலியம் பழ. சண்முகனார், 'அருட்பிரகாச வள்ளலார்', (மணிவாசகர் பதிப்பகம், சிதம்பரம்: திருந்திய பதிப்பு, 1986).

5. அ.ச. ஞானசம்பந்தன் 'பெரிய புராணம் - ஓர் ஆய்வு' (தமிழ்ப் பல்கலைக்கழக வெளியீடு, காஞ்சிபுரம்: 1987).

6. உ.வே. சாமிநாதையர், 'என் சரித்திரம்' (பதிப்பாசிரியர்) எஸ். கலியாண சுந்தரையர் (கபீர் அச்சுக்கூடம், சென்னை: 1950)

7. உ.வே. சாமிநாதையர், 'ஸ்ரீ மீனாட்சிசுந்தரம் பிள்ளையவர்கள் சரித்திரச் சுருக்கம்' (உ.வே. சா.நூல் நிலையம், சென்னை: 1965).

8. உ.வே.சாமிநாதையர், 'பிற்காலப் புலவர்கள்' (பதிப்பாசிரியர்) வித்துவான் எச். வைத்தியநாதன், சென்னை: 1986.

9. ஆறுமுகநாவலர், 'பிரபந்தத் திரட்டு' (இருபாகங்கள்) திரட்டியவர்: த. கைலாசபிள்ளை (ஆறுமுக நாவலர் வி. அச்சகம், சென்னை: மூன்றாம் பதிப்பு, 1954).

10. த. கைலாசபிள்ளை (1916), 'ஆறுமுக நாவலர் சரித்திரம்' (ஆறுமுகநாவலர் வி. அச்சகம், சென்னை: 1955).

11. மயிலை. சீனி. வேங்கடசாமி, 'பத்தொன்பதாம் நூற்றாண்டில் தமிழ் இலக்கியம் (1800 - 1900)' (சாந்தி நூலகம்,சென்னை: 1962).

12. மு. வை. அரவிந்தன், 'உரையாசிரியர்கள்' (1983).

ஆங்கிலம்:

13. R. Sundaralingam, 'Politics and Nationalist Awakening In South India - 1852 - 1891 '(Arizona University, Anizona: 1974).

14. Sp. Annamalai (1973) 'The Life and Teachings of Saint Ramalingar, (Bharatiya Vidya Bhavan, Bombay, 1988).

15. Dayanandan Francis, 'The Mission and Message of Ramalinga Swamy' (National Banarsidass Publishers pvt. Ltd., Delhi: 1990).

ராஜ் கௌதமன்: வாழ்க்கைக் குறிப்புகள்

ராஜ் கௌதமன் (எஸ்.கௌதமன்) விருதுநகர் மாவட்டம் வ.புதுப்பட்டி என்ற கிராமத்தில் 1950 இல் பிறந்தார். அங்கேயே தொடக்கக்கல்வி பயின்றார். மதுரையில் உயர்நிலைப்பள்ளிப் படிப்பையும் பாளையங்கோட்டை புனித சேவியர் கல்லூரியில் விலங்கியல் இளங்கலைப்பட்டமும் தமிழ் முதுகலைப்பட்டமும் பெற்றார். பின்னர் அண்ணாமலைப் பல்கலைக்கழகத்தில் சமூகவியல் முதுகலைப்பட்டம் பெற்றார். 19-20 ஆம் நூற்றாண்டில் வாழ்ந்த தமிழ்ச் சமூக நாவல் முன்னோடிகளில் ஒருவரான அ.மாதவையா படைப்புகள் பற்றி உலகத்தமிழாராய்ச்சி நிறுவனத்தில் ஆய்வு செய்து முனைவர் பட்டம் பெற்றார். புதுச்சேரி யூனியன் பிரதேசத்தில் உள்ள அரசு கலைக் கல்லூரிகளில் முப்பத்தெட்டு ஆண்டுகளாகப் பணிபுரிந்துள்ளார். இறுதிப்பத்து ஆண்டுகளாகப் புதுச்சேரி அரசு பட்டமேற்படிப்பு மையத்தில் தமிழ் ஆய்வுத்துறைத் தலைவராகப் பணியாற்றி ஓய்வு பெற்றார்.

பொதுவுடைமைச் சித்தாந்தம், பெரியாரியம், தலித்தியம், பெண்ணியம், நவீன தமிழ் இலக்கிய விமரிசனம், பத்தொன்பதாம் நூற்றாண்டுத் தமிழகம், சமூக வரலாறு, சங்க இலக்கியம் ஆகியவற்றில் ஈடுபாடு கொண்டு தொடர்ந்து அவை குறித்து எழுதி வருகிறார். தற்போது இவர் திருநெல்வேலியில் வசிக்கிறார்.

மனைவி : முனைவர். க.பரிமளம்,

மகள் : டாக்டர் நிவேதிதா கோபிநாத் எம்.டி (யு.கே),

பேத்தி : தனிஸா கோபிநாத்.
பேரன் : சித்தார்த் கோபிநாத்,

ராஜ் கௌதமன் எழுத்துக்கள்

(I) ஆய்வு, திறனாய்வு நூல்கள்

1. எண்பதுகளில் தமிழ்க் கலாச்சாரம்.
2. அ. மாதவையா (1872-1925) வாழ்வும் படைப்பும்
3. அறம்/அதிகாரம்
4. புதுமைப்பித்தன் எனும் பிரம்மராக்ஷஸ்
5. க.அயோத்திதாசர் ஆய்வுகள்
6. பாட்டும் தொகையும் தொல்காப்பியமும் தமிழ்ச் சமூக உருவாக்கமும்
7. தமிழ்ச் சமூகத்தில் அறமும் ஆற்றலும்
8. ஆரம்பக் கட்ட முதலாளியமும் தமிழ்ச் சமூக மாற்றமும்
9. ஆகோள் பூசலும் பெருங்கற்கால நாகரிகமும்
10. பதிற்றுப்பத்து-ஐங்குறுநூறு: சில அவதானிப்புகள்
11. கலித்தொகை-பரிபாடல் (ஒரு விளிம்பு நிலை நோக்கு)
12. சுந்தர ராமசாமி - கருத்தும் கலையும்.
13. பழந்தமிழ் அகவல் பாடல்களில் பரிமாற்றங்கள்.

(II) தலித்திய திறனாய்வு நூல்கள்

1. வேதாகமக் கல்லூரியும் தலித்தும்
2. தலித் பண்பாடு, புதுச்சேரி:
3. தலித் பார்வையில் தமிழ்ப் பண்பாடு (சங்க காலம் - திறனாய்வுக் கதைகள்)

4. பொய்+அபத்தம்=உண்மை, (இதழ் கட்டுரைகள்)
5. தலித்திய விமர்சனக் கட்டுரைகள், (கட்டுரைத் தொகுப்பு)
6. தலித்திய அரசியல்

(III) படைப்பிலக்கியங்கள்:

(1) புதினம்:
1. சிலுவைராஜ் சரித்திரம்
2. காலச் சுமை

(2) பயண நூல்:
1. லண்டனில் சிலுவைராஜ்

(3) சிறுகதை:
1. பாவாடை அவதாரம் (தினமணிச்சுடர்)
2. ராக்கம்மா பேத்தி
3. பாம்புச் சட்டை
4. ஊமை நாய்க்கர்

மொழிபெயர்ப்புகள்

மொழிபெயர்ப்பு - ஆங்கிலம்வழி : தமிழ்

1. Charles Darwin, M.A., "The Origin of Species By means of Natural Selection" - இயற்கையின் தேர்வின் வழியாக உயிரினங்களின் தோற்றம்
2. Germaine Greer, "The Female Eunuch" - பாலற்ற பெண்பால் (பெண்பால் நபும்சகம்)
3. C.H.Thani M.A, "Katha Koca" - கதைக் கருவூலம் (சமணமதக் கதைகளின் தமிழாக்கம்)
4. Sarah Gamble - Toril Moi, "Feminism - History Of Theories" - பெண்ணியம்: வரலாறும் கோட்பாடுகளும்
5. கிளி எழுபது (புராதன வட இந்தியக் கதைகள்)
6. Erich Fromm, "The sane Society", மனவளமான சமுதாயம்
7. விளிம்புநிலை மக்களின் போராட்டங்கள்.
8. Erich Fromm, " Art of Love", அன்பு என்னும் கலை